Spoken Vietnames for Beginners

VIETNAMESE

Spoken Vietnamese
for Beginners

Nguyen Long,
Marybeth Clark,
Nguyễn Bích Thuận

NIU

PRESS

DeKalb, IL

© 1994, 2012 by Northern Illinois University

Published by the Northern Illinois University Press in
conjunction with the Center for Southeast Asian Studies,
DeKalb, Illinois   60115

Manufactured in the United States using acid-free paper.

All Rights Reserved

Southeast Asian Language Text Series

Library of Congress Control Number: 2011942115

ISBN: 978-0-87580-656-3 (pbk.)

ACKNOWLEDGEMENTS

This text had its beginnings in the Faculty of Asian Studies' Vietnamese Studies Program at the Australian National University in Canberra. It was written over the years by Program staff and produced in the Faculty and has been used, in its many revisions, as the text for beginning classes in Vietnamese language in the Faculty since 1984.

The text was originally put on disk by Pam Wesley-Smith. The Vietnamese font used finally was designed in the late 1980s by Lydian Meredith, the then Faculty of Asian Studies computer specialist. The authors are grateful to these two women for their patient efforts and to the Australian National University Faculty of Asian Studies for its constant support. The Faculty has also been generous in giving leave to the third author, currently teaching in the Faculty's Vietnamese program, for trips to work on the text with the second author, living in the United States, and for two useful field trips to Vietnam, one in 1993 and one in 1994.

Since January 1990, additions, revisions, illustrations, and all production have been done independently of the A.N.U. Faculty of Asian Studies.

The illustration of men drinking in Lesson 3 Section B was adapted from an illustration by Ngoc Hien in *Anh Nam Cai Thien* by Nguyen Mai Tam (published in Saigon by the Ministry of National Education, 1961).

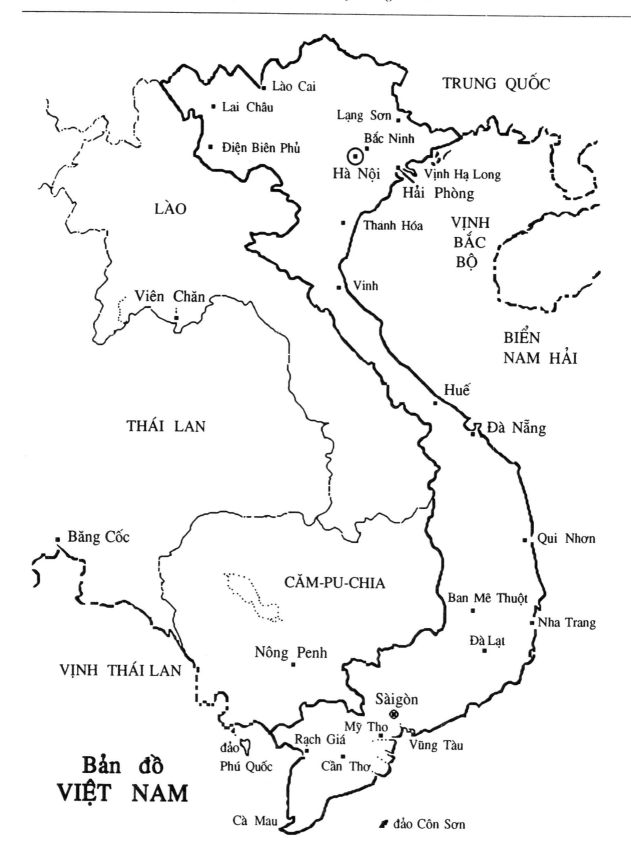

Bản đồ
VIỆT NAM

MỤC LỤC — CONTENTS

Lessons: Each study lesson (Lessons 1–4, 6–9, 11–14, 16–19) has the following parts:

       Part A   Dialogs: new patterns and vocabulary

       Part B   Sentence Patterns and Notes: pattern diagrams and more new vocabulary

       Part C   Exercises: oral and written

       Part D   Self-Test

       Part E   Summary of New Vocabulary (excluding Section C Reading vocabulary)

CONTENTS

INTRODUCTION

This is a text for speakers of English to learn to speak and understand the Vietnamese language. It is designed primarily for classroom use at the secondary or tertiary education level for beginners without Vietnamese language background.

The aim of this beginning course is to help students acquire a basic working ability in conversational Vietnamese. To that end the lessons are centered around short conversations based on everyday situations. Since the students studying from this text will almost all be outside Vietnam, most of the situations, but not all, are also outside Vietnam to encourage daily practice beyond the classroom. Each set of conversations builds on previously studied material and introduces new structures and vocabulary. The authors have designed the lessons with the intent to help the students grasp the basic structure of Vietnamese sentences. For this purpose the group of short conversations in each lesson are followed by a section of explanatory diagrams of the structures newly introduced in the conversations and the types of vocabulary appropriate to each structure. This explanatory section, therefore, includes new vocabulary but not new structures.

Following the section of structural diagrams in each lesson is an exercise section. This section provides practice in the new sentence structures, using both new and old vocabulary. These exercises can be employed for aural, oral, and/or writing practice, according to the teacher's inclinations; and teachers are encouraged to expand on the exercises, combine exercises, and create others of their own to give the students further classroom practice. The last exercise is a conversation reading exercise.

Each study lesson has a "self-test" for the student to individually review understanding of the lesson. Every fifth lesson of the twenty lessons is a review lesson with various types of exercises, including listening and writing exercises, narrative readings, and suggested conversations in which students can practice being interpreters in both informal and formal situations, Vietnamese to English and English to Vietnamese.

The situational conversations with their structures and vocabulary and the exercises are presented in a way that anticipates an interactive classroom. That is, it is expected that teachers will expand on the exercises and use these lessons along with supplementary materials, such as pictures, maps, charts, objects, Look & Listen cards, and so on, and activities and games to help the students practice the use of Vietnamese language in simulated situations.

The conversations employ primarily Northern dialect, that is, the dialect of Hanoi, when there are vocabulary differences. Sometimes Southern (Saigon) vocabulary has been included for recognition, and the distinction is noted as [No] and [So] respectively.

The authors have kept the old name "Saigon" instead of using the current name "City of Ho Chi Minh" because Vietnamese people themselves, in both the North and the South, continue to use the old name in conversational situations. (The name has been spelled in this text as a single two-syllable word since, unlike most Vietnamese place names, "Saigon" is not a Sino-Vietnamese compound but is believed to be from an old Khmer word.) For those words where Northern tr- has come to be pronounced gi- [z-], the tr spelling has been retained.

A brief discussion about the Vietnamese language appears in the Appendix, along with a pronunciation guide that discusses the most difficult aspects of pronunciation for English speakers. Also included in the guide are five lessons to be used with a tape. These pronunciation lessons deal specifically with tones and other problem areas.

ông Lâm

Ông ấy là người Việt Nam.

BÀI MỘT — LESSON ONE

PHẦN A: CÂU MẪU — Patterns

Đối thoại A 1 — Dialog A 1

At a gathering outside Vietnam, people from Vietnam and other countries meet, some for the first time. Among these latter are Mr. Ba and Mrs. Ha.*

Ông Ba	Chào bà.
	Xin lỗi bà, tên bà là gì?
Bà Hà	Dạ, tên tôi là Hà.
	Còn ông, tên ông là gì?
Ông Ba	Tên tôi là Ba.

Từ vựng — Vocabulary

ông	Mr., you, your (See B 1 note.)
bà	Mrs., you, your
chào	to greet
xin lỗi	beg pardon (of you), excuse me
tên	given name (See B 1 note.)
là	to be: is, am, are
gì	what
Dạ	Polite response particle
tôi	my (I)
còn	and as for, and how about
Chào bà.	I greet you (Mrs.).
Tên bà là gì?	What is your name?
Tên tôi là Hà.	My name is Ha.

* Vietnamese people in social situations do not as a rule ask each other's names. This question and response are introduced for recognition, especially in situations abroad.

1

Pierre

Đối thoại A 2 — Dialog A 2

At the same gathering, Huy meets his friend Joe and introduces Miss Tam and My to Joe.

Anh Huy (to anh Joe)
          Đây là cô Tâm và đây là chị Mỹ.
Anh Joe   Chào cô, chào chị.
          Còn kia là ai, anh Huy?
Anh Huy   À, kia là anh Pierre.

Từ vựng — Vocabulary

anh	Brother (…), you older brother *
chị	Sister (…), you older sister
cô	Miss (…), you Miss
đây	here
và	and
kia	(over) there
ai	who
À, …	Oh, …
Còn kia là ai?	And who is that over there?

* See B 1 note and Appendix IIIA for explanation of terms of address.

Đối thoại A 3 — Dialog A 3

Cô Hoa	Anh là người Việt, phải không?
Anh Nam	Dạ vâng, tôi là người Việt, tôi là người (miền) Nam.
	Còn cô cũng là người Việt, phải không?
Cô Hoa	Dạ vâng, tôi cũng là người Việt, tôi là người (miền) Bắc.

Từ vựng — Vocabulary

người	person, people
Việt (Nam)	Vietnamese, Vietnam
phải	to be true, correct
phải không	Is it not so? (Lit. be correct, no?)
vâng	yes, that's right
tôi	I
miền	region
miền Nam	the South (the Mekong River Delta)
miền Bắc	the North (the Red River Delta)
cũng VERB	also VERB

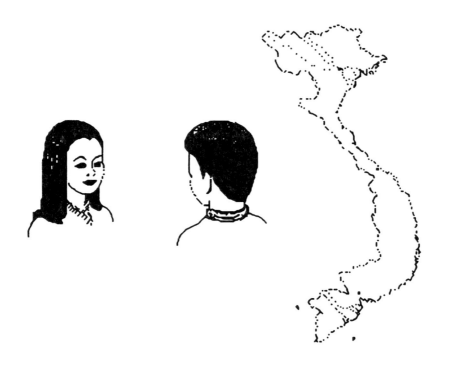

Anh là người nước nào?

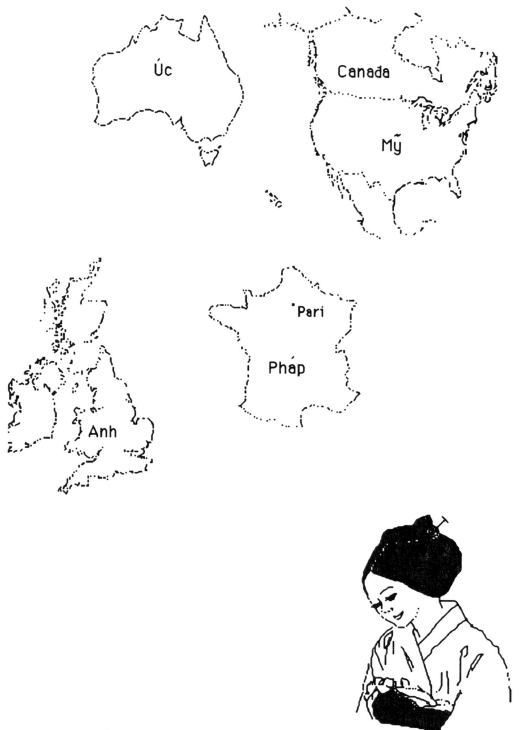

Cô ấy là người Nhật, phải không?

Đối thoại A 4 — Dialog A 4

Phương	Ông Sims là người Úc, phải không?
Ông Rose	Dạ không, ông ấy không phải là người Úc.
	Ông ấy là người Mỹ.
Phương	Thế, ai là người Úc?
Ông Rose	Dạ, chị Betty là người Úc.

Từ vựng — Vocabulary

Úc	Australia
không	no, not
ấy	that
ông ấy	he (that man)
không phải là	is not (so) (Lit. not so [that] it is...)
Mỹ	America
Thế, ...	So, ...

Đối thoại A 5 — Dialog A 5

Chị Sue	Anh là người nước nào?
Anh Huy	Dạ, tôi là người Việt.
Chị Sue	Thế anh là người miền nào?
Anh Huy	Tôi là người Trung.
	Còn chị là người nước nào?
Chị Sue	Dạ, tôi là người Anh.

Từ vựng — Vocabulary

nước	country
nào	which, what
người nước nào	person of which country
(miền) Trung	Central Vietnam (Long mountainous region)
Anh	England
Anh là người nước nào?	Where are you from?

(See Appendix IIIC for names of countries.)

PHẦN B: CHÚ THÍCH — Notes on Patterns

B 1   Note On Terms Of Address and Reference

Except for the term **tôi** 'I', Vietnamese has few pronouns. Even the term **tôi** at one time meant 'your servant', a polite way of referring to oneself. First, Second, and Third Person distinctions are minimal in the language. In the context of most of the sentences in this text, terms such as

anh	(my) older brother
chị	(my) older sister
em	younger sibling
cô	Miss (literally, 'my aunt'); female teacher
ông	Sir (literally, 'my grandfather')
bà	Madam (literally, 'my grandmother')
thầy	male teacher

are used to address the person being spoken to and can all be translated into English as 'you' or 'your'. Later on you will learn that these same terms can mean 'he' or 'she' and, in particular contexts, even 'I', but in general they refer to the person being spoken to: 'you'. As might be expected, the last three and sometimes the fourth of these terms are more formal than the first four or three. More details about terms used for personal reference are in Appendix IIIA.

It is more polite to use terms of address with 'Excuse me' than to use this expression by itself; that is,

Xin lỗi cô, tên cô là gì? is more polite than **Xin lỗi, tên cô là gì?**
Chào by itself is not used at all. Also, when you use somebody's name, whether given or family name, it is usually better to precede the name with an appropriate term of address. However, *do not do so when you give your own given name;* that is, say

Tên tôi là Mai not **Tên tôi là cô Mai.**
Given names rather than family names are customarily used, even with Mr. and Mrs. (See Appendix IIIB.)

(In the labels for the sentence diagrams in these lessons, FULL CAPS designate a category in the sentence, small letters indicate the English meaning. Items in parentheses are optional in the context given.)

greet/beg pardon	PERSON
Chào	ông.
Xin lỗi	bà.
	cô Tâm.
	anh Huy.
	chị.
	thầy.

B 2   Word Order in Sentences

In the phrases 'your name' and 'my name', notice that the word order in Vietnamese is different from that in English:

tên *tôi*	*my* name: name of *me*, name of *mine*
tên *bà*	*your* name: name of *you (Mrs.)*
tên *anh*	*your* name: name of *you (older brother)*

Notice also that the order in questions that have question words (**gì** 'what' and **ai** 'who') is the same order as in the answer to that question. That is, the question word comes in the same place as the word or phrase that answers the question, as you can see in B 2.1.   Compare B 2.2 and B 2.3, both of which have **ai**.

B 2.1

name	PERSON	is	what/NAME
Tên	ông bà anh chị cô	là	gì?

	name	PERSON	is	what/NAME
Dạ,	tên	tôi	là	Nam. Hà. Pierre. Hoa. Lan.

B 2.2

here/there	is	who/PERSON
Đây Kia	là	ai?
Đây Kia	là	ông Harris. bà Mai. thầy Lân. chị Cúc. cô Barbara.

| Who is this? | This is Mr. Harris. |
| Who is that? | That is Mrs. Mai. |

B 2.3

who	is	NATIONALITY/NAME
Ai	là	người Việt?
		người Mỹ?
		Lân?
		ông Giang?

(yes)	PERSON	is	NATIONALITY/NAME
Dạ,	chị Hồng	là	người Việt.
	tôi		người Mỹ.
	kia		Lân.
	đây		ông Giang.

Who is Vietnamese?   Hong is Vietnamese.

Who (which one) is Lan?   That (one over there) is Lan.

B 3

PERSON	is	person	COUNTRY
Tôi	là	người	Úc.
			Việt.
			Ca-na-đa.
			Thái.

PERSON	is	NAME	
Tôi	là	Kim.	
		Hương.	
		Brian.	
		Amara.	

Từ vựng — Vocabulary

Ca-na-đa   Canada (Canadian)

Remember: Do *not* say Tôi là anh Kim.

See Appendix IIIB for a partial list of Vietnamese given names and their meanings.

B 4

PERSON			is	person	COUNTRY	not so
Bà (ấy) Anh Thầy Cô (ấy)			là	người	Úc, Nhật, Ca-na-đa, Pháp,	phải không?

yes	PERSON			is	person	COUNTRY
Vâng,	tôi			là	người	Úc.
Phải,	bà ấy			là	người	Úc.
Phải,	tôi			là	người	Nhật.

no	PERSON	not so	is	person	COUNTRY
Không,	tôi	không phải	là	người	Ca-na-đa.
Không,	cô ấy	không phải	là	người	Pháp.

Từ vựng — Vocabulary

Nhật	Japan (Japanese)
Pháp	France (French)
Bà là người Úc, phải không?	You (Mrs.) are Australian, aren't you?
Bà ấy là người Úc, phải không?	She (that woman) is Australian, isn't she?

B 5

name	PERSON	is	NAME	not so
Tên	anh chị anh ấy chị ấy bà ấy	là	Robert Sue Nam Lan Năm	phải không?

yes/no	name	PERSON	is	NAME
Vâng, Không,	tên	tôi anh ấy chị ấy	là	_____ .

B 6

PERSON	is	person	country/region	which
Anh	là	người	nước	nào?
Anh ấy			nước	
Cô Hồng			miền	
PERSON	is	person	PLACE OF ORIGIN	
Tôi	là	người	Việt (Nam).	
Anh ấy			Pháp.	
Cô ấy			Bắc.	

B 7

Note that **cũng** is always before the verb.

PERSON	also	is	person	PLACE OF ORIGIN
Cô ấy	cũng	là	người	Việt.
Chị ấy				Pháp.
Tôi				Bắc.

B 8

The word **còn** at the beginning of a sentence implies a contrast with what has been said before. In the conversations in this lesson it means 'and as for you, ...' or 'and on the other hand, ...'.

and (as for	PERSON)	PROPOSITION, QUESTION/PROPOSITION
còn	(ông,)	Tên tôi là Hà, tên ông là gì?
còn	(bà,)	Tôi là người Anh, bà là người nước nào?
còn	(anh)	Anh ấy là người Việt, anh là người Nhật, phải không?
còn		Đây là chị Anh, kia là chị Ánh.

My name is Ha,	and (as for you) what is your name?
I'm English,	and (as for you) where are you from?
He's Vietnamese,	and (as for you) you're Japanese, aren't you?
This is Anh (Oriole)	and, over there is Anh (Brightness).

PHẦN C: BÀI TẬP — Exercises

C 1   Fill in your name and nationality. Then say the sentences aloud, imagining you are introducing yourself. Fill in the other blanks appropriately, and say those sentences aloud as though you were telling about someone else. Practice with each other.

1. Tên tôi là   _____

   Tôi là người   _____

2. Tên anh ấy là   _____

   Anh ấy là người   _____

3. Tên cô ấy là   _____

   Cô ấy là người   _____

4. Tên chị ấy là   _____

   Chị ấy là người   _____

C 2   A introduce C, using the cue phrase for C's title and name. B respond with both title and name of C. Practice introducing each other.

EXAMPLE

	ông Nam
A:	Đây là ông Nam.
B:	Chào ông Nam.

anh Chính   cô Châu   thầy Lân

bà Hương   chị Hiền   ông Hiếu

C 3   Proceed as in C 2, B using only the title of the addressee.

EXAMPLE

	bà Liên và anh Thi
A:	Đây là bà Liên và kia là anh Thi.
B:	Chào bà, chào anh.

anh Phan và chị Hoa   cô Xuân và thầy Thanh

cô Tuyết và anh Vũ   ông Việt và chị Thúy

chị Lan và bà Yến   anh Văn và cô Nguyệt

C 4   Using the cue words and following the example, A ask B questions in the pattern
. . . là _____ , phải không?
B answer in the affirmative.

EXAMPLE

	anh Văn, người Việt
A:	Tên anh là Văn, phải không?
B:	Vâng, tên tôi là Văn.
A:	Anh là người Việt, phải không?
B:	Vâng, tôi là người Việt.

Andrew, người Úc   cô Hoa, người Bắc

Celia, người Anh   (Mrs.) Pat, người Mỹ

(Mr.) Paul, người Pháp   (Miss) Yuko, người Nhật

C 5   Practice this conversation with each other.

EXAMPLE

A:	Xin lỗi, tên anh/chị là gì?
B:	Tên tôi là (your name);
	còn tên anh/chị là gì?
A:	Tên tôi là _____ .

C 6   Following the model, A make a statement and ask B if B is not the same.
B answer in the affirmative.   Practice using different terms of address.

EXAMPLE

	người Mỹ, chị
A:	Tôi là người Mỹ.
	Chị cũng là người Mỹ, phải không?
B:	Dạ vâng, tôi cũng là người Mỹ.

1. người Anh, thầy

2. người Trung, ông

3. người Úc, anh

4. người Bắc, cô

5. người Nam, chị

6. người Thái, bà

C 7   Using C 6, B answer in the negative and give a different country or region as appropriate. Then practice, giving an affirmative or negative answer by choice.

EXAMPLE

> người Mỹ, chị
> A: Tôi là người Mỹ.
>   Chị cũng là người Mỹ, phải không?
> B: Dạ không, tôi không phải là người Mỹ.
>   Tôi là người Pháp.

C 8   B answer A, using the cue words.

EXAMPLE

> người Nam   (anh Đặng)
> A: Ai là người Nam?
> B: Dạ, anh Đặng là người Nam.

1. người Mỹ   (chị Ann)
2. người Trung   (anh Thi)
3. người Bắc   (ông Ba)
4. người Nhật   (bà Takano)
5. anh Phong   (kia)
6. chị Hương   (đây)

C 9   Using the cue words, B ask a question to A's statement, and A answer. (Remember to ask for region when appropriate.) Then practice with pictures.

EXAMPLE:

> A: Chị Sue là người Mỹ.   (chị Jane, Ca-na-đa)
> B: Còn chị Jane là người nước nào?
> A: Chị ấy là người Ca-na-đa.

1. Anh Thi là người Việt.   (chị Đang, Thái)
2. Bà Szabo là người Úc.   (ông Swan, Anh)
3. Bà Bích là người Bắc.   (bà Năm, Nam)
4. Chị Marie là người Pháp.   (anh Paul, Mỹ)
5. Cô Satako là người Nhật.   (cô Kim, Việt)
6. Anh Minh là người Trung.   (anh Kim, Bắc)

C 10   Give the Vietnamese equivalents to the following sentences.

1   Hello (Mrs.). Excuse me, what's your name?

My name is Hoa. And what is yours (Sir)?

My name is John.

2. This is Miss Hoa, and this is Mrs. Jones.

And who is that over there?

Oh, that's Peter.

3. Excuse me, Mrs. Jones. You're an American, aren't you?

Yes, I'm an American.

Margarete is an American too, isn't she?

No, she's not an American. She's a Canadian.

And how about Miss Hoa? Where is she from?

Miss Hoa is from Vietnam. She's a Northerner.

4. Excuse me, where do you come from?

I come from Thailand. How about you? Where are you from?

I come from Japan.

Mr. Đức is also from Japan, isn't he?

No, Mr. Đức is not from Japan. He's from Vietnam.

Ít   nhưng   mà   tinh

Learn only a little but master it.

C 11 Bài tập đọc — Reading exercise

Read this conversation, and practice it together; then hold similar conversations with each other.

Hội Thoại — Conversation

Ông Ba	Chào bà. Tên tôi là Ba.
Bà Hà	Chào ông. Tên tôi là Hà.
Ông Ba (*introducing Mr. Sunaryo and Miss Tam to Mrs. Ha*)	
	Xin giới thiệu. Đây là ông Sunaryo và đây là cô Tâm.
Ông Sunaryo và cô Tâm	Chào bà.
Ông Ba	Còn đây là ông Sims.
Bà Hà	Chào ông Sims. Hân hạnh được gặp ông.
	Ông là người Mỹ, phải không?
Ông Sims	Dạ vâng, tôi là người Mỹ. Hân hạnh được gặp bà.
Ông Ba	A! Kia là ông Harris.
Bà Hà	Ông Harris là người Ca-na-đa, phải không?
Ông Sims	Dạ không, ông ấy không phải là người Ca-na-đa. Ông ấy là người Úc.
	(*turning to Miss Tâm*) Cô Tâm, cô là người nước nào?
Cô Tâm	Dạ, tôi là người Việt.
Ông Sims (*to Mr. Sunaryo*) Ông Sunaryo, ông cũng là người Việt, phải không?	
Ông Sunaryo	Dạ không, tôi là người In-đô-nê-xi-a.
Ông Sims (*shakes hands with Mr. Sunaryo*) Hân hạnh được gặp ông.	
Ông Sunaryo	Tôi cũng rất hân hạnh được gặp ông.

Từ vựng — Vocabulary

xin	to request
giới thiệu	to introduce
Xin giới thiệu.	Please let me introduce you.
hân hạnh	to be happy, honored
gặp	to meet
hân hạnh được gặp ông	I'm pleased (to be able) to meet you. (Formal)
rất ADJECTIVE	very much ADJECTIVE

PHẦN D: KIỂM TRA — Self-Test: Test Yourself

D 1   Complete these sentences, using words from the list on the right.

	ấy
1. Chào ông. Tên tôi _____ Lân. Chào anh Lân.	còn
2. Tên chị ấy là _____ ? Tên chị ấy là Lan.	cũng
3. Ông Bic là _____ Pháp,	đây
_____ ông Bích là người nước nào?	gì
4. Ông ấy là người Việt, _____ ?	là
5. _____ , ông Bích là người Việt.	là
Ông ấy là người _____ Nam.	miền
6. Cô Lệ _____ là người Việt.	người
Cô _____ là người Trung.	phải
7. Anh cũng là người Trung, _____ ?	phải không
8. Không, tôi không _____ là người Trung,	phải không
Tôi _____ người Bắc.	và
9. _____ là chị Jane _____ kia là chị Jill.	vâng

D 2   Give the Vietnamese equivalents.

1. Hello, I'm Mary. (to an older man)
2. Hello, (Miss) Mary. My name is An.
3. Mr. An, this is Mr. Kelly, and over there is Mrs. Kelly.
4. Hello, Mr. Kelly. It's nice to meet you. (formal) (Hân hạnh được gặp ông.)
    You're an Australian, aren't you?
5. No, I'm a Canadian.
6. How about Mrs. Kelly? She's Canadian too, isn't she?
7. No, she's English.

D 3   Check your D 1 and D 2 answers in the Answer Section (Appendix II), and then write a conversation of your own.

PHẦN E: TỪ VỰNG BÀI MỘT

SUMMARY OF LESSON ONE VOCABULARY

By now you should have mastered all the patterns in Section B of Lesson 1, as well as the vocabulary outlined here.

Từ vựng — Vocabulary

tôi	đây	gì?	chào	còn
ông	kia	ai?	xin lỗi	và
bà	tên	... nào?	là	vâng
cô	người	phải không?	phải	không
anh	nước	không phải (là)		Dạ
chị	miền			cũng
em	(miền) Bắc			À, ...
thầy	(miền) Trung			Thế, ...
ấy	(miền) Nam			
ông ấy				
bà ấy				
cô ấy		Tên bà là gì? Tên tôi là Hà.		
anh ấy		Xin lỗi bà Hà ...		
chị ấy		Đây là cô Vân và kia là anh Thi.		
Việt (Nam)		Kia là ai? Ai là người Mỹ?		
Mỹ		Anh là người Việt, phải không?		
Úc		Vâng, tôi là người Việt.		
Anh		Không, tôi không phải là người Việt.		
Nhật		Còn chị là người nước nào?		
Pháp		Anh là người miền nào?		
Thái		Tôi là người Bắc.		
Ca-na-đa		Chị ấy cũng là người Bắc.		

See Appendix IIIC
for a list of country names.

Mấy giờ rồi, anh?

Giờ

một	one
hai	two
ba	three
bốn	four
năm	five
sáu	six
bảy	seven
tám	eight
chín	nine
mười	ten
mười một	eleven
mười hai	twelve

For more numbers, see end of Glossary.

BÀI HAI — LESSON TWO

PHẦN A: CÂU MẪU — Patterns

Đối thoại A 1a

Dung   Mấy giờ rồi, anh?
Phong   Ba giờ rồi.

Từ vựng

giờ	hour
mấy	how many
mấy giờ	what time
rồi	already
Mấy giờ rồi, anh?	What time is it?
Ba giờ rồi.	(It's) 3:00.

Đối thoại A 1b

Dung   Bây giờ mấy giờ rồi?
Phong   Ba giờ rồi.
Dung   Mấy giờ anh đi Sàigòn?
Phong   Bốn giờ tôi đi.

Từ vựng

bây giờ	now
đi	to go
Mấy giờ anh đi Sàigòn?	What time are you going to Saigon?
Bốn giờ tôi đi.	I'm going at 4:00.

Đối thoại A 1c

Ông Hải   Xin lỗi bà, bây giờ là mấy giờ?
Bà Cúc   Dạ, bảy giờ.
Ong Hải   Cám ơn bà.
Bà Cúc   Dạ, không có gì.

Từ vựng

cám ơn	thank (you)
không có gì	It's nothing (not have anything).
Bây giờ (là) mấy giờ rồi?	What time is it now?

19

Đối thoại A 2

Linda, an American, and Minh, a Vietnamese, are attending a meeting of Asian Studies students in San Francisco. Many at the meeting are students of Vietnamese language.

Linda	Bây giờ anh ở đâu?
Minh	Tôi ở Los Angeles. Còn chị, bây giờ chị ở đâu?
Linda	Tôi cũng ở Los Angeles. Thế anh ở vùng nào ở Los Angeles?
Minh	Dạ, vùng Westminster.
Linda	Anh ở phố nào ở Westminster?
Minh	Dạ, phố Clinton.
Linda	Anh ở số mấy phố Clinton?
Minh	Dạ, số mười hai.

Từ vựng

ở	to be at, stay at, live at
ở	at, in, on (Preposition)
đâu	where
vùng	area, suburb
phố [No], đường [So]	street
số	number
số mấy	what number
Anh ở vùng nào ở Los Angeles?	Which suburb in Los Angeles do you live in?

Đối thoại A 3

Minh	Chị cũng ở Los Angeles, thế địa chỉ chị là gì?
Linda	Dạ, tôi ở số mười chín phố Manchester vùng Inglewood. Trước, tôi ở vùng Hawthorn.
Minh	Thế à?

Từ vựng

địa chỉ	address
trước, ...	before, previously
Trước, tôi ở vùng Hawthorn.	I lived in Hawthorn before.
Thế à?	Is that so?

Đối thoại A 4

Carlos and Susan talk together at the Asian Studies meeting.

Carlos   Chị học ở đâu?

Susan   Tôi học ở trường Cornell. Còn anh học ở đâu?

Carlos   Tôi ra trường rồi. Bây giờ tôi làm ở Bộ Ngoại giao.

Từ   vựng

học	to study
trường (học)	school
ra trường/tốt nghiệp	to finish (leave) school, graduate
làm	to do, to work
bộ	government ministry
ngoại giao	foreign affairs (In U.S.A.: State Dept.)
Chị học ở đâu?	Where do you study/go to school?

PHẦN B: CHÚ THÍCH — Notes on Patterns

B 1   mấy and rồi

Notice that here again the question word comes in the same place as the answer, in this case the number of the hour. The word meaning 'already' is used very frequently in Vietnamese. It has a sense of something happening already, or having happened already, or a state having been reached already.

how many	hour	already
Mấy	giờ	rồi?
Một	giờ	rồi.
Hai		
...		
Mười hai		

now	(is)	how many	hour	already
Bây giờ	(là)	mấy	giờ	(rồi)?
(Bây giờ	(là))	một	giờ	(rồi).
		...		
		mười một		

B 2

how many	hour	PERSON	MOTION	PLACE
Mấy	giờ	chị	đi	Sàigòn?
			về	
			đến	
Bốn	giờ	tôi	đi.	
Hai			về.	
Ba			đến.	

về	to return (to), return home
đến	to come to, arrive at

Kia là anh Nam và đây là chị Lan và chị Jan.
Hai chị ấy ở đường Gold. Bây giờ hai chị ấy đi về nhà (return home), phải không?
Anh Nam cũng về. Anh Nam ở đường nào? Số mấy?
Chị Lan ở địa chỉ nào? Còn chị Jan ở địa chỉ nào?

B 3

PERSON	at	where/PLACE
Anh	ở	đâu?
Chị ấy		
Cô Sarah		
Thầy Lân		
Tôi	ở	Pari.
Chị ấy		Indonesia.
Cô ấy		Chicago.
Thầy ấy		Cần Thơ.

B 4

PERIOD	PERSON	at	PLACE
Bây giờ	tôi	ở	Singapore.
Trước			Honolulu.

B 5

PERSON	at	PLACE	which/NAME
Chị	ở	phố	nào?
Anh		vùng	
Cô		địa chỉ	
Bà Cúc		thành phố	
Ông Ba		tiểu bang	
Cô Hiền		tỉnh	
Tôi	ở	phố	High.
Tôi		vùng	Westminster.
Tôi		số mười chín	phố Manchester.
Bà ấy		(thành phố)	Honolulu.
Ông ấy		(tiểu bang)	Victoria.
Cô ấy		(tỉnh)	Thanh Hóa.

Từ   vựng

thành phố	city, town
tiểu bang	state (of a federation)
tỉnh	province

B 6

The word **ở** may be a verb or a preposition. It is a location word: As a verb it means 'stay at, be at/in/on'; as a preposition it means 'at, in, on'. It is not generally used with the motion verbs **đi**, **đến**, or **về**.

PERSON	stay	PLACE	which/NAME	at	LARGER PLACE
Chị	ở	phố	nào	ở	Băng Cốc?
Anh ấy		vùng			Sydney?
Thầy		tiểu bang			Mỹ?
Bà		tỉnh			Việt Nam?
Tôi	ở	phố	Sathorn	(ở	Băng Cốc).
Anh ấy		vùng	Newtown	(ở	Sydney).
Tôi		(tiểu bang)	Ca-li	(ở	Mỹ).
Tôi		(tỉnh)	Hòa Bình	(ở	Việt Nam).

B 7.1

Here the preposition **ở** is used after other verbs: Asking where.

PERSON	ACTION	at	where/PLACE
Ông	sống	ở	đâu?
Em	sinh		
Cô Thuận	dạy		
Anh Brian	làm		
Tôi	sống	ở	tiểu bang Texas.
Tôi	sinh		Việt Nam.
Cô ấy	dạy		trường Yale.
Anh ấy	làm		Bộ Xã hội.
			Bộ Tài chính.
			Bộ Giáo dục.
			Bộ Di trú.
			Bộ Nội vụ.
			Bộ Y tế.

Từ   vựng

Băng Cốc	Bangkok	Bộ Xã hội	Min. Socl Security/Socl Welfare
Ca-li	California	Bộ Tài chính	Ministry of Finance
sống	to live	Bộ Giáo dục	Ministry of Education
sinh	to be born	Bộ Di trú	Ministry of Immigration
dạy	to teach	Bộ Nội vụ	Ministry of Interior
		Bộ Y tế	Ministry of Health

B 7.2

Preposition ở after other verbs: Asking about which place.

PERSON	ACTION	at	PLACE	which/NAME
Ông	sống	ở	tiểu bang	nào?
Bà Chi	sinh		miền	
Thầy Phú	dạy		trường	
Anh Minh	làm		thành phố	
Anh	học		tiểu bang	
Chị Kim	sinh		nước	
Tôi	sống	ở	tiểu bang	Texas.
Bà ấy	sinh		miền	Trung.
Thầy ấy	dạy		trường	Phan Chu Trinh.

Bà Chi ở thành phố Đà Nẵng.*

Bà ấy ở vùng nào ở Đà Nẵng? Bà ấy ở đường nào? Số mấy?

Còn trường Phan Chu Trinh ở đường nào?

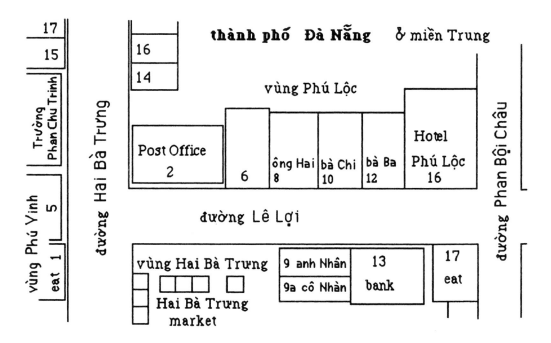

* This map is a fictional section of Danang in Central Vietnam. Note: In Central Vietnam, as in the South, people use **đường** for 'street', not **phố**.

PHẦN C: BÀI TẬP — Exercises

C 1   Write out the word for the appropriate number.

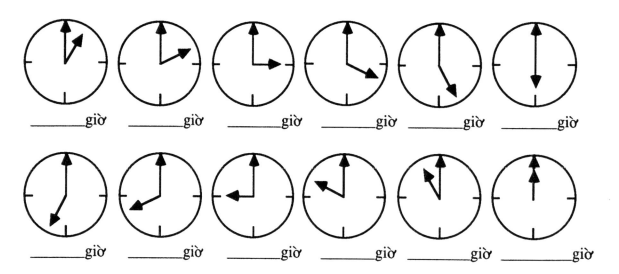

_____ giờ   _____ giờ   _____ giờ   _____ giờ   _____ giờ   _____ giờ

_____ giờ   _____ giờ   _____ giờ   _____ giờ   _____ giờ   _____ giờ

C 2   Give written answers to the questions, following the form used in the question.

EXAMPLE

| A: Mấy giờ rồi? |
| B: Dạ, ba giờ (rồi). |

1. Bây giờ mấy giờ rồi?

2. Bây giờ là mấy giờ rồi?

3. Mấy giờ rồi?

4. Mấy giờ chị về?

5. Mấy giờ anh đi?

6. Mấy giờ ông ấy đến?

Now listen to the questions and answer orally. Then practice asking each other similar questions.

C 3   Using the cue words, A ask B what time B (or C) will go and B make up answer.

EXAMPLE

> anh
>
> A: Mấy giờ anh đi?
>
> B: _____ giờ tôi đi.

chị	ông	chị ấy	chị Alice
bà	cô	anh Thi	anh Jack

C 4   With an adjustable clock, ask each other questions about time as in C 2 and C 3.

C 5   Following the cues (or A name a friend of A's choosing), A ask B where someone is now and B make up an answer.

EXAMPLE

> cô Kim, thành phố
>
> A: Bây giờ cô Kim ở thành phố nào?
>
> B: Cô ấy ở Nha Trang.

bà Ba, vùng	anh Duy, tỉnh	thầy Lân, thành phố
em Vũ, phố	chị Lệ, nước	ông Bình, tiểu bang

C 6   Write about yourself, filling in the blanks.

1. Tên tôi là _____

2. Tôi là người _____

3. Tôi sinh ở _____

4. Bây giờ tôi ở số _____ phố _____

   vùng _____ (thành phố _____)

5. Tôi học ở trường _____

6. Bây giờ tôi làm ở _____

   (or: Tôi không đi làm. 'I'm not working')

C 7   Following the cue, practice giving short, then full answers to A's question.

EXAMPLE

A: Anh ở đâu?   (Los Angeles)
B1: Dạ, ở Los Angeles.
B2: Dạ, tôi ở Los Angeles.

1. Chị ở đâu?   (Hải Phòng)
2. Còn anh Qui ở đâu?   (Hà Nội)
3. Cô Tâm ở tiểu bang nào?   (Texas)
4. Ông ở vùng nào ở Sàigòn?   (Đakao)
5. Bà ấy ở phố nào?   (Phan Bội Châu)
6. Thầy ở số mấy phố Lê Lợi?   (12)

C 8   Proceed as in C 7, but without short answers.

EXAMPLE

A: Chị Nga dạy ở đâu?   (trường Gia Long)
B: Chị ấy dạy ở trường Gia Long.

1. Anh sinh ở đâu?   (Sàigòn)
2. Cô học ở đâu?   (trường Chu Văn An)
3. Bà ấy sống ở đâu?   (miền Nam)
4. Thầy Long dạy ở trường nào?   (Phan Chu Trinh)
5. Chị Arunee sống ở nước nào?   (Thái-lan)
6. Cô Ann làm ở vùng nào ở thành phố New York? (Manhattan)

Bảy mươi còn học bảy mươi mốt

The 70 year old can still learn from the 71 year old.

C 9   Give Vietnamese equivalents for the following.

1. What time is it?
    It's 3:00.

2. What time is it now?
    It's 6:00.
    What time are you going to Cần Thơ?
    I'm going at 7:00.

3. Excuse me, what time is it now?
    It's 4:00.
    Thank you.
    That's alright.

4. Where do you live now?
    I live in Montreal.
    And you, where are you living now?
    I live in Toronto.

5. You're living in Saigon, aren't you?
    Yes, I am.
    In what suburb in Saigon?
    Tan Dinh (Tân Định).
    In what street in Tan Dinh?
    In Hai Ba Trung (Hai Bà Trưng) Street.
    What number?
    Twelve.

6. Where are you studying?
    I'm studying at Harvard.
    And you, where are you studying?
    I've graduated from school.
    I'm working in the Department of Education.

C 10 Bài tập đọc — Reading exercise

Read this conversation; practice it; then hold similar conversations with each other.

Hội thoại — Conversation

Ron	Chào chị. Tên tôi là Ron.
Anne	Chào anh. Tên tôi là Anne.
Ron	Chị Anne, chị là người nước nào?
Anne	Tôi sinh ở Pháp. Trước, tôi là người Pháp, nhưng bây giờ tôi là người Mỹ. Còn anh, anh là người Úc, phải không?
Ron	Vâng, bây giờ tôi là người Úc, nhưng tôi sinh ở Luân-đôn.
Anne	Bây giờ anh ở đâu?
Ron	Bây giờ tôi ở Sydney. Còn chị, bây giờ ở đâu?
Anne	Trước, tôi ở Nữu Ước, nhưng bây giờ tôi cũng ở Sydney.
Ron	Chị làm việc ở Sydney, phải không?
Anne	Dạ vâng, tôi dạy ở trường Đại học Macquarie. Còn anh, anh là viên chức, phải không?
Ron	Vâng, tôi là viên chức nhưng tôi cũng là sinh viên.
Anne	Thế à? Anh học ở trường nào?
Ron	Tôi học ở trường Đại học New South Wales.
Anne	Thế anh làm ở đâu?
Ron	Tôi làm ở Bộ Di trú. Chị sống ở vùng nào ở Sydney?
Anne	Tôi ở vùng Ultimo. Còn anh ở vùng nào?
Ron	Tôi ở vùng Bankstown. Xin lỗi chị, bây giờ là mấy giờ rồi?
Anne	Dạ, sáu giờ.
Ron	Cám ơn chị.
Anne	Không có gì. Mấy giờ anh đi học?
Ron	Tôi đi bây giờ. Thôi, chào chị nhé.
Anne	Vâng, chào anh.

Từ vựng

nhưng	but	viên chức	public servant
Luân-đôn	London	sinh viên	tertiary student
Nữu Ước	New York	Thế à?	Is that so?
làm việc	work (Lit. do work)	Thôi ...	That's all. Well, ...
trường đại học	university	nhé	all right?

PHẦN D: KIỂM TRA — Self-Test

D 1   Complete the sentences appropriately from the list.

1. _____ giờ anh về?	bây giờ
2. Bây giờ là _____ giờ.	đi
3. Chị ấy làm _____ đâu?	học
4. Anh ấy _____ ở trường Vạn Hạnh, _____?	mấy
5. _____ anh, bây giờ mấy giờ rồi?	mấy giờ
6. Tôi ở _____ mười một phố King.	ở
7. _____ bà đi Hà Nội? Tám giờ tôi _____ .	phải không
8. _____ ông ở vùng nào? Bây giờ tôi ở tỉnh Hà Tây.	sáu
_____ tôi ở tỉnh Hà Bắc.	số
	trước
	xin lỗi

D 2   Give the Vietnamese equivalents.

1. What time is it now? It's 4:00.
2. What time are you coming back? I'll return at 6:00.
3. Where do you live? I live on Miller Street in Hayward suburb.
4. What is your address? I live at 12 Miller Street.
5. In what school are you studying? In Monash.
6. And you, where are you studying? At Yale.
7. Phong has finished school already.
   He's working in the Immigration Department.
8. Thank you. (to an older woman, formal) Oh, it's nothing.

D 3   Check your D 1 and D 2 answers, then write your own conversation.

PHẦN E: TỪ VỰNG BÀI HAI
SUMMARY OF LESSON TWO VOCABULARY

By now you should have mastered all the patterns in Section B of Lesson 2, as well as the vocabulary outlined here.

Từ   vựng

một	giờ	phố / đường	cám ơn	rồi
hai	mấy	vùng	đi	Thế à?
ba	mấy giờ	thành phố	đến	
bốn	bây giờ	tiểu bang	về	
năm	trước, ...	tỉnh	ở (Verb)	ở (Prep)
sáu	số	trường	học	
bảy	số mấy	bộ	làm	
tám	địa chỉ	Bộ Ngoại giao	dạy	
chín	đâu	Bộ Xã hội	sống	
mười		Bộ Giáo dục	sinh	
mười một		Bộ Di trú	ra trường/tốt nghiệp	
mười hai		Bộ Tài chính		
		Bộ Nội vụ		
hai chị ấy		Bộ Y tế		
Không có gì.		Băng Cốc		
Mấy giờ rồi? Ba giờ rồi.		Ca-li		

Bây giờ (là) mấy giờ rồi?

Mấy giờ anh đi (Sàigòn)?

Ba giờ tôi đi.

Bây giờ cô ở đâu?

Trước, cô ở đâu?

Chị ở vùng nào ở Hà Nội?

Bây giờ anh làm ở đâu?

Cô đi đâu đó?

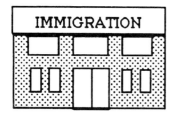  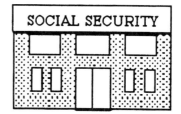

Chị làm ở đâu?

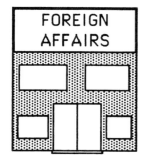  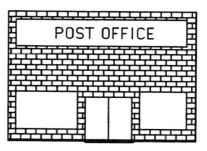

Các anh đi đâu bây giờ?

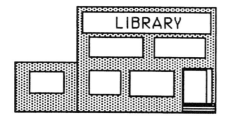 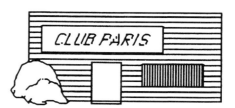

Hai ông ấy đi làm, phải không?

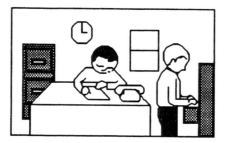

BÀI BA — LESSON THREE

PHẦN A: CÂU MẪU — Patterns

Đối thoại A 1

Henry is working in Vietnam. He meets Lan and Van on the street.

Chị Lan	Anh đi đâu đó?
Anh Henry	Tôi đi Bộ Tài chính.
Chị Vân	Anh làm ở đó à?
Anh Henry	Dạ vâng. Còn các chị đi đâu đấy?
Lan & Vân	Chúng tôi đi học.

Từ   vựng

đó	there
à?	Question Word
các	Plural (2nd and 3rd Person only)
các chị	you girls/women
đấy	there
chúng	Plural for persons
chúng tôi	we (Excluding person[s] spoken to)
Anh đi đâu đó?	Where are you going there (right now)?
Anh làm ở đó à?	You work there, do you?

35

Jenny, a teacher, and Gail, a nurse, are working and studying in Vietnam.

Đối thoại A 2

Chị Jenny	Bây giờ anh làm gì, anh Sáu?
Anh Sáu	Dạ, bây giờ tôi làm kỹ sư.
	Còn chị, bây giờ chị làm gì?
Chị Jenny	Tôi làm giáo viên ở trường Trần Hưng Đạo.
	Nhưng tôi cũng là sinh viên.

Từ vựng

kỹ sư	engineer
giáo viên	teacher (General)
(giáo sư	professor [and high school teacher (So)])
nhưng	but
sinh viên	tertiary student
Bây giờ anh làm gì?	What are you doing now?

Đối thoại A 3

Chị Kim	Chị làm y tá, phải không?
Chị Gail	Dạ vâng, tôi làm ở bệnh viện Việt-Pháp,
	nhưng tôi cũng là sinh viên.
Chị Kim	Chị cũng là sinh viên à? Thế chị học gì?
Chị Gail	Tôi học tiếng Việt.
Chị Kim	Thế chị học lớp mấy?
Chị Gail	Dạ, tôi học (lớp) tiếng Việt năm thứ nhất.

Từ vựng

y tá	nurse, public health ass't.	năm	year
bệnh viện	hospital	thứ	For Ordinal Numbers
tiếng	language, sound	nhất [No], nhứt [So]	first
lớp	class, classroom		
tiếng Việt năm thứ nhất	first-year Vietnamese language		

PHẦN B: CHÚ THÍCH — Notes on Patterns

B 1   Immediate Activity Questions

Questions like the ones in Dialog A 1 are often used as greetings. They refer to what a person is doing at the moment, as shown here. (The words **đấy** and **đó** are interchangeable.)

Anh đi đâu đấy?	Where are you going now?
Anh làm gì đấy?	What are you doing there?
Anh học gì đó?	What are you studying there?

NOT   What are you studying this year?

What are you studying there (at that school)?

PERSON	ACTION	QUESTION WORD	there
Anh	đi	đâu	đó ?
Các chị			đấy ?
Cô Hương	làm	gì	
Các anh	học		

PERSON	ACTION	PLACE/OBJECT
Tôi	đi	thư viện.
Chúng tôi	đến	bưu điện.
	vào	hiệu ăn.
		sở làm.
		câu lạc bộ.
Cô ấy	làm	bài Bốn.
Chúng tôi	học	bài Hai.

Từ   vựng

(đi) vào	to enter
thư viện	library
bưu điện	post office
hiệu [No], tiệm [So]	shop, store
hiệu ăn, tiệm ăn	restaurant
sở (làm)	office where one works
câu lạc bộ	(social) club
bài	written work, lesson, text

There are some place words with which **đi** 'to go' is not used by itself. These place words are more comfortable with **đến** 'to arrive at' or with **đi đến** :

PERSON	go to	PLACE
Tôi	(đi) đến	trường.
		đó.
		(nhà) chị Mai.

Từ   vựng

nhà	house, home
Tôi (đi) đến trường.	I'm going to the school.
Tôi (đi) đến (nhà) chị Mai.	I'm going to Mai's (place/house).

Bây giờ bà đi bưu điện, phải không?   Vâng, tôi đi đến đó.

Các anh đi đâu đấy?

Chị đi đâu đó?

nhà cô Nga

B 2   Go Do Something

Notice in the sentence

Chúng tôi đi học.   We're going to school.

that **đi** is not followed by a place, such as

đi Hà Nội, đi thư viện   go to Hanoi, go to the library

It is followed by an activity. This is very common in Vietnamese language. Compare these English and Vietnamese sentences, stating what one is doing as an occupation. (Note that the same phrases can refer to immediate activity, as in the sentence above.)

I go to school.   Tôi đi học. (I go study.)

I work.   Tôi đi làm.

Hai chị đi đâu đó?   Bây giờ hai chị làm gì?
Chúng tôi đi học.   Chúng tôi đi học.
We're going to school.   We go to school. (We're students.)

Bây giờ anh làm gì?
Tôi đi làm.   Tôi là viên chức.

Từ   vựng

viên chức [No], công chức [So]   public servant

làm gì?

The sentences in these charts are a few examples of **đi** + ACTIVITY.

B 2.1

PERSON	go	ACTIVITY	
Tôi	đi	làm.	
Chúng tôi		học.	
Chị ấy		chơi.	
Anh ấy		xem	phim.
		thăm	bạn.
			chị Hai.
		ăn	cơm.
			cơm Tàu.
			phở.
		uống	nước.
			bia.
			cà-phê.
			(nước) chè.

Từ vựng

chơi	to enjoy leisure time	Tàu	Chinese (Colloquial)
xem	to look at, watch	cơm Tàu	Chinese food
xem phim	to see a movie	phở	Vietn. rice-noodle soup
thăm	to visit	uống	to drink
bạn	friend	nước	water, liquid
thăm bạn	to visit a friend	bia	beer
ăn	to eat	cà-phê	coffee
ăn cơm	to eat a meal (rice)	chè [No], trà [So]	tea

B 2.2

PERSON	go (to)	PLACE	ACTIVITY
Chị ấy	đi	Hà Nội	thăm bạn.
Chúng tôi	đi (đến)	câu lạc bộ	uống bia.
Anh Thi	đi (đến)	câu lạc bộ	chơi.
Hai cô ấy	đi (đến)	Café Lisa	uống cà-phê.
Chúng tôi	đi đến	nhà cô Nga	ăn cơm Việt.

Bà ấy làm gì?

Còn anh ấy làm gì?

Và thầy Preecha làm gì?

... dạy gì?

Các anh chị ấy làm gì?
Thế, học gì?

B 3

PERSON	do	what
Anh	làm	gì?
Các anh		
Bà ấy		
Anh Hùng		

PERSON	do	OCCUPATION
Tôi	làm	giáo viên.
Chúng tôi	(là)	luật sư.
Bà ấy		bác sĩ.
Anh ấy		cảnh sát.
Bà Mai		thương gia.
Anh Mạnh		thợ điện.

Từ vựng

luật sư	lawyer, attorney
bác sĩ	medical doctor
cảnh sát	police
(công an	police [No only])
thương gia	businessperson
thợ	artisan, tradesperson
thợ điện	electrician

PERSON	ACTION	what/which subject
Chị	học	gì?
Các cô	dạy	môn nào?
Chị ấy		

PERSON	ACTION	TOPIC
Tôi	học	tiếng Việt.
Chúng tôi	dạy	tiếng Anh.
Chị ấy		tiếng Tây-ban-nha.
		ngôn ngữ học.
		lịch sử.
		luật.
		kinh tế.
		thương mại.
		chính trị (học).
		nhân loại học.
		y khoa.
		ngành khoa học.

môn	study subject
Tây-ban-nha	Spain, Spanish*
ngôn ngữ học	linguistics
lịch sử	history
luật	law
kinh tế	economics
thương mại	commerce
chính trị	politics, political sci.
nhân loại học	anthropology
y khoa	medicine
ngành khoa học	science

* In the U.S. Southwest, *tiếng Mễ* from *Mễ-tây-cơ* 'Mexico' is used colloquially for the Spanish spoken by Mexicans.

B 4

The use of the question word **à** following a statement implies that the speaker expects confirmation, affirmative or negative, of the statement.

STATEMENT				eh?
PERSON	ACTION	at	PLACE	
Anh	làm	ở	đó	à?
Các em	học		trường Bông Sen	
Chị Hoa	sống		Nha Trang	
Các chị	ăn		Red Hill	
PERSON	ACTION	TOPIC		eh?
Anh	học	tiếng Việt		à?
Thầy	dạy	kinh tế		
Cô		thương mại		
Chị ấy		lịch sử		
PERSON	do/be	OCCUPATION		eh?
Cô	làm	bác sĩ		à?
Các cô	là	luật sư		
Ông		y tá		
Các ông		giáo sư		
PERSON	go	PLACE/ACTIVITY		eh?
Bà	đi	Đà Lạt		à?
Các bà		hiệu ăn		
Anh		ăn phở rồi		
Các anh		xem phim *Sàigòn*		

yes	PERSON	ACTIVITY
Vâng,	chị ấy	sống ở Nha Trang.
	tôi	học tiếng Việt.
	tôi	dạy kinh tế.
	chúng tôi	làm giáo sư.
	tôi	đi ăn phở rồi.
	chúng tôi	đi xem phim đó.

B 5

PERSON	not	ACTION	PLACE/OBJECT
Tôi	không	đi	Mễ-tây-cơ.
Chúng tôi		về	Đà Nẵng.
Các cô ấy		đến	nhà tôi.
Thầy Huy		sinh	ở miền Nam.
Chúng tôi		ăn	ở hiệu ăn đó.
Hai cô ấy		làm	ở Bộ Y tế.
Bà ấy		làm	bác sĩ.
Chúng tôi		học	ngôn ngữ học.
Chị Hương		ăn	cơm Tàu.
Các anh ấy		uống	trà.

Từ vựng

Mễ-tây-cơ   Mexico

Các anh ấy không uống trà.

Thế các anh ấy uống gì đấy?

Ăn cướp cơm chim

To steal the food of a bird.
Why steal the food of a bird? It's not enough to feed a person, but the bird will starve:
How can it benefit oneself to cause small people to suffer?

PHẦN C: BÀI TẬP — Exercises

C 1   Following the cues, A ask the question 'What are you (doing) there?', and B answer.

EXAMPLE

làm   (bài 3)
A: Chị làm gì đấy/đó?
B: Tôi làm bài Ba.

1. học   (bài 4)
2. dạy   (luật)
3. xem   (phim *Sàigòn*)
4. ăn   (phở)
5. uống   (cà-phê)
6. ăn   (cơm Tàu)

C 2   Practice asking and answering these questions. In your answer remember to be accurate in the PERSON category.

EXAMPLE

A.   Anh đi đâu đó?   (bưu điện)
B.   Tôi đi bưu điện.

1. Chị đi đâu?   (Bộ Giáo dục)
2. Các anh đi đâu đấy?   (thư viện)
3. Bà Xuân đi đâu đó?   (hiệu ăn)
4. Chị Lệ đi đâu?   (uống trà)
5. Các chị đi đâu đấy?   (chơi)
6. Bà đi đâu đấy?   (thăm ông Ba)

Ai   làm   nấy   chịu

As one does, so must that one bear with:
We each are responsible for our own acts.

C 3 Using the cued term of address, A ask B 'Where are/is ____ going?', and B make up answer.

EXAMPLE

> anh
> A: Anh đi đâu đấy?
> B: Tôi đi Bộ Xã hội.

bà	anh ấy	các chị
cô	chị Hoa	ông Thanh

C 4 Following the cue, B give an answer to A's question. Then practice with other questions.

EXAMPLE

> A. Bây giờ chị làm gì?   (y tá)
> B. (Bây giờ) tôi làm y tá.

1. Ông Hùng làm gì?   (bác sĩ)
2. Bây giờ anh làm gì?   (kỹ sư)
3. Bây giờ chị học gì?   (ngôn ngữ học)
4. Ba giờ chị học gì?   (môn kinh tế)
5. Mười một giờ chị học gì?   (lịch sử)
6. Cô Hoa ăn gì?   (cơm Tàu)

C 5 A make a statement. B ask a question with '... à?' to make sure B heard correctly or to express a slight surprise. A answer politely.

EXAMPLE

> A. Tôi đi thư viện.
> B. Cô đi thư viện à?
> A: Dạ vâng.

1. Anh ấy học tiếng Việt.
2. Tôi làm viên chức.
3. Bà ấy đi Hà Nội.
4. Chúng tôi đi xem phim.
5. Ông ấy dạy tiếng Anh.
6. Chị ấy là giáo viên.

C 6   Give Vietnamese equivalents.

1. Where are you going (right now)?

    I'm going to the Department of Education.

    You work there, eh?

    Yes, I do. And where are you (Plural) going?

    We're going to class.

2. What are you doing now, Hung? (Hùng, a man)

    I'm a businessman.
    How about you? What are you doing now?

    I'm a public servant in the Department of Social Welfare,
    but I'm a student, too.

3. You are a high school teacher, aren't you?

    Yes, I teach at Phan Chu Trinh School,
    but I'm a student, too.

    You're also a student, eh? So what are you studying?

    I'm studying French.

    So what level are you studying?

    I'm studying first-year French.

    Where are you studying?

    I'm studying at the French library.

4. Where are you going now?

    I'm going to the Club Hoàn Kiếm.

    What are you going to do there (làm gì ở đó) ?

    I'm going to meet (gặp) friends and drink coffee.

Chị Lan và anh John gặp nhau.

C 7   Bài tập đọc — Reading exercise

Read the conversation and practice it with each other.

Chị Lan và anh John gặp nhau ở câu lạc bộ.

Lan	Chào anh. Tên tôi là Lan.
John	Chào chị Lan. Tên tôi là John. Hân hạnh được gặp chị.
Lan	Tôi cũng rất hân hạnh được gặp anh.
	Anh là người Ca-na-đa, phải không?
John	Dạ không. Tôi là người Mỹ. Còn chị là người Việt,
	phải không?
Lan	Dạ vâng. Xin lỗi, anh làm ở đâu?
John	Tôi làm ở Thư viện Quốc gia.
Lan	Anh làm ở Thư viện Quốc gia à?
John	Vâng. Còn chị, chị làm gì?
Lan	Dạ, tôi là sinh viên.
John	Chị là sinh viên à? Thế chị học gì?
Lan	Dạ, tôi học tiếng Anh, ngôn ngữ học, lịch sử và chính trị.
John	Chị ra trường sẽ làm gì?
Lan	Tôi sẽ xin làm viên chức.
John	Bây giờ chúng ta đi uống cà-phê nhé.

Từ vựng

gặp nhau	to meet together/each other
hân hạnh	to be honored, pleased
tôi hân hạnh được gặp chị	I'm pleased to meet you. (Formal)
rất VERB	very VERB
thư viện quốc gia	national library
sẽ	will, shall
xin	to request
chúng ta	we (Inclusive: you and I)
nhé	all right?
Chúng ta ... nhé.	Let's ..., all right?

PHẦN D: KIỂM TRA — Self-Test

D 1 Fill in the blanks with the appropriate words from the list.

1. Chào chị. Chị đi đâu _____ ?   à

2. Tôi đi _____ trường.   cũng

3. Chị học ở đó _____ ?   dạy

4. Dạ không, tôi _____ ở đó.   đấy

5. Chị dạy _____ ?   đến

6. Tôi dạy _____ .   gì

   Còn anh, anh _____ đi đến trường à?   giáo viên

   Anh cũng là _____ , phải không?   học

7. Dạ không, bây giờ tôi là _____ .   sinh viên

   Tôi _____ kinh tế năm _____ nhất.   thứ

                                                                 tiếng Việt

D 2 Give Vietnamese equivalents.

1. What are you doing now, John?

   I'm working at the Department of Foreign Affairs.
   And you, Jane, what are you doing now?

   I'm working as a teacher, but I'm also a student.

   You are also a student, are you? So what are you studying?

   I'm studying law and Spanish.

   You're going to Spain, are you?

   No, I'm not going to Spain. I'm going to Mexico.

2. Where are you going (right now)? [young woman to three young men]

   We're going to the hospital.

   You work there, do you?

   Yes, we work there.
   And you, where are you going now?

   I'm going to the club to drink coffee.

D 3 Check your answers, and then write your own conversation.

PHẦN E: TỪ VỰNG BÀI BA

SUMMARY OF LESSON THREE VOCABULARY

By now you should have mastered all the patterns in Section B of Lesson 3, as well as the vocabulary outlined here.

Từ   vựng

đấy/đó = there	các	lớp	(đi) đến ... à?
bệnh viện	các anh	môn	(đi) vào nhưng
thư viện	các chị	tiếng	chơi
bưu điện	các ông/bà/cô/...	tiếng Việt	uống
sở (làm)	chúng	tiếng Anh	ăn (cơm)
hiệu/tiệm ăn	chúng tôi	ngôn ngữ học	xem (phim)
câu lạc bộ	giáo viên	lịch sử	thăm (bạn)
nhà	giáo sư	luật	
bài	sinh viên	kinh tế	
phim	viên / công chức	thương mại	
cơm	bác sĩ	chính trị (học)	
cơm Tàu	y tá	nhân loại học	Anh đi đâu đó/đấy?
phở	kỹ sư	y khoa	Tôi đi Bộ Giáo dục.
nước = water	luật sư	ngành khoa học	Tôi đi thăm bạn.
bia	thương gia	Tây-ban-nha	Tôi đi Ca-li thăm bạn.
cà-phê	cảnh sát / công an	Mễ(-tây-cơ)	Tôi đi đến nhà chị ấy.
(nước) chè / trà	thợ		Cô làm gì đó/đấy?
thứ	thợ điện		Tôi học bài ba.
nhất / nhứt	bạn		Tôi không uống bia.
thứ nhất/nhứt			Bây giờ chị làm gì?
năm			Tôi làm/là bác sĩ.
năm thứ nhất/nhứt			Anh làm ở đó à?
tiếng Việt năm thứ nhất			Chị học lịch sử à?

Dương lịch

cn	2	3	4	5	6	7

tháng giêng

1	2	3	4	5	6	7
8	9	10	11	12	13	14
15	16	17	18	19	20	21
22	23	24	25	26	27	28
29	30	31				

tháng tư

						1
2	3	4	5	6	7	8
9	10	11	12	13	14	15
16	17	18	19	20	21	22
23	24	25	26	27	28	29
30						

tháng bảy

						1
2	3	4	5	6	7	8
9	10	11	12	13	14	15
16	17	18	19	20	21	22
23	24	25	26	27	28	29
30	31					

tháng mười

1	2	3	4	5	6	7
8	9	10	11	12	13	14
15	16	17	18	19	20	21
22	23	24	25	26	27	28
29	30	31				

cn	2	3	4	5	6	7

tháng hai

			1	2	3	4
5	6	7	8	9	10	11
12	13	14	15	16	17	18
19	20	21	22	23	24	25
26	27	28				

tháng năm

	1	2	3	4	5	6
7	8	9	10	11	12	13
14	15	16	17	18	19	20
21	22	23	24	25	26	27
28	29	30	31			

tháng tám

		1	2	3	4	5
6	7	8	9	10	11	12
13	14	15	16	17	18	19
20	21	22	23	24	25	26
27	28	29	30	31		

tháng mười một

			1	2	3	4
5	6	7	8	9	10	11
12	13	14	15	16	17	18
19	20	21	22	23	24	25
26	27	28	29	30		

cn	2	3	4	5	6	7

tháng ba

			1	2	3	4
5	6	7	8	9	10	11
12	13	14	15	16	17	18
19	20	21	22	23	24	25
26	27	28	29	30	31	

tháng sáu

				1	2	3
4	5	6	7	8	9	10
11	12	13	14	15	16	17
18	19	20	21	22	23	24
25	26	27	28	29	30	

tháng chín

					1	2
3	4	5	6	7	8	9
10	11	12	13	14	15	16
17	18	19	20	21	22	23
24	25	26	27	28	29	30

tháng mười hai

					1	2
3	4	5	6	7	8	9
10	11	12	13	14	15	16
17	18	19	20	21	22	23
24	25	26	27	28	29	30
31						

BÀI BỐN — LESSON FOUR

PHẦN A: CÂU MẪU — Patterns

Đối thoại A 1

Nam   Hôm nay là thứ mấy?

Paula   Hôm qua là thứ tư, vậy hôm nay là thứ năm.

Nam   Hôm nay là ngày mấy?

Paula   Hôm qua là (ngày) mồng mười,

           vậy hôm nay là (ngày) mười một.

Từ vựng

hôm	day (Specific)
nay	this (For some time words)
hôm nay	today
thứ mấy	which day (of the week)
hôm qua	yesterday (day past)
thứ hai	the second, Monday
thứ ba	the third, Tuesday
thứ tư	the fourth, Wednesday
thứ năm	the fifth, Thursday
thứ sáu	the sixth, Friday
thứ bảy	the seventh, Saturday
chủ nhật	Sunday
vậy/thế ...	therefore ...
ngày	day
ngày mấy	which day of the month (date)
mồng	Precedes numbers 1–10 for days of the month
Hôm nay là thứ mấy?	Which day of the week is it?
Hôm nay là ngày mấy?	Which day of the month is it?

(See Numbers at the end of the Glossary.)

Đối thoại A 2

Bob is a Canadian student in Vietnam; his friend Rosa comes to visit. They meet Hanh at a Vietnamese friend's house.

Hạnh	Anh ở Canađa đến Việt Nam (từ) bao giờ?
Bob	Tôi đến hôm hai mươi mốt tháng mười một
	năm một nghìn chín trăm chín mươi mốt.
Hạnh	Bao giờ anh từ Việt Nam về Canađa?
Bob	Khoảng tháng tư năm hai nghìn linh hai tôi (sẽ) về.
Hạnh	Còn chị Rosa đến Việt Nam hồi nào?
Rosa	Tôi đến tháng trước và tuần này sẽ về Canađa.

Từ   vựng

từ	from, since
bao giờ	when
mươi	Increments of 10 after numbers: 20, 31, …
hai mươi	twenty
mốt (after mươi)	one
hai mươi mốt	twenty-one
tháng	month
nghìn [No], ngàn [So]	(one) thousand
trăm	(one) hundred
khoảng	approximately
tháng tư	the fourth month
linh [No], lẻ [So]	zero between numbers in whole numbers
sẽ	will, shall
hồi	period, time (Past)
hồi nào	when (in the Past)
… trước	before, the … before
tháng trước	last month
tuần	week
này	this
Bao giờ anh đến?	When will you come?
Anh đến (từ) bao giờ?	(Since) when did you come?
Anh đến (từ) hồi nào?	(Since) when did you come?
ở/từ PLACE[1] đến PLACE[2]	from PLACE[1] to PLACE[2]
hôm hai mươi mốt tháng mười một	on the 21st of November
năm hai nghìn linh hai	the year 2002

Đối thoại A 3

Bob meets Hai from Bac Ninh who has just arrived in town.

Bob   Hôm qua chị đến lúc mấy giờ?

Hải   Tôi đến lúc tám (giờ) rưỡi tối.

Bob   Bao giờ chị về?

Hải   Chín giờ kém mười lăm sáng mai tôi (sẽ) về.

Từ vựng

lúc	moment, at the moment of
rưỡi	half past, and a half (For numbers under 100)
tối	be dark, evening, after dark
kém [No]	minus; be less than, inferior to
(thiếu [So]	minus; be insufficient)
lăm	= **năm** after **mười** or **mươi**
sáng	morning
(ngày) mai	tomorrow
về ... lúc mấy giờ?	What time did you return?
bao giờ/mấy giờ ... về?	When/What time will you return?

PHẦN B: CHÚ THÍCH — Notes on Patterns

B 1

Compare B 1 and B 2. Note that, in both the ordinal numbers and the names of months, 'four' is expressed as **tư** not **bốn**.

		DAY OF THE WEEK	
day	is	RANK	which/NUMBER
Hôm nay	(là)	thứ	mấy?
Hôm qua			
Ngày mai			
Hôm nay	(là)	thứ	hai.
Ngày mai			ba.
Ngày kia			tư.
Hôm qua	(là)	chủ nhật.	

mốt/ngày kia   the day after tomorrow

B 2

Remember that

mười after other numbers becomes mươi, một after mươi becomes mốt,
năm after mười/mươi becomes lăm, and
zero between other numbers is expressed as linh or lẻ.

DAY	is	DAY OF THE MONTH	
		day	which/NUMBER
Hôm nay	(là)	ngày	mấy?
Hôm qua		(ngày)	mồng mấy?
Ngày mai			
Thứ hai			
Chủ nhật			

	is	day	which/NUMBER		MONTH	YEAR
Hôm nay	(là)	(ngày)	mồng	tám	tháng ba	năm 1995.
Thứ hai				chín	tháng tư	
Hôm qua			mười bốn		tháng năm.	
Thứ bảy			ba mươi mốt.			

	lunar calendar	**Western calendar**
tháng giêng/một	the first month	January
tháng hai	second	February
tháng ba	third	March
tháng tư	fourth	April
tháng năm	fifth	May
tháng sáu	sixth	June
tháng bảy	seventh	July
tháng tám	eighth	August
tháng chín	ninth	September
tháng mười	tenth	October
tháng mười một	eleventh	November
tháng mười hai		December
tháng chạp	the twelfth month	

	dương lịch	the solar (Western) calendar
	âm lịch	the lunar calendar

B 3

Note that **này**, the regular word meaning 'this', is used with some time expressions but that **nay** is used with many others. (The expression **ngày nay** has a special meaning: 'these days, nowadays', not 'this day'.) Remember, too, that words that qualify the time expression, that is, words that denote specific time – which day, which evening, which week – follow the time expression.

Remember that 'first' is **thứ nhất**, not **thứ một**.

TIME	this
chủ nhật	này
thứ hai	
tuần	
tháng	
năm	nay
hôm	
sáng	
trưa	
chiều	
tối	
đêm	

Từ   vựng

trưa	midday, noon
chiều	afternoon
đêm	night

	từ	đến
sáng	ca. 2:00 am	10:00 am
trưa	11:00am	2:00 pm
chiều	3:00 pm	6:00 pm
tối	7:00 pm	9:00 pm
đêm	10:00 pm	1:00 am

TIME	SPECIFIC
(ngày)	mai
sáng	hôm qua
trưa	
chiều	
tối	
tuần	trước
tháng	tới
	sau

Từ   vựng

... tới	the coming ..., next ...
... sau	the ... after, behind
tối hôm qua	last night, yesterday evening

B 4   Order of Times

HOUR giờ	PORTION OF DAY	DAY (OF WEEK) hôm thứ mấy	DATE ngày mấy
tám giờ một giờ	sáng trưa	(hôm) thứ năm chủ nhật	ngày 18 ... mồng 2 ...
bảy giờ ba rưỡi	tối chiều	mai thứ tư tuần tới	

HOUR	PORTION OF HOUR
một (giờ)	rưỡi
hai giờ	hai mươi
năm giờ	bốn mươi lăm =
sáu giờ	kém mười lăm

B 5

TIME PERIOD	PERSON	ACTION	from	TIME[1]	to	TIME[2]
Hôm nay Thứ 3 và thứ 5 Tối hôm qua	tôi chị Lệ anh ấy	ở thư viện học lịch sử ở câu lạc bộ	từ	9 giờ sáng 10 giờ rưỡi 5 giờ chiều	đến	3 giờ chiều. 11 giờ rưỡi. 11 giờ đêm.
Hôm qua	em ấy	làm bài này viết bài này học môn này đọc bài này	từ từ	8 giờ buổi sáng	đến đến	10 giờ sáng. buổi chiều.

Từ vựng

viết   to write
đọc   to read
buổi   portion of day

B 6   (See translations in Appendix I.)

PERSON	from/at/go	PLACE[1]	go	PLACE[2]
Tôi	từ ở	trường thư viện Úc Hải Phòng	về đến đi về.	nhà. nhà anh Hòa. Việt Nam.
Tôi	đi	thư viện câu lạc bộ	về.	

B 7

TIME	PERSON	will	go	PLACE
1. Bao giờ	anh	(sẽ)	về?	
Bao giờ	ông Khoa		đi	Hải Phòng?
Bao giờ	chị		đến	Việt Nam?
2. Mấy giờ	cô Tuyết		đến	nhà tôi?
Mấy giờ	ông		đi	câu lạc bộ?
3. Hôm nào	bà		về	Qui Nhơn?
Ngày thứ mấy	chị ấy		đi?	
1. Trưa mai	tôi	(sẽ)	về.	
Chiều nay	ông ấy		đi	(Hải Phòng).
Tháng sau	tôi		đến	(Việt Nam).
2. Bốn giờ chiều	cô ấy		đến	(nhà ông).
Khoảng tám giờ	tôi		đi	(câu lạc bộ).
3. Thứ bảy này	tôi		về	(Qui Nhơn).
Thứ tư tuần sau	chị ấy		đi.	

Từ vựng

ngày thứ mấy   which day

(đang   be in the process of)

Đây là chị Hương và chị Helen. Hai chị ấy đang học bài.

Chị Hương đọc bài, phải không?

Còn chị Helen làm gì?

B 8

Note that time phrases referring to past time generally come at the end of the sentence while time phrases referring to present or future time usually come at the beginning of the sentence. Compare the tables in B 8 with the table in B 7.

The term **hồi (nào)** is used only for Past.

PERSON	GO ACT	PLACE OBJECT	from	when
Anh	đến	Luân-đôn	(từ)	bao giờ?
Các cô	về	Hương Cảng		hồi nào?
Henry	đi	sở làm		lúc nào?
Chị	đến	nhà Kim		hôm nào?
Các anh	học	bài Ba	(từ)	hồi nào?
Cô	dạy	lớp đó		lúc nào?
Các bà	ăn	cơm Việt		hôm nào?
Anh	gặp	ông Tư		bao giờ?

PERSON	GO ACT	PLACE OBJECT	TIME	SPECIFIC TIME (PAST)
Tôi	đến	Luân-đôn	hôm	thứ hai.
Chúng tôi	về	Hương Cảng	ngày	hai mươi lăm tháng tư.
Anh ấy	đi	sở làm	lúc	chín giờ hai mươi.
Tôi	đến	nhà Kim	hôm	thứ bảy tuần trước.
Chúng tôi	học	bài ấy	(hồi)	sáng thứ tư tuần trước.
Tôi	dạy	lớp đó	lúc	mười giờ sáng nay.
Chúng tôi	ăn	cơm Việt	hôm	thứ bảy.
Tôi	gặp	ông Tư	(hồi)	tháng giêng.

Từ   vựng

Hương Cảng/Hồng Kông	Hong Kong
về hồi nào?	When did you return?
về lúc nào?	When/What time did you return?
hôm nào	which day
gặp	to meet

PHẦN C: BÀI TẬP — Exercises

C 1   Use a calendar or a watch to ask each other these questions.

1. Hôm qua là thứ mấy?

2. Hôm nay là thứ mấy?

3. Ngày mai là thứ mấy?

4. Hôm nay là ngày mấy?

5. Thứ bảy tuần này là ngày mấy?

6. Thứ năm tuần trước là ngày mấy?

C 2   Practice writing out numbers by writing these sentences.

EXAMPLE **THÍ DỤ**	A.	Tôi đến Mỹ hôm 21 - 2 - 1984.
	B.	Tôi đến Mỹ hôm hai mươi mốt tháng hai năm một nghìn chín trăm tám mươi tư.

1. Chị ấy về Qui Nhơn ngày 7-6-1981.

2. Cô ấy đi Hà Nội lúc 5:30.

3. Anh Phong đến sáng hôm qua, lúc 9:30.

4. Ông ấy đến Úc hồi 4:30 chiều ngày 16-12-1979.

5. Chúng tôi xem phim ấy lúc 8:30.

6. Bà Lý sinh ở Thanh Hóa lúc 10:30 đêm ngày 31-11-1941.

C 3   Using the cues, A ask B when someone is going to do something and B answer.

EXAMPLE **THÍ DỤ**		anh đi Mỹ	(tháng tới)
	A:	Bao giờ anh đi Mỹ?	
	B:	Tháng tới tôi đi (Mỹ).	

1. bà Oanh về Anh   (thứ hai tuần tới)

2. chị đến thăm ông Ba   (tối thứ sáu)

3. anh đến ông Phương   (khoảng tám rưỡi tối nay)

4. anh John đi bác sĩ   (sáng mai)

5. cô ấy đến đó   (hai giờ mười lăm chiều mai)

6. chị về Đà Nẵng   (thứ bảy tuần này)

C 4   Give the appropriate word to complete the sentence (**hôm, ngày, lúc, hồi**).

1. Chị ấy đi Paris _____ thứ tư.
2. Anh George về _____ tám giờ hai mươi.
3. Cô ấy học ở trường đó _____ tháng tư năm nay.
4. Huy đến bưu điện _____ chín giờ mười lăm.
5. Tôi gặp bác sĩ Muir ở Bangkok _____ tháng bảy năm 1991.
6. Các cô ấy gặp bà Ba _____ hai mươi lăm tháng ba.

C 5   From the statement, A ask a question with ... **(từ) bao giờ** or **Bao giờ** ... B answer.

EXAMPLE **THÍ DỤ**		Tôi về hôm qua.	(I returned yesterday.)
	A:	Chị về (từ) bao giờ?	(When did you return?)
	B:	Tôi về hôm qua.	
		Mai tôi đi.	(I'm going tomorrow.)
	A:	Bao giờ chị đi?	(When are you going?)
	B:	Mai tôi đi.	

1. Tôi đọc bài đó sáng nay rồi.
2. Cô Liên về Mỹ Tho hôm thứ bảy tuần trước.
3. Tôi đến gặp bà Dung hôm thứ sáu.
4. Tối mai chúng tôi đi ăn cơm Việt.
5. Tuần sau chị ấy đi Anh.
6. Tháng chín này ông Đông sẽ đi Canađa.

C 6   From the English cues, use 'from' and 'to' to make a statement.

EXAMPLE **THÍ DỤ**		come to Hanoi from Bangkok
	A:	Tôi từ/ở Băng Cốc đến Hà Nội.

1. go to the club from the library
2. return home from the office
3. come to Vietnam from Australia
4. return to Vietnam from America
5. come to the hospital from home
6. study the lesson from 3:00 to 5:00 in the afternoon

C 7   Give Vietnamese equivalents.

1. What day is today?

    Yesterday was Sunday, so today is Monday.

    What is the date today?

    Yesterday was the tenth, so today is the eleventh.

2. When did you arrive in the United States from France?

    I arrived on the 24th of January 1989.

    When will you go back to France?

    I'll go back about March next year.

    As for me, I'll go back in the year 2003.

3. What time did you go home from the club yesterday? (Hôm qua ...)

    I went home at half past seven.

    When are you leaving here to go to Nhatrang?

    I'm going tomorrow morning at nine.

C 8   Bài tập đọc — Reading exercise

Read this conversation, practice it, then hold similar conversations with each other.

Sue meets Rob and Greg downtown. They studied Vietnamese together, and Sue hasn't seen Rob and Greg for a long time.

Sue	Chào hai anh, hai anh đi đâu đó?
	Lâu lắm rồi tôi không gặp hai anh.
Rob	Chào chị. Chúng tôi đi Bộ Y tế.
Sue	Các anh làm ở đó à?
Greg	Không, tôi làm ở Bộ Di trú,
	còn anh Rob dạy tiếng Pháp ở trường Erindale.
Sue	Anh Rob là giáo viên à?
Rob	Vâng, nhưng tôi cũng là sinh viên.
Sue	Thế à? Anh học gì?
Rob	Bây giờ tôi và anh Greg học tiếng In-đô-nê-xi-a.
	Greg sắp đi Jakarta.

Sue	Bao giờ anh Greg đi?
Greg	Khoảng cuối năm nay. Còn chị, bây giờ chị làm gì?
Sue	Tôi làm ở Bộ Ngoại giao. Tôi cũng sắp đi Băng Cốc.
Rob	Bao giờ chị đi?
Sue	Đầu tháng tới tôi đi.
Greg	Thế à? Lâu lắm rồi chúng ta không gặp nhau.
	Tối mai chị và Rob đến nhà tôi chơi nhé.
Sue	Tối mai à? ... Vâng. Khoảng mấy giờ, anh?
Greg	Bảy giờ, bảy rưỡi, nhé.
Sue	Vâng, cám ơn anh. Thôi, bây giờ tôi phải đi. Chào hai anh nhé.
Greg & Rob	Vâng, chào chị.

Từ   vựng

hai anh	you two
lâu lắm rồi	for a very long time
sắp	to be about to
cuối	end, the end
đầu	beginning
đầu tháng tới	early next month
chúng ta	we (Including listener)
gặp nhau	meet/see each other
đến ... chơi	come to visit
nhé	all right?
Thôi, ...	That's all. Well, ...
phải	must

Chị Ánh đi Đà Lạt lúc nào?

Chị ấy đi hôm thứ hai tuần trước.

PHẦN D: KIỂM TRA — Self-Test

D 1   Complete these sentences, using the words from the list on the right.

hồi nào

1. Hôm nay là thứ _____,   kém

    vậy trưa nay tôi sẽ đi bưu điện.   lúc

2. Anh _____ Việt Nam đến Nhật _____ ?   mồng

3. Tôi đến ngày _____ chín tháng _____ .   mươi

4. Khoảng ngày hai _____ mốt tháng _____ tôi về.   ở

5. Hôm nay chị đến _____ mấy giờ ?   rưỡi

6. Tôi đến tám giờ _____ hai mươi.   sau

7. Bốn giờ _____ chiều chị sẽ về, phải không ?   trước

8. Vâng, hôm nay tôi làm _____ 8 giờ đến 4 giờ 15.   tư

    từ

D 2   Give Vietnamese equivalents. (Write out all numbers and times in full.)

1. What day (of the week) is today?
    Yesterday was Friday, so today is Saturday.
    What's the date today?
    Today is the 25th of January, 1999.

2. When did you come to Vietnam from Bangkok?
    I came on the 9th of this month.
    When are you returning to Canada?
    I'll return about the 15th of next month.

3. What time did you go to the library today?
    I went at 1:00. I was in the library from 1:00 to 5:00, but I didn't meet Mr. Hai.
    When will you meet Mr. Hai?
    I'll meet him tomorrow about 3:30 in the afternoon.

4. When did Phan Chu Trinh go to Japan from Vietnam?
    He went in 1906. He met Phan Bội Châu in Japan.

D 3   After checking your answers for D 1 and D 2, write your own conversation.

PHẦN E: TỪ VỰNG BÀI BỐN
SUMMARY OF LESSON FOUR VOCABULARY

By now you should have mastered all the patterns in Section B of Lesson 4, as well as the vocabulary outlined here.

Từ vựng

(dương lịch)	buổi	bao giờ	gặp	từ
(âm lịch)	sáng	hồi	đọc	khoảng
thứ hai	trưa	hồi nào	viết	sẽ
thứ ba	chiều	lúc	kém / thiếu	vậy/thế ...
thứ tư	tối	lúc nào		
thứ năm	đêm	lúc mấy giờ		
thứ sáu	tối hôm qua	hôm nào		
thứ bảy	mồng	thứ mấy	ba giờ kém năm	
chủ nhật	mốt	ngày mấy	Hôm nay là thứ mấy?	
hôm	mươi	ngày thứ mấy	Hôm nay là ngày mấy?	
hôm nay	mười lăm	... trước	mấy giờ đến/về/đi?	
hôm qua	hai mươi lăm	... tới	bao giờ đến/về/đi?	
ngày	hai mươi mốt	... sau	đến (từ) bao giờ?	
(ngày) mai	trăm	này	về (từ) hồi nào?	
mốt/ngày kia	nghìn / ngàn	nay	về lúc mấy giờ?	
tuần	linh / lẻ	Luân-đôn	về lúc nào?	
tháng	rưỡi	Hương Cảng	về lúc tám rưỡi	
tháng này	tám (giờ) rưỡi		đi hôm thứ hai	
tháng giêng	(ngày) mồng tám		thứ hai sẽ đi	
tháng tư			ở/từ PLACE[1] đến PLACE[2]	
tháng chạp			từ TIME[1] đến TIME[2]	
(See B 2 for names of months.)				

BÀI NĂM — LESSON FIVE

REVIEW EXERCISES: LESSONS 1 – 4

Hôm nay là ngày _____ tháng _____ năm_____ .

Bài tập 1 — Exercise 1

Listen to each of these sentences and write the correct mark (dấu) for the tone you hear over the main vowel of each word.

1.1

Tam & Bay

Chao ông. Chao ông.

Xin lôi ông, tên ông la gi?

Da, tên tôi la Tam.

Da, tên tôi la Bay.

Da, bây giơ la

    mươi môt giơ rôi, ông.

Da, không co gi.

Sau

Chao ba, chao cô.

Da, tên tôi la Sau.

Con ba, tên ba la gi?

Con cô, tên cô la gi?

Xin lôi ba, bây giơ la mây giơ rôi?

Cam ơn ba.

1.2

Bây giơ la hai giơ rôi.

Bây giơ la ba giơ rôi.

Bây giơ la bôn giơ rôi.

Bây giơ la năm giơ rôi.

Bây giơ la chin giơ rôi.

Văn hay chữ tốt

*Excellence of expression and beautiful
handwriting are the hallmarks of the scholar.*

Bài tập 2

A add **phải không?** and then **à?** to the following statements to transform them into questions. (Notice the difference when you translate them into English.) B answer in full in the affirmative.

THÍ DỤ

Statement:	Tên anh ấy là Nam.
Question 1:	Tên anh ấy là Nam, phải không?
Translation 1:	His name is Nam, isn't it?
Question 2:	Tên anh ấy là Nam à?
Translation 2:	His name is Nam eh?

1. Kia là chị Hương.
2. Chị ấy sinh ở miền Trung.
3. Bây giờ là tám giờ.
4. Chín giờ ông ấy đi Đà Nẵng.
5. Anh ấy ở Hải Phòng.
6. Anh ấy là người Bắc.
7. Cô ấy làm bác sĩ.
8. Cô ấy cũng là sinh viên.

Bài Tập 3

Remember that **gì** 'what' can go after a verb (or a noun, as we will see in later lessons), while **nào** 'which, what' can be used only after a noun.

Put **gì** or **nào** appropriately into the blanks and make up an answer.

1. Chị làm _____ ?
2. Cô làm ở bộ _____ ?
3. Anh học _____ ở trường Oxford?
4. Bây giờ bà sống ở tiểu bang _____ ?
5. Chủ nhật này chị đi câu lạc bộ _____ ?
6. Xin lỗi, cô uống _____ bây giờ?
7. Chị dạy ở trường _____ ?
8. Tháng _____ các cô ấy ra trường?
9. Mai anh đi bác sĩ _____ ?
10. Cô ấy viết _____ đấy?

Bài tập 4
Listen to each sentence and fill in the blanks.

1. _____ anh ấy là Nam.
2. Tên _____ là Lan.
3. Ông Ba là người _____ Bắc .
4. Chị Helen _____ Anh.
5. Bà Brown _____ là người Anh.
6. _____ là anh Minh và _____ là chị Kim.

Bài tập 5
Listen to each sentence and fill in the blanks.

1. Bây giờ là _____ giờ.
2. _____ giờ tôi đi.
3. _____ ông Khanh đến.
4. _____ anh ấy ở số _____ đường Quang Trung.
5. _____ anh ấy ở số _____ đường Lý Thường Kiệt.
6. Cô Maria _____ ở Mễ-tây-cơ.
7. Bây giờ cô ấy _____ ở Los Angeles.
8. Anh Andrew ở _____ nào?

Bài tập 6
Listen to each sentence and fill in the blanks.

1. _____ đi đâu đấy?
2. Tôi đi _____ tôi.
3. Bây giờ anh làm gì, _____ Trung?
4. Bây giờ tôi làm _____ .
5. Anh đến Việt Nam _____ ?
6. Tôi đến _____ .
7. _____ anh về Băng Cốc?
8. _____ tôi về.

Bài tập 7
Give the question for which the underlined word or group of words is the answer.

Cô Mai là người Việt. Cô ấy là người Bắc. Cô sinh ở Hà Nội nhưng sống ở miền Nam, ở Sàigòn. Cô đến Mỹ năm 1975 và học tiếng Anh ở Los Angeles. Năm 1977 cô đi học ở Trường Đại học Tiểu bang Ca-li. Cô ra trường năm 1981 và xin làm ở Bộ Xã hội ở tiểu bang Texas. Nhưng năm 1990 cô ấy về Ca-li và bây giờ làm ở Bộ Di trú ở Los Angeles. Năm trước cô Mai về Việt Nam thăm gia đình cô.

Từ   vựng

cô (ấy)	she, her
trường đại học	tertiary school, university
xin	to request
gia đình	family

Bài tập 8
Read the following text and do the comprehension test below.

(a)   Bà Hà đến thăm ông Ba. Ông Ba giới thiệu bà Hà với ông Sunaryo và cô Vân. Ông Ba cũng giới thiệu bà Hà với anh Derek và ông Harris. Ông Ba, bà Hà và cô Vân là người Việt. Anh Derek là người Anh, ông Harris là người Canađa, còn ông Sunaryo là người Inđônêxia. Cô Vân rất vui mừng được gặp bà Hà.

Từ   vựng

đến thăm	to come (to) visit
giới thiệu	to introduce
với	with
giới thiệu ... với ...	to introduce ... to ...
vui mừng	to be happy, pleased (Informal)
vui mừng được gặp	happy (to be able) to meet

(b)   Tick the right answer.

1.	Mrs. Ha is the hostess.	YES____	NO____
2.	Derek is an Englishman.	YES____	NO____
3.	Mr. Harris is a American.	YES____	NO____
4.	Mr. Sunaryo is a Japanese.	YES____	NO____
5.	There are three women.	YES____	NO____
6.	There are four men.	YES____	NO____

Bài tập 9

Read the text and do the comprehension test below.

(a)   John là sinh viên trường Đại học Tổng hợp Quốc gia Úc. Anh học ở Khoa Nghiên cứu Châu Á. Năm nay anh học tiếng Việt và lịch sử Đông Nam Á. Năm tới anh sẽ học ngôn ngữ học và chính trị học. Tối thứ năm, thứ sáu và thứ bảy anh đi làm ở Câu Lạc Bộ. Sáng nay anh John đi thư viện và gặp chị Mary ở đó. Mary làm ở Bộ Ngoại giao. Năm tới Mary sẽ đi In-đô-nê-xi-a. Bây giờ Mary là nghiên cứu sinh ở Khoa Nghiên cứu Châu Á. Chị nghiên cứu lịch sử Đông Nam Á và học tiếng In-đô-nê-xi-a.

Từ vựng

đại học tổng hợp	university
quốc gia	nation, national
anh (ấy); chị (ấy)	he; she
khoa	faculty, school
nghiên cứu	to research, study
(châu) Á	Asia (continent)
Khoa Nghiên cứu Châu Á	Faculty of Asian Studies
đông	east
nam	south
Đông Nam Á	Southeast Asia

(b)   Tick the right answer.

1.   John làm ở Bộ Ngoại giao.   YES____   NO____
2.   Tối thứ bảy John cũng làm ở Câu Lạc Bộ.   YES____   NO____
3.   Mary dạy ở Khoa Nghiên cứu Châu Á.   YES____   NO____
4.   Mary học tiếng In-đô-nê-xi-a.   YES____   NO____
5.   Năm tới Mary đi In-đô-nê-xi-a.   YES____   NO____
6.   Mary học chính trị học.   YES____   NO____
7.   John học lịch sử Đông Nam Á.   YES____   NO____
8.   Năm tới John cũng đi In-đô-nê-xi-a.   YES____   NO____

Bài tập 10   Bài tập đọc và câu hỏi — Reading exercise and questions

Today many friends come to visit Mr. Ba at his home.

(a)   Bài tập đọc

Ông Ba là người Việt Nam. Ông ấy là người Bắc. Trước ông ấy ở Hà Nội, nhưng bây giờ ông ấy ở San Diego. Anh Nam đến thăm ông Ba. Anh Nam cũng là người Việt Nam. Anh ấy là người Nam. Trước anh ấy ở Sàigòn. Bây giờ anh ấy cũng ở San Diego. Cô Vân và chị Lệ không ở San Diego. Họ ở vùng Gardena, Los Angeles. Cô Vân là người Trung còn chị Lệ là người Nam. Trước cô Vân ở Huế, còn chị Lệ ở Cần Thơ.

Anh Robert và hai chị Sally, Mary cũng đến thăm ông Ba. Họ gặp anh Nam, cô Vân và chị Lệ ở nhà ông Ba.

Anh Robert và chị Sally là người Mỹ. Anh Nam tưởng chị Mary cũng là người Mỹ. Nhưng không phải, chị Mary là người Úc. Trước (đây) chị Mary ở Melbourne. Bây giờ chị ấy làm việc ở San Diego.

Từ vựng	
không ở	not living in
họ	they
tưởng	to think, imagine, take for
không phải	not correct
trước đây	before now
làm việc	to work

(b)   Câu hỏi

Answer in full sentences.

1.   Cô Vân và chị Lệ là người Việt, phải không?

_____

2.   Hai người ấy (those two people) là người Bắc, phải không?

_____

3. Trước họ (they) ở đâu?

    _____

4. Còn ở Mỹ họ ở đâu?

    _____

5. Bây giờ hai người ấy đến thăm ông Ba, phải không?

    _____

6. Bây giờ ông Ba ở đâu?

    _____

7. Trước, ông ấy ở Việt Nam, phải không?

    _____

8. Ở thành phố nào?

    _____

9. Ông Ba là người miền nào?

    _____

10. Còn anh Nam là người miền nào?

    _____

11. Bây giờ hai người ấy ở đâu?

    _____

12. Chị Mary đến thăm ai?

    _____

13. Bây giờ chị ấy làm ở đâu?

    _____

14. Trước chị ấy ở đâu?

    _____

15. Chị (ấy) là người nước nào?

    _____

16. Ai là bạn ông Ba?

    _____

Bài tập 11

Can you remember the Vietnamese words for these expressions and their spellings?

1. your name (Miss)   _____
2. my name   _____
3. Lan's house   _____
4. No. 4 Pye Street   _____
5. what number?   _____
6. which street?   _____
7. which suburb?   _____
8. which region?   _____
9. which country?   _____
10. businessman/woman   _____
11. commerce   _____
12. work where?   _____
13. do what work?   _____
14. the fourth day   _____
15. what day?   _____
16. what time?   _____
17. friend   _____
18. lawyer   _____
19. (medical) doctor   _____
20. nurse   _____
21. social club   _____
22. post office   _____
23. (work) office   _____
24. Dept. of Education   _____
25. eleven, twenty-one   _____
26. tomorrow afternoon   _____
27. next week   _____
28. go next week   _____
29. go last week   _____
30. meet him   _____

31. drink coffee   _____

32. teach Vietnamese history   _____

33. write French language   _____

34. work as a public servant   _____

35. eat Vietnamese food   _____

36. eat Vietnamese noodle soup   _____

37. go visit our professor   _____

38. go to the cinema   _____

39. come to visit me   _____

40. go to school (occupation)   _____

41. go to the school (place)   _____

42. come back from the library   _____

43. arrive from Nha Trang   _____

44. go to Singapore from Vietnam   _____

45. what kind of person (country of origin) _____

Bài tập 12

Write this conversation in Vietnamese.

What are you doing there, (brother) Nam?

I'm studying Lesson Five.

When will you read Lesson Six?

I'll read Lesson Six tomorrow morning.   And how about you (sister), when are you going to read Lesson Six?

I read Lesson Six last night.

Really? Where are you going now?

I'm going to visit Lan.

When did Lan come back from Hanoi?

She came back last week.

What are you girls going to do?

We're going to the Cafe Lisa to have tea.

Bài tập 13   (Separate cards can be made for Student 1 and Student 2.)

(a)

S1	ask Student 2 what her/his name is.	S2	answer, and ask back.
S1	answer, and ask what nationality S2 is.	S2	answer, and ask back.
S1	answer, and ask where S2 was born.	S2	answer, and ask back.
S1	answer.		

(b)

S1	ask S2 where she/he was born.	SV2	answer.
S1	ask where S2 is living now.	SV2	answer.
S1	ask where S2 lived before.	SV2	answer.
S1	ask S2's address.		
S2	answer, then ask S1 the same questions S1 asked you.		
S1	answer S2's questions, then ask where S2 is studying/working now.		
S2	answer, and ask back.		
S1	answer.		

Bài tập 14

You meet your friend Tom at the library.

You	ask Tom what date this is.
Tom	says it's the 6th of April.
You	thank him and ask what time he came to the library.
Tom	says he came at 10:30.
You	ask what time he's going home from the library.
Tom	says he's going home from the library at about one o'clock lunch time.

Bài tập 15

You run into Sue in the street.

You	ask where she's going.
Sue	says she's going to the club.
You	ask who she's going to meet there.
Sue	says she's meeting Hùng and Lan there.
You	ask, doesn't Hùng work at the Dept. of Immigration.
Sue	says yes she does, and asks don't you work there too.
You	say yes, you too work at the Dept. of Immigration.
Sue	asks what time you're coming to the club.
You	say you're coming at 7:00 in the evening.

Bài tập 16

For about two years you haven't seen Kim, your high school classmate.
Now you meet her on the street.

You	say hello to her and ask her where she's going.
Kim	says she's going to the post office, and asks where you're going.
You	reply that you're going to the post office, too; and ask what job she's doing now.
Kim	says that she's working at the post office.
You	ask what time she goes to work.
Kim	says she goes to work at 3:00.
You	ask, so she works from 3:00 to what time.
Kim	says she works from 3:00 to 5:30 in the evening.
You	ask what time it is now.
Kim	says it's 2:30.
You	thank Kim.
Kim	responds.

Or improvise.

Bài Tập 17

Your friend Carol is going to London. You meet her on the street

You	ask, isn't she going to London.
Carol	says yes she is.
You	ask when she's going.
Carol	says she's going tomorrow.
You	ask what time tomorrow.
Carol	says she's going at 8:30 in the morning.
You	ask when she'll be back from London.
Carol	says that she'll be back next month.

Or improvise.

Bài tập 18

You and your friend John meet a Vietnamese man, Nam. John doesn't speak Vietnamese, and Nam doesn't speak English. Help them to talk to each other. (The teacher may act as John and another student as Nam, who adjusts his greeting according to circumstances.)

Nam	Chào hai anh. Tên tôi là Nam.
You	(Greet Nam and tell John what Nam said.)
John	Hello, my name is John. I'm pleased to meet you.
You	(Tell Nam what John said.)
Nam	Tôi cũng rất vui mừng (happy) được (be able to) gặp anh. Anh là người Mỹ, phải không?
You	. . .
John	No, I'm an Englishman. You're Vietnamese, aren't you?
You	. . .
Nam	Dạ vâng. Bây giờ anh làm ở đâu?
You	. . .
John	I'm working at the city hospital. How about you?
You	. . .
Nam	Dạ, bây giờ tôi học ở trường Bruce. Xin lỗi, bây giờ là mấy giờ rồi?
You	(don't have a watch. Ask John.)
John	It's 6:00.
You	. . .
Nam	Cám ơn. Tôi đi học bây giờ. Thôi (well), chào hai anh nhé.
You	. . .
John	Good-bye.

Bài tập 19

Alice is an American living in Los Angeles. She has just met Thi who is from Vietnam and also lives in Los Angeles. Complete Alice's questions, then Thi's.

Alice	Xin lỗi, anh _____?
Thi	Dạ phải, tôi là sinh viên.
Alice	Anh _____?
Thi	Dạ, tôi là người Việt Nam.
Alice	Trước, ở Việt Nam anh _____?
Thi	Dạ, trước, tôi làm giáo viên trường trung học.
Alice	Trường trung học ấy _____?
Thi	Dạ, ở Sài gòn.
Alice	Bây giờ ở Los Angeles _____?
Thi	Tôi học tiếng Anh.
Alice	Anh học tiếng Anh _____?
Thi	Dạ, ở một trường ở Gardena.
	Còn chị, chị làm _____?
Alice	Tôi làm ở Bộ Xã hội.
Thi	Vậy chị là _____?
Alice	Dạ, tôi là viên chức nhưng tôi cũng là sinh viên.
Thi	_____?
Alice	Tôi học tiếng Việt ở trường USC.

Từ vựng

trường trung học   secondary school, high school

Bài tập 20

Write a short paragraph about yourself, making use of patterns and vocabulary you have learned in Lessons 1 – 4.

Anh có khoẻ không?

Còn chị ấy có khoẻ không?

Hôm nay chị Carol
có vui không?

Còn anh Paul thế nào?

Hai anh ấy có trẻ không?

Ông Thanh già lắm,
phải không?

BÀI SÁU — LESSON SIX

PHẦN A: CÂU MẪU — Patterns

Đối thoại A 1

Lan and John meet on the street.

Lan	Chào anh John. Hôm nay anh có khỏe không?
John	Dạ, cám ơn, tôi khỏe lắm. Còn chị, thế nào?
Lan	Dạ, cám ơn, tôi cũng khỏe. À, chị Betty thế nào, anh?
John	Tuần trước chị Betty bị ốm, nhưng bây giờ chị ấy khỏe rồi.

Từ vựng

khỏe	be well, healthy
có ... không?	is it/are you ... or not?
ADJECTIVE lắm	very ADJECTIVE
thế nào	How goes it?
bị	to suffer
ốm [No], đau [So]	be sick, ill
Còn chị thế nào?	As for you, how goes it?

Đối thoại A 2

Son and Hien study at Chu Van An School. They meet before class.

Sơn	Hôm qua chị (có) đi học không?
Hiền	Không, hôm qua tôi không đi học.
Sơn	(Tại) sao chị không đi học?
Hiền	(Tại) vì tôi bị mệt. Lớp chúng ta bắt đầu học Bài 26, phải không?
Sơn	Phải, cô giáo bắt đầu giảng bài đó rồi.
	Chúng ta vào lớp bây giờ nhé!

Từ vựng

không đi học	not go to school	bắt đầu	to begin
(tại) sao	(for) why?	Phải.	Yes. [That's] right.
(tại) vì	(for) because	cô giáo	female teacher
mệt	be tired	giảng	to explain, instruct
(chúng) ta	we, us, our Inclusive (Includes listener[s])		
... nhé [No], nghe [So]	all right? O.K.? (Friendly urging)		
Hôm qua chị có đi học không?	Did you go to school yesterday?		

81

Đối thoại A 3

Hien and Son meet again after class.

Hiền	Năm ngoái anh ở Băng Cốc bao lâu?
Sơn	Tôi ở (được) sáu tháng thôi.
Hiền	Có vui không, anh?
Sơn	Có, vui lắm.
Hiền	Sang năm anh sẽ đi Sin-ga-po bao lâu?
Sơn	Tôi sẽ đi khoảng ba tháng gì đó.

Từ   vựng

năm ngoái	last year
bao lâu	for how long
được TIME	have duration of TIME
... thôi	only (to stop)
được ... thôi	have only ...
vui	be enjoyable (event,person), be happy (person)
Có	yes (In answer to **có ... không?**)
sang năm	next year
Sin-ga-po	Singapore
gì đó	something like that
Có vui không?	Was it fun? Did you have a good time?

Anh ấy học bài. Bài có dễ không?
Còn bài chị ấy học, có dễ không?

PHẦN B: CHÚ THÍCH — Notes on Patterns

B 1

Note the difference between **chúng tôi** and **chúng ta** and the use of **nhé**:

Các anh đi đâu đó?	Where are you (boys/men) going?
Chúng tôi đi thư viện.	We (not you) are going to the library.
Chúng ta đi đâu?	Where shall we (you [Sg/Plural] & I) go?
Chúng ta đi thư viện nhé.	Let's go to the library, all right?
Chúng ta vào lớp bây giờ nhé.	Let's go into class now, all right?

Chúng tôi excludes the person being spoken to: 'we (not you)', whereas **chúng ta** includes the person or persons being spoken to: 'we, you and I'.

TIME	PERSON	ACTIVITY	all right?
Tháng sau	chúng ta	đi Đà Nẵng	nhé.
Chiều nay		ăn phở	
Tối nay		làm bài tập bốn	
Bây giờ		ngừng ở đây	
Bây giờ		bắt đầu học	
Hôm nay	các anh	làm bài đó	nhé.
Ngày mai	các em	đọc bài mười	
Bây giờ	cô	giảng bài	

Từ vựng

tập	to practice	ngừng (lại)	to stop, quit
bài tập	exercise	đó	that, there

B 2

why	PERSON	not	ACTIVITY
(Tại) sao	anh	không	làm bài đó?
	cô ấy		đi?
	các chị		đến?
	bà		uống cà-phê?
because	PERSON	suffer	ADJECTIVE
(Tại) vì	tôi	(bị)	ốm.
	chúng tôi		ốm.

B 3

PERSON/THING	have	ADJECTIVE	or not
Thầy	(có)	khỏe	không?
Chị		mạnh (khỏe)	
Anh Hoàng		đau	
Các cô		đói	
Thầy		khát	
Anh ấy		no	
Ông ấy		giận	
Cô ấy	(có)	trẻ	không?
Ông bà ấy		già	
Anh chị ấy		nghèo	
Họ		giàu	
Chị ấy		đẹp	
Anh ấy		đẹp trai	
Cô ấy	(có)	vui	không?
Phim ấy		buồn	
Hôm nay			
Tiếng Việt	(có)	dễ	không?
Bài này		khó	
Việc làm ấy		thú vị	

Từ vựng

ông bà	older couple, Mr. & Mrs.	trẻ	be young
anh chị	young couple	già	be old (of people)
họ	they, them	nghèo	be poor
việc làm	job	giàu	be rich
mạnh	be strong, healthy	đẹp; đẹp trai	be pretty; handsome (male)
đói	be hungry	buồn	be sad
khát	be thirsty	dễ	be easy
no	be full (of food)	khó	be difficult
giận	be angry	thú vị	be enjoyable (event)

yes	PERSON	ADJECTIVE	very/already
Dạ có,	(tôi)	khỏe	lắm.
		đói	rồi.

no	PERSON	not	ADJECTIVE
Dạ không,	(tôi)	không	khỏe.

Note that adjectives in Vietnamese are full verbs, not needing any other verb such as 'is'.

B 4

PERSON	have	ACTIVITY	OBJECT	or not
Anh Chị Các cô Cô ấy	(có)	xem ăn biết hiểu		không?
Anh Chị Các cô Cô ấy Thầy Ly Bà	(có)	xem ăn biết hiểu nói gặp	phim *Đông Dương* cơm Tàu tiếng Ý tiếng Việt tiếng Anh ông Dương	không?

yes/no	PERSON	have/not	ACT	OBJECT	already
(Dạ) có,	tôi cô ấy	(có)	xem hiểu	(phim đó/*Đông Dương*) (tiếng Việt)	rồi.
Dạ không,	chúng tôi tôi	không	biết gặp	tiếng Ý. ông ấy.	

Từ   vựng

biết	to know
hiểu	to understand
Đông Dương	Indochina, *Indochine*
nói	to speak, say
Ý	Italy
Có xem/hiểu không?	Did you see it? / Do you understand?

(Also see the translations in Appendix I.)

B 5

PERSON	have	go	ACTIVITY	or not
Anh Các ông ấy Các cô Chị	có	đi	học làm uống trà xem phim	không?
Có,	chúng tôi	(có)	đi	uống trà.	
Không,	tôi	không	đi	học.	

B 6

PERSON	suffer	ADJECTIVE	very/already
Tôi	(bị)	ốm	(lắm).
Cô ấy		đau	(rồi).
Chúng tôi		nóng	
Anh ấy		lạnh	
Các bà ấy		bận	

Từ   vựng

nóng	be hot
lạnh	be cold
bận	be busy

B 7   Time Phrases

You have studied phrases that refer to points and periods of time:

mấy giờ, bao giờ, thứ mấy, ngày mấy, lúc nào, hồi nào;

sáng (nay), tối (hôm qua), chiều (mai), ...

hôm nay, tuần này, tuần trước, tháng tới, năm nay, ...

To these have been added in this lesson:

năm ngoái,   sang năm.

In Lesson 4, duration phrases with 'from ... to ...' were introduced. This lesson introduces duration phrases with 'how long'. They come at the end of the sentence and may be preceded by được.

The use of được gives a definite meaning of accomplishment, of action having already happened or at least having commenced in the past. The use of both được and rồi means that the action began in the past and is continuing in the present: 'has/have been'.

Chị học luật bao lâu?	How long did/will you study law?
Chị học luật được bao lâu?	How long did you study law?
Chị học luật (được) bao lâu rồi?	How long have you been studying law?
Tôi học (luật) ba năm.	I studied/will study (in context) three years.
Tôi học (luật) được ba năm.	I studied (for) three years.
Tôi học (luật) (được) ba năm rồi.	I have studied for three years already.

It is possible to have phrases both of specified points of time and duration of time in the same sentence. Specific time is at the beginning and durative time at the end:

Năm ngoái anh ở Cần Thơ (được) bao lâu?

How long were you in Cantho last year?

Sang năm tôi sẽ đi Băng Cốc khoảng ba tháng.

Next year I'll go to Bangkok for about three months.

Chiều thứ hai tôi nghỉ hai tiếng. (See vocabulary below.)

I rested for two hours on Monday afternoon.

I'll rest for two hours on Monday afternoon.

Study the sentences in these two charts. (Also see the translations in Appendix I.)

PERSON	ACTIVITY	PLACE/OBJ	for	how long	already
Chị ấy	đi	Việt Nam	(được)	bao lâu?	
Cô	nghiên cứu	ở Ấn-độ			
Bà	về	đây	(được)	bao lâu	rồi?
Anh ấy	làm việc	ở đó			rồi?
Thầy	nghiên cứu	lịch sử			rồi?
Các chị	học	tiếng Anh			rồi?
Hai cô	nghỉ		(được)	bao lâu?	
Anh	ngồi	ở lớp			

PERSON	ACTIVITY	PLACE / OBJECT	for	TIME	already/ only
Chị ấy	đi	(Việt Nam)	(được)	hai năm.	
Tôi	nghiên cứu	ở Ấn-độ		17 ngày	(thôi).
Tôi	về	(đây)		bốn tuần	(rồi/thôi).
Anh ấy	làm (việc)	ở đó		năm năm	(rồi/thôi).
Tôi	nghiên cứu	lịch sử		một năm	(rồi/thôi).
Chúng tôi	học	(tiếng Anh)		sáu tháng	(rồi/thôi).
Chúng tôi	nghỉ		(được)	hai tiếng	rồi.
Chúng tôi	nghỉ		(được)	mười phút	thôi.
Tôi	ngồi	ở lớp	(được)	mấy phút	thôi.

Từ vựng

việc	work, matter, job
làm việc	to do work, to be employed
nghiên cứu	to do research
Ấn-độ	India
nghỉ	to rest
ngồi	to sit (down)
tiếng	hour (strike of the clock)
phút	minute
mấy	a small number, a few

PHẦN C: BÀI TẬP — Exercises

C 1   B give a full affirmative answer to A's question, then practice with negative answers.

THÍ DỤ

A:	Anh có đói không?
B1	(Dạ) có, tôi đói lắm.
B2	(Dạ) không, tôi không đói.

1. Chị có mệt không?
2. Cô ấy có ốm không?
3. Thầy ấy có giàu không?
4. Anh có khát không?
5. Ông ấy có già không?
6. Các bà có lạnh không?

C 2   A tell B about somebody doing something, then B ask if A has done that same thing. A give affirmative answer.

THÍ DỤ

A:	Chị Ngọc xem phim *Indochine*.
B:	Còn anh, anh có xem phim *Indochine* không?
A:	Dạ có, tôi xem phim *Indochine* rồi.

1. Chị Nhàn đọc bài này.
2. Anh Hiếu uống bia.
3. Anh Thi hiểu anh ấy.
4. Cô ấy biết anh Quân.
5. Chị Lan đi thăm bà ấy.
6. Các bà ấy gặp chị Mai.

C 3   B give a negative response to A's question.

THÍ DỤ

A:	Chị có biết tiếng Anh không?
B:	Dạ không, tôi không biết tiếng Anh.

1. Anh có học lịch sử Thái không?
2. Cô có đọc bài này không?
3. Bà có gặp anh Khánh không?
4. Chị ấy có đến không?
5. Ông có đi Nha Trang không?
6. Cô ấy có nói tiếng In-đô-nê-xi-a không?

C 4   Following the cues, A urge B to do something and B expand with a time.

THÍ DỤ

> đi chơi,   tối nay
> A: Chúng ta đi chơi nhé.
> B: Tối nay chúng ta đi chơi nhé.

1.   đi xem phim,   tối chủ nhật
2.   ăn phở,   sáng mai
3.   đi thăm thầy,   thứ hai tuần tới
4.   làm bài tập một,   bây giờ
5.   đi Qui Nhơn,   năm nay
6.   đi uống chè,   ba giờ

C 5   Using the cue, B answer A's question.

THÍ DỤ

> A: Tại sao hôm nay anh không đi học?   (ốm)
> B: Dạ, vì tôi (bị) ốm.

1.   (Tại) sao chị không đi làm?   (đau)
2.   (Tại) sao cô ấy không đến?   (bận)
3.   (Tại) sao hôm nay anh không đi uống bia?   (mệt)
4.   (Tại) sao hôm qua chị không đến gặp tôi?   (bận)
5.   (Tại) sao các anh không ăn?   (không đói)
6.   (Tại) sao anh Phú không đi chơi?   (không khỏe)

C 6   Using the cue, B answer A's question, 'How long did you ...?'

THÍ DỤ

> A: Chị học tiếng Việt được bao lâu?   (2 tháng)
> B: Tôi học (tiếng Việt) được 2 tháng.

1.   Anh ấy nghỉ được bao lâu?   (5 tiếng)
2.   Cô ở Ấn-độ bao lâu?   (2 tháng)
3.   Chị bị ốm bao lâu?   (3 ngày)
4.   Thầy dạy kinh tế được bao lâu?   (4 năm)
5.   Cô ấy làm việc đó bao lâu?   (2 tiếng)
6.   Anh làm ở Bộ Tài chính được bao lâu?   (7 tuần)

C 7 From C 6, add **rồi** for the question 'How long have you ... ?'.
then, for the same questions, B use **thôi** instead of **rồi** in the answer.

THÍ DỤ

> A: Chị học tiếng Việt được bao lâu rồi?
> B1: Tôi học (tiếng Việt) được 2 tháng rồi.
> B2: Tôi học (tiếng Việt) được 2 tháng thôi.

C 8 Give Vietnamese equivalents.

1. Hello, Lan. How are you today?

   I'm very well, thank you. And how about you?

   I'm all right too, thank you. Oh, how is Thi?

   He was sick last week, but he is fine now.

2. Did you go to school yesterday?

   No, I didn't go to school yesterday.

   Why didn't you?

   Because I was sick. Our class started studying Lesson 7, isn't that right?

   Right. The (female) teacher began to explain the lesson already.

3. How long were you in Saigon last year?

   I was there for only two months.

   How long will you stay in Hanoi next year?

   I'll stay there for about three weeks, something like that.

C 9 Bài tập đọc

Read this conversation, practice it, then hold similar conversations with each other.

Liên	Chào anh Ed. Thế nào, khỏe không?
Ed	Chào chị, cám ơn, tôi khỏe lắm. Còn chị, thế nào?
Liên	Hôm qua tôi bị mệt, nhưng bây giờ khỏe rồi. Trời lạnh quá. Denver vẫn lạnh như thế này, phải không?
Ed	Vâng, nhưng hôm nay trời nắng, ấm, chị thấy không?
Liên	Dạ, nắng, ấm. Nhưng tôi vẫn thấy lạnh.
Ed	Chị sinh ở đâu?

Liên	Tôi sinh ở Nha Trang. Miền bắc Việt Nam cũng lạnh như thế này, nhưng Nha Trang ở miền nam, trời thường nóng.
Ed	Vâng, tôi ở Nha Trang rồi, tôi biết.
Liên	Vậy à, anh ở Nha Trang hồi nào?
Ed	Tôi đến hồi tháng năm năm một nghìn chín trăm tám mươi bảy.
Liên	Anh thấy Nha Trang thế nào?
Ed	Ồ, đẹp lắm. Nha Trang đẹp lắm. Trời đẹp, biển đẹp và các cô gái cũng rất đẹp.
Liên	Cám ơn, anh quá khen. À, anh về Mỹ hồi nào vậy?
Ed	Tôi về hôm mười lăm tháng bảy năm một nghìn chín trăm tám mươi chín. Còn chị, chị ở Mỹ bao lâu rồi? Tôi không ngờ gặp một cô gái Nha Trang ở Denver.
Liên	Tôi ở Mỹ được chín tháng rồi. Có lẽ năm tới tôi sẽ dọn đi San Antonio vì ở đây lạnh quá.

Từ vựng

trời	the sky, weather
quá	very very
vẫn	still, continue to
như thế này	like this
nắng	sunny
ấm	warm
thấy	to perceive, feel, find
thường	usually
biển	sea, ocean
cô gái	girl, young woman
rất ADJECTIVE	very ADJECTIVE
khen	to praise
anh quá khen	you praise too much
... vậy/thế	So ...
ngờ	to suspect
tôi không ngờ	I didn't expect
có lẽ	perhaps
dọn đi	to move to
Anh thấy Nha Trang thế nào?	How do you find Nha Trang?

PHẦN D: TỰ KIỂM TRA — Self-Test

D 1   Complete these sentences, using words from the list on the right.

1. Chào chị, hôm nay chị _____ khỏe _____ ?
2. Cám ơn anh, tôi khỏe _____ .
   _____ anh, thế nào?
3. Hôm qua tôi _____ ốm.
   Nhưng bây giờ khỏe _____ .
4. Anh ở Việt Nam được _____ rồi?
5. Tôi ở được hai năm _____ . Còn chị?
6. Tôi ở được một tháng _____ .
   Tuần sau tôi _____ học lịch sử Việt Nam.
7. Chị có _____ bà Quế không? Bà ấy _____ lắm.
   Sang năm bà ấy sẽ đi Ý _____ .

ba tháng
bao lâu
bắt đầu
bị
biết
có
còn
giàu
không
lắm
rồi
rồi
thôi

D 2   Write this conversation in Vietnamese.

1. Hello, Carl. How are you today?
2. I am fine, thank you, Nam. And you, how goes it?
3. I'm well too, thanks. How long have you been in Vietnam?
4. I've been here for six months.
5. Are you studying Vietnamese economics?
6. No, I'm not studying economics because it's very difficult.
   I've been studying Vietnamese language for five months,
   and next month I'll begin studying Vietnamese history.
7. How long did you study Vietnamese language in America?
8. I studied for two years.

D 3   Check your answers for D 1 and D 2, then write your own conversation.

No mất ngon, giận mất khôn

When full one loses one's appetite, when angry one loses one's reason.

PHẦN E: TỪ VỰNG BÀI SÁU

SUMMARY OF LESSON SIX VOCABULARY

By now you should have mastered all the patterns in Section B of Lesson 6, as well as the vocabulary outlined here.

Từ   vựng

(chúng) ta	khỏe	biết	ADJ lắm
ông bà	mạnh	hiểu	... đó = that
anh chị	ốm / đau	nói	thế nào?
họ	mệt	nghỉ	sao, tại sao
cô giáo	đói	làm việc	vì, tại vì
bao lâu	khát	ngồi	... thôi
năm ngoái	no	tập	... nhé / nghe
sang năm	giận	nghiên cứu	gì đó
tiếng = hour	vui	giảng	Phải = yes
phút	buồn	bắt đầu	có = yes
mấy = a few	nóng	ngừng (lại)	(có) ... không
việc	lạnh	bị	được TIME
việc làm	bận	hiểu không? hiểu rồi.	
bài tập	trẻ	Chị có mệt không?	
Đông Dương	già	Có, tôi mệt lắm.	
Sin-ga-po	đẹp	Không, tôi không mệt.	
Ấn-độ	đẹp trai	Anh có đi học không?	
Ý	nghèo	Có, tôi (có) đi học.	
	giàu	Không, tôi không đi học.	
	dễ	Có vui không?	
	khó	Anh ấy bị ốm.	
	thú vị	Còn chị, thế nào?	
		(Tại) sao bà không đi?	
		Vì tôi (bị) mệt.	
		Anh đi (được) bao lâu (rồi)?	
		Tôi đi (được) hai tháng (rồi/thôi).	
		Các cô viết bài này nhé.	
		Bây giờ chúng ta bắt đầu học nhé.	

thế nào?

Chị ấy học có giỏi không?

Anh Minh đến có sớm không?

Mấy giờ anh Long ăn?
Anh ấy có đói không?
Anh ấy ăn gì đó?
Anh ấy ăn có ngon không?

BÀI BẢY — LESSON SEVEN

PHẦN A: CÂU MẪU — Patterns

(Ở lớp học lịch sử Việt Nam, trường Đại học Hà Nội.)

Đối thoại A 1

Văn	Chị nói tiếng Việt giỏi lắm. Chị học ở đâu vậy?
Pam	Tôi đang học ở trường đại học này.
Văn	Học tiếng Việt (có) khó không?
Pam	Dạ, cũng hơi khó.

Từ vựng

trường đại học	tertiary school, university
giỏi	to do well, well done
nói ... giỏi	to speak ... well
... vậy/thế?	So ...?
đang	be in the process of
hơi ADJECTIVE	a little, slightly ADJECTIVE
cũng hơi ADJECTIVE	somewhat ADJECTIVE (Noncommittal)
cũng hơi khó	a little difficult, not very difficult
Chị học ở đâu vậy?	So where did you study?

Đối thoại A 2

Pam	Hôm nay chị Hương đến (có) sớm không?
Văn	Chị ấy đến sớm lắm.
Pam	Còn anh Minh?
Văn	Anh ấy thường đến rất muộn vì anh ấy thường học đến khuya.

Từ vựng

sớm	be early
thường	usual, usually, often
rất ADJECTIVE	very ADJECTIVE
muộn [No], trễ [So]	be late (for something)
khuya	be late at night
đến khuya	until late at night
đến có sớm không?	Did he come early?

Đối thoại A 3

Pam	Chị Mai đi Sàigòn từ bao giờ?
Văn	Chị ấy (vừa) mới đi tuần trước.
Pam	Bao giờ chị ấy về Hà Nội?
Văn	Tháng sau chị ấy mới về.

Từ vựng

mới	just (then)
vừa mới	just, recently
(vừa) mới VERB TIME	just VERB at that time (Past)
TIME ... mới VERB	at that time only then VERB, not VERB until that time
Chị ấy mới về tuần trước.	She just returned last week.
Tuần trước chị ấy mới về.	She didn't return until last week. (Last week she only then returned.)
Tuần sau chị ấy mới về.	She won't return until next week. (Next week she only then returns.)

Tại sao anh Minh đến muộn?

Anh ấy dậy có muộn không?

Lúc mấy giờ anh ấy mới dậy?

PHẦN B: CHÚ THÍCH — Notes on Patterns

B 1 Adjectives used as Adverbs

This chart demonstrates how to question the quality of an activity. (The adverb **rất** is not used in questions with **không**.)

PERSON	ACTIVITY	have	ADJECTIVE	or not
Anh Minh	học	(có)	giỏi (lắm)	không?
	chơi		vui	
	thi		khá	
	ăn		ngon	
	dậy		trễ	
	hát		hay	
	đợi		lâu	
	ngủ		ngon	

PERSON	ACTIVITY	very	ADJECTIVE	very
			ADJECTIVE	very
Anh ấy	ăn		ngon	lắm.
	ăn	rất	ngon.	

PERSON	ACTIVITY	not	ADJECTIVE	very
Anh ấy	thi	không	khá	(lắm).
	ăn	không	ngon	(lắm).

Từ vựng

thi	to take an exam
khá	be fair, somewhat good
ngon	be tasty; to sleep soundly
dậy	to rise, get up
hát	to sing
hay	be interesting, good
đợi	to wait (for)
lâu	be a long time
ngủ	to sleep

B 2

PERSON	ACTIVITY	have	ADJECTIVE	or not
Chị ấy	nói tiếng Việt	(có)	giỏi	không?
	đến nhà bạn chơi		vui	
	đi chơi núi		lạnh	
	đi phố mua đồ		rẻ	
	đi ăn hiệu		đắt	
	ăn chả giò		ngon	
	hát bài *Không*		hay	
	đợi tôi		lâu	

PERSON	ACTIVITY	very	ADJECTIVE	very
Chị ấy	nói tiếng Việt		giỏi	lắm.
	đến nhà bạn chơi		vui	lắm.
	đợi anh		lâu	lắm.
	nói tiếng Việt	rất	giỏi.	
	đến nhà bạn chơi	rất	vui.	
	đợi anh	rất	lâu.	

PERSON	ACTIVITY	not	ADJECTIVE	very
Chị ấy	nói tiếng Việt	không	giỏi	(lắm).
	hát bài *Không*		hay	
	đợi anh		lâu	

Từ vựng

núi	mountain(s)
phố	downtown, city center
mua	to buy
đồ	thing(s)
đi mua đồ	to go shopping
rẻ	be inexpensive
đi ăn hiệu	to go eat at a restaurant
đắt [No], mắc [So]	be expensive
chả giò	Vietnamese spring rolls
bài (hát)	song, music piece

B 3

PERSON	is doing/ will do	ACTIVITY
Tôi	đang	làm.
Cô ấy	sẽ	học.
		đọc.
		viết.
		hát.
		ngủ.
		ghi tên học.

Từ vựng

ghi	to record, note
ghi tên (học)	to enroll, register

B 4

THING/ PERSON	(somewhat) a little	ADJECTIVE
Bài Năm	(cũng) hơi	khó.
Bài *Không*		hay.
Phát âm		khó.
Núi Tuyết		lạnh.
Phim đó		buồn.
Chị ấy		buồn.
Anh ấy		mệt.
Hiệu đó		ngon.

phát âm	pronunciation
Núi Tuyết	The Snowy Mountains (in SE Australia)

Ba cô ấy đang làm gì?
Họ hát bài nào?
Họ hát có hay không?

B 5   'JUST' and 'NOT UNTIL'

Note that **mới** 'just then, only then' is said right before the verb. This is true whether you are talking about the past or the future.

When you want to say that something just happened or that you just did something, you say the time phrase at the end: 'He just came yesterday.'
Study the sentences in B 5.1.

When you want to say that something did not happen until yesterday or will not happen until tomorrow, say the time phrase at the beginning. The sentence 'He didn't come until yesterday' is said in Vietnamese as 'Yesterday he *only then* came.' The sentence 'He won't come until tomorrow' is said as 'Tomorrow he only then will come.'
Study the sentences in B 5.2.

B 5.1

PERSON/ PLACE	just then	ACTIVITY	TIME
Anh ấy	(vừa) mới	đến	hôm qua.
Anh Thi		đi Cần Thơ	tuần trước.
Cô Châu		đi Đà Lạt	tháng chín.
Chị ấy		đi chợ	hồi sáng.
Các bà ấy		về Hà Nội	năm ngoái.
Họ		về	năm ngoái.
Chúng tôi		ăn	lúc sáu giờ.
Minh		làm	hôm thứ hai.
Thầy Lân		đi dạy	năm nay.
Jo và Jane		đi học	tháng này.
Các em ấy		bắt đầu học	lúc 7 giờ.
Ngân hàng		mở (cửa)	lúc 9:30 sáng.
Hiệu đó		đóng (cửa)	lúc 5:30 chiều.

See the vocabulary with B 5.2.

Check the translations for B 5.1 and B 5.2 in Appendix I.

B 5.2

TIME	PERSON/PLACE	only then	ACTIVITY
Hôm qua	anh ấy	mới	đến.
Sáng mai	anh Thi		đi Cần Thơ.
Tháng chín	cô Châu		đi Đà Lạt.
Hồi chiều	chị ấy		đi chợ.
Năm ngoái	các bà ấy		về Hà Nội.
Năm 1999	họ		về.
Lúc 6 giờ chiều	chúng tôi		ăn.
Thứ hai tuần sau	Minh		làm việc đó.
Năm nay	thầy Lân		đi dạy.
Tháng sau	Jo và Jane		đi học.
Mười giờ sáng	chúng tôi		bắt đầu học.
Chín rưỡi sáng	ngân hàng		mở (cửa).
Năm rưỡi chiều	hiệu đó		đóng (cửa).

Từ vựng

chợ	market
hồi sáng/chiều	this morning/afternoon (Past)
ngân hàng	bank
cửa	door
mở	to open
đóng	to close

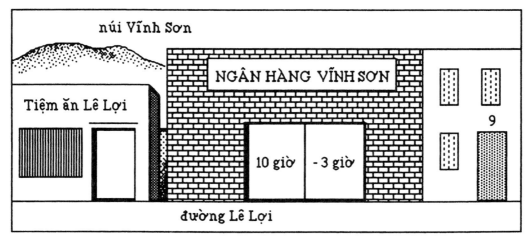

Mấy giờ ngân hàng mới mở cửa?   Và mấy giờ đóng cửa?

PHẦN C: BÀI TẬP — Exercises

C 1   B give affirmative answer. Then practice, with B using **rất** instead of **lắm**.

THÍ DỤ

A:	Chị ấy nói tiếng Việt có giỏi không?
B1:	(Có), chị ấy nói (tiếng Việt) giỏi lắm.
B2:	(Có), chị ấy nói (tiếng Việt) rất giỏi.

1. Cô Kim Phương hát có hay không?
2. Hôm qua cô về có muộn không?
3. Tuần trước đi chơi có vui không?
4. Thầy đợi ở đây có lâu không?
5. Anh ăn phở có ngon không?
6. Hiền đến trường có sớm không?

C 2   Following the cues, A ask a question and B answer in the negative with **lắm**.

THÍ DỤ

	hồi sáng, đến lớp, sớm
A:	Hồi sáng chị đến lớp có sớm không?
B:	Tôi đến lớp không sớm lắm.

1. hôm qua, đi ăn tiệm Lê Lợi, đắt
2. năm nay, học kinh tế, khó
3. tháng trước, đi Bắc Ninh, vui
4. tối hôm qua, học bài, khuya
5. hồi sáng, đợi ông Quang, lâu
6. chiều thứ sáu, đến câu lạc bộ, muộn

Có đi mới đến, có học mới hay

Only by going can one arrive, only by studying can one know.

C 3 Ask and answer questions using **mới** 'not until'. What do the sentences mean?

THÍ DỤ

> A1: Bao giờ chị đi Cần Thơ? (tuần sau)
> B1: Tuần sau tôi mới đi.
> A2: Bà ấy đi mua đồ lúc mấy giờ? (tám rưỡi)
> B2: Tám rưỡi bà ấy mới đi mua đồ.

1. Cô ấy về hôm nào? (tối chủ nhật)
2. Anh Khôi dậy lúc mấy giờ? (tám giờ mười lăm)
3. Bao giờ anh Minh đi làm ở Bộ Y tế? (tháng sau)
4. Chị ấy đi xem phim lúc mấy giờ? (bảy giờ hai mươi)
5. Bao giờ cô gặp ông Khanh? (sáng mai)
6. Mấy giờ ngân hàng đóng cửa? (bốn giờ rưỡi)

C 4 Ask and answer questions, using **(vừa) mới** 'just'. In what way are these sentences different from the ones in C 3?

THÍ DỤ

> A1: Anh đến (từ) lúc nào? (một giờ rưỡi)
> B1: Tôi (vừa) mới đến lúc một giờ rưỡi.
> A2: Cô đợi thầy Lân bao lâu rồi? (mấy phút)
> B2 Tôi (vừa) mới đợi thầy ấy mấy phút thôi.

1. Cô ấy về Việt Nam (từ) hôm nào? (thứ hai tuần trước)
2. Thanh làm ở Bộ Giáo dục được bao lâu rồi? (một tháng)
3. Cô Chi đi Nha Trang (từ) lúc nào? (tám giờ sáng nay)
4. Chị bị đau bao lâu rồi? (hôm qua)
5. Ngân hàng đóng cửa (từ) lúc nào? (bốn rưỡi)
6. Anh đợi tôi bao lâu rồi? (khoảng 15 phút)

Dao có mài mới sắc, người có học mới khôn

To keep a knife sharp one must keep sharpening it,
to be wise one must keep learning.

C 5   B ask a question from A's statement, and A make up an answer.

THÍ DỤ

> A: Tôi đang đọc.
> B: Anh đang đọc gì?
> A: Tôi đang đọc bài Bảy.

1. Hiền đang viết.
2. Chị Lan đang ăn.
3. Cô ấy đang uống.
4. Tôi đang học.
5. Anh ấy đang hát.
6. Chị ấy đang dạy.

C 6   Give Vietnamese equivalents for the following.

1. You speak French very well. Where did you learn it, then?

   I am studying it at Snowy Mountain School.

   Is it difficult to learn French?

   Yes, it is somewhat difficult.

2. Did Lan come early this morning?

   Yes, she came very early.

   How about Minh?

   He came very late.

   Why did he come late?

   Because he studied late last night.

3. When will Mrs. Thu return to London?

   She won't return until next month.

   When did she go to Vietnam?

   She just went last week.

   And you, when are you going to Vietnam?

   I won't go until next year.

C 7   Bài Tập Đọc

Read this conversation, then practice it and similar ones with each other.

Colin	Bây giờ chị làm ở đâu?
Maria	Tôi đang làm ở Bộ Di trú.
Colin	Chị làm ở đó bao lâu rồi?
Maria	Tôi làm được ba năm rồi.
Colin	Tôi thường đến bộ Di trú, sao tôi không gặp chị?
Maria	À, vì tôi đi Việt Nam.
Colin	Thế à? Thế chị đi bao lâu?
Maria	Tôi đi khoảng mười tám tháng.
Colin	Chị về Úc từ bao giờ?
Maria	Tôi mới về tháng trước.
Colin	À này, chị có biết anh Bình không?
Maria	Bình nào?
Colin	Bình làm ở sứ quán Úc ở Hà Nội ấy mà.
Maria	À, anh Bình tùy viên văn hoá. Tên Anh của anh ấy là Ben Williams. Tôi thân với anh ấy lắm.
Colin	Thế à. Anh ấy nói tiếng Việt có giỏi không?
Maria	Ồ, anh ấy nói giỏi lắm.
Colin	Anh ấy học tiếng Việt ở đâu, chị biết không?
Maria	Tôi không hỏi, nhưng có lẽ anh ấy học ở Point Cook.
Colin	Point Cook là trường nào?
Maria	Đó là một trường ngoại ngữ của quân đội ở Melbourne.
Colin	Bao giờ anh Bình về Úc, chị biết không?
Maria	Có lẽ tháng tư sang năm anh ấy mới về.

Từ vựng

À này	Oh say! Oh (see) here!	thân (với)	close(ly acquainted) (with)
sứ quán	embassy	hỏi	to ask
... ấy mà	that one! don't you know?	có lẽ	perhaps
tùy viên	attaché	ngoại ngữ	foreign language
văn hoá	culture	quân đội	the army
của	belonging to		

PHẦN D: TỰ KIỂM TRA — Self-Test

D 1 Complete the sentences, using words provided in the list.

1. Tony _____ học tiếng Thái hồi tháng ba, nhưng bây giờ anh ấy nói _____ lắm rồi.	đang giỏi
2. Tôi đợi cô ấy _____ lắm. Chín giờ tối cô ấy _____ về.	không lâu
3. Hôm nay tôi đi học _____ quá. Chín giờ rưỡi tôi _____ đến trường.	mới mới
4. Chị ấy _____ đến lúc ba giờ. Hôm qua chị ấy đến có _____ không?	mới muộn
5. Hôm qua mười giờ các anh _____ về, phải không? Đi chơi có _____ không?	sớm vui
6. Anh ấy _____ làm việc có mệt không? _____ mệt lắm.	vừa mới vừa mới

D 2 Give the Vietnamese equivalents.

1. You have written this lesson very well. Is the lesson easy?
   No, it's very difficult because I just started studying French last month.

   Lan speaks French very well. She has studied it for a long time, hasn't she?
   Yes, she has studied for three years already.

2. How long have you been in Honolulu?
   I just came last week.

   When are you going back home?
   I'm not going back until next month.

3. What were you doing yesterday evening?
   I was writing the Lesson Seven exercises until late at night.

5. Jan didn't come until 2:30.
   How about Tom? Did he come early?
   Yes, he came very early.

6. Did you wait a long time?
   No, I didn't wait very long.

D 3 Check your answers for D 1 and D 2, then write your own conversation.

PHẦN E: TỪ VỰNG BÀI BẢY

SUMMARY OF LESSON SEVEN VOCABULARY

By now you should have mastered all the patterns in Section B of Lesson 7, as well as the vocabulary outlined here.

Từ   vựng

hồi sáng	giỏi	nói ... giỏi	... vậy/thế ?
phố = downtown	sớm	thi	rất ADJ
núi	muộn / trễ	hát	hơi ADJ
Núi Tuyết	rẻ	đợi	cũng hơi ADJ
chợ	đắt / mắc	ngủ	thường VERB
trường đại học	lâu	dậy	đang VERB
ngân hàng	hay	mở (cửa)	mới VERB
cửa	khá	đóng (cửa)	(vừa) mới VERB
bài hát	ngon	mua	đến = until
đồ	khuya	đi phố	
chả giò	đến khuya	đi mua đồ	
phát âm		đi ăn hiệu/tiệm	
		ghi tên	
Cô đang làm gì?		đợi lâu	
Tôi đang học luật ở trường đại học.		ngủ ngon	

Tôi đang viết bài.

Anh đến có sớm không?

Học tiếng Anh có khó không?

Chị học ở đâu vậy?

(vừa) mới VERB TIME

Chị ấy (vừa) mới về tuần trước.

TIME ... mới VERB

Tuần trước chị ấy mới về.

Tuần sau chị ấy mới về.

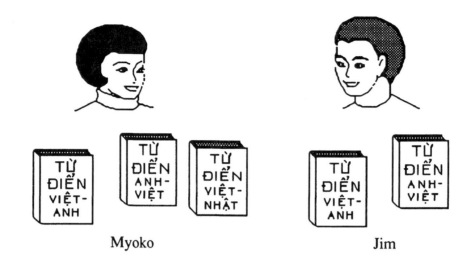

Chị Myoko có mấy quyển từ điển?

Đây là gia đình anh Phong. Gia đình có mấy người?

BÀI TÁM — LESSON EIGHT

PHẦN A: CÂU MẪU — Patterns

Đối thoại A 1

Myoko and Jim are students in Asian Studies.

Myoko	Anh có từ điển không?
Jim	Có.
Myoko	Anh có mấy quyển (từ điển)?
Jim	Tôi có hai quyển (từ điển), một quyển lớn và một quyển nhỏ.

Từ vựng

có	to have, possess
từ điển	dictionary
mấy	how many (For items fewer than ten)
quyển [No], cuốn [So]	volume
lớn	be big, large
nhỏ	be small
Anh có từ điển không?	Do you have dictionaries/a dictionary?
Anh có mấy quyển?	How many (volumes) do you have?

Đối thoại A 2

Myoko	Ở lớp tiếng Việt năm thứ nhất có bao nhiêu sinh viên?
Jim	Dạ, lớp có mười lăm sinh viên và hai nghiên cứu sinh.
Myoko	Và có bao nhiêu giáo sư?
Jim	Dạ, có hai giáo sư người Việt và một giáo sư người Canađa.
Myoko	Ở lớp có sinh viên Việt Nam không?
Jim	Không có, người Việt không học tiếng Việt năm thứ nhất.

Từ vựng

có	there is
bao nhiêu	how much, how many (For many items)
nghiên cứu sinh	student researcher
Có bao nhiêu sinh viên?	How many students are there?
Có sinh viên Việt Nam không?	Are there (any) Vietnamese students?

Đối thoại A 3

Marie has lived in Vietnam for many years. She meets a friend.

Marie   Anh Phong à, gia đình anh có mấy người?

Phong   Gia đình tôi có bảy người: bố mẹ tôi, một anh trai,
           một chị gái, tôi, một em trai và một em gái.

Từ   vựng

gia đình	family
cha/bố mẹ [No], ba má [So]	father and mother, parents
trai	male human, boy
gái	female human, girl
một em trai	one younger male sibling
(anh chị em	brothers and sisters)
Gia đình anh có mấy người?	How many people are there in your family?

Anh Giang có vợ rồi.
Tên chị ấy là Ngọc Hương.
Anh chị ấy có mấy đứa con?

Anh em như tay chân
Vợ chồng như quần áo

Brothers and sisters are like the arms and legs of the self.
Husbands and wives are like clothes that can be changed.

Đội thoại A 4

Phong   Chị có biết anh Giang tôi không?

Marie   Có, tôi biết. Thế anh ấy có gia đình chưa?

Phong   Rồi, anh ấy có vợ rồi.

Marie   Anh ấy có mấy (đứa) con?

Phong   Anh ấy có hai đứa (con): một (đứa con) trai và một (đứa con) gái.

Marie   Đứa con trai mấy tuổi rồi?

Phong   Tám, chín tuổi gì đó.

Marie   Bây giờ anh Giang ở đâu, anh?

Phong   Dạ, ở gần ông bà ngoại các cháu. Chỗ anh ấy ở tiện lắm vì trước mặt là trường các cháu đi học và đằng sau nhà là chợ. Từ đây đến nhà họ không xa lắm.

Từ vựng

anh Giang tôi	my older brother Giang
chưa	not yet
có ... chưa?	have ... yet?
có gia đình chưa?	married yet?
Rồi.	Yes, already.
vợ	wife
con	child, offspring
đứa (con)	child, offspring
tuổi	years of age
mấy tuổi (rồi)?	how old?
tám, chín tuổi gì đó	about 8 or 9 years old
gần	be near, close to
ông bà	grandparents
ông bà ngoại	maternal grandparents
cháu	niece, nephew, grandchild
ông bà ngoại các cháu	the maternal grandparents of his children (who are my nieces and nephews)
chỗ	place
tiện	be convenient
trước mặt	in front of, opposite
đằng sau	behind, in back of
xa	be far

PHẦN B: CHÚ THÍCH — Notes on Patterns

B 1

PERSON	have	OBJECT	or not
Cô Bà Anh chị Hoàng Anh Chị ấy	có	rađiô đồng hồ ti-vi tiền năm đồng chồng	không?

yes/no	PERSON	(not) have	OBJECT
Có,	tôi	có	(đồng hồ). (tiền).
Không (có),	tôi	không có	(đồng hồ). (tiền).

Từ vựng

đồng hồ	watch, clock
tiền	money
đồng	dollar, Vietnamese piaster
chồng	husband

B 2

at PLACE	have	OBJECT	or not
Ở lớp Ở phố Ở tiểu bang này	có	sinh viên Việt Nam hiệu ăn Việt thành phố lớn	không?

yes	at PLACE	have	OBJECT
Có,	ở lớp ở phố	có	sinh viên Việt Nam. bốn hiệu ăn Việt.

no	at PLACE	not have	OBJECT
Không,	ở lớp ở tiểu bang này	không có	sinh viên Việt Nam. thành phố lớn.

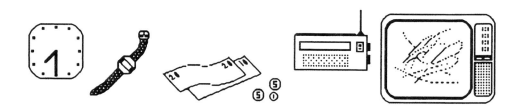

B 3   Note that, in a statement, **chưa** comes before the verb while **rồi** comes at the end of the sentence.

PERSON	have	OBJECT	or not yet
Anh Các chị Bà ấy Cô ấy	có	từ điển đồng hồ tiền chồng	chưa?

already/ not yet	PERSON	(not yet) have	OBJECT	already
Rồi, Chưa,	(tôi) (tôi)	có chưa có	(từ điển) (từ điển).	rồi. --

B 4   The word **đã** is often used with **chưa**, whether action or description is involved.

PERSON	already	STATE	or not yet
Cô Các anh Chị Ông bà nội	(đã) (có)	mệt đói no già	chưa?

PERSON	already	ACTION	or not yet
Anh ấy Chị Các cô	(đã)	đi làm hiểu ăn sáng	chưa?

yes	PERSON	already	STATE/ACT	already
Rồi,	chúng tôi tôi	(đã)	đói hiểu	rồi.

no	PERSON	not yet	STATE/ACT	
Chưa,	bà ấy tôi anh ấy	chưa	già. hiểu. đi (làm).	

Từ vựng

đã VERB	already VERB, Past
ông bà nội	paternal grandparents
đi làm	to go to work

B 5   Classifiers

Many things, especially objects, are classified according to what kind or shape of thing they are. If we want to talk about how many of a particular thing there are or any other definite specification, we have to use another noun, called a classifier, which states which category the object belongs to. For example, the most general classifier in Vietnamese is the one meaning 'thing'. To say 'the table' one says **cái bàn** 'thing table' and to say there are two tables or four TV sets or three dictionaries, that is, when speaking of tables or TV sets or dictionaries as discreet items, one says:

	có hai cái bàn	have two thing table
	có bốn cái ti-vi	have four thing TV
	có ba quyển/cuốn từ điển	have three volume dictionary
NOT	có hai bàn	have two table
	có bốn ti-vi	have four TV
	có ba từ điển	have three dictionary

General outline for classifier constructions when specifying definiteness:

QUALIFIER	CLASSIFIER	ITEM	MODIFIER
Number	- - -	- - -	đó/đấy
mấy			này
bao nhiêu			Adjective
nhiều, (một) vài			Possessor

nhiều	many
(một) vài	(a few), several

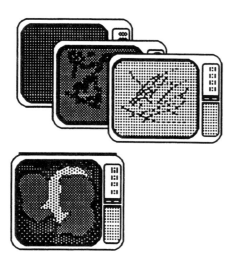
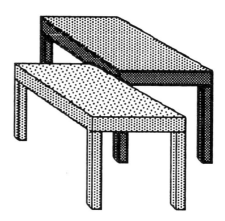

B 5.1

Here are some examples of some classes of things. Practice saying them.

CLSF	ITEM
quyển	từ điển
cuốn	sách
	sách học
	vở

Từ   vựng

sách	book
sách học	study text, textbook
vở	notebook, exercise book

CLSF	ITEM
cái	bút
	viết
	viết chì
	bàn
	ghế
	rađiô
	cửa
	cửa sổ
	nhà

cái	thing, General Classifier
bút [No]	pen
cái viết [So]	pen
bút/viết chì	pencil
bàn	table
ghế	chair
cửa sổ	window

CLSF	HUMAN
đứa	con
	con trai
	con gái
	em
	cháu

CLSF	PEOPLE
người	con trai/gái
	chồng/vợ
	đàn ông
	đàn bà
	bạn
	viên chức
ba người	viên chức

người con trai/gái	the grown son/daughter
người chồng/vợ	the husband/wife
đàn ông	men
đàn bà	women
người đàn ông	the man
người đàn bà	the woman
ba người viên chức	three public servants

Cái này là cái gì?

Có bao nhiêu quyển sách? Mấy quyển lớn và mấy quyển nhỏ?
Quyển *Đôi Bạn* có mới không? Có nhỏ không? Có mấy quyển vở?

Cái này là cái gì? Có mấy cái?
Mấy cái bút chì cũ?

Hai ông cháu đi chơi.
Ông nội có già lắm chưa?

Cái này là cái gì?

Anh ấy đi đâu đó?
Cái nhà anh ấy có nhỏ không?
Có mấy cái cửa và mấy cái cửa sổ ?

B 5.2

A classifier can occur with only a number and/or an adjective, that is, without the other noun, if the context makes it clear what thing the classifier refers to.

NUMBER	CLSF	ADJ
một	đứa	lớn
sáu		nhỏ
tám		bé
tám	cái	lớn
một	quyển	bé
sáu		nhỏ
bảy		mới
mười		cũ

Từ vựng

một đứa lớn	one big one (child)
bé	be small
mới	be new
cũ	be old (Of things)

B 6

PERSON	have	how many	CLSF	ITEM
Anh	có	mấy	đứa	con? con gái?
Cô ấy	có	mấy	quyển cuốn	từ điển? sách?
Họ	có	mấy bao nhiêu	cái	bàn? bút? nhà?
(Tôi) Cô ấy Họ	có	hai bốn một	đứa quyển cái	(con gái). (từ điển). (bàn).

B 7

PERSON	how many	years	already
Đứa con trai Đứa lớn Em	mấy bao nhiêu	tuổi	(rồi)?
(...)	tám	tuổi	(rồi).

PHẦN C: BÀI TẬP — Exercises

C 1   A ask B a question. Practice with full affirmative and negative answers.

THÍ DỤ
A:	Cô có từ điển Anh-Việt không?
B1:	(Dạ) có. Tôi có một quyển từ điển Anh-Việt.
B2:	(Dạ) không. Tôi không có từ điển Anh-Việt.

1. Chị có đồng hồ không?
2. Lớp đó có bàn không?
3. Chị anh có con không?
4. Họ có ti-vi không?
5. Anh có bạn ở đây không?
6. Vùng ấy có nhà không?

C 2   Using the questions in C 1, practice with **chưa** in place of **không**, remembering to use **rồi** in the affirmative answer. Then practice more questions with each other or writing your own, with both affirmative and negative answers.

THÍ DỤ
A:	Cô có từ điển Anh-Việt chưa?
B1:	(Dạ) rồi, tôi có từ điển Anh-Việt rồi.
B2:	(Dạ) chưa, tôi chưa có từ điển Anh-Việt.

C 3   Ask and answer the following questions, using some number and the correct classifier. Remember that you may omit the noun in your answer.

THÍ DỤ
A:	Chị có mấy quyển sách?
B:	Tôi có hai quyển (sách).

1. Cô có mấy cái bút?
2. Nhà anh có mấy cái cửa?
3. Lớp có mấy cái bàn?
4. Chị có mấy quyển vở?
5. Các anh có mấy quyển sách học?
6. Bà ấy có mấy đứa con?

C 4   Using the proper classifier, answer these questions with the given number and adjectives. Then practice with other questions and adjectives.

THÍ DỤ
| A: | Chị có mấy quyển từ điển? | (năm; lớn, nhỏ) |
| B: | Tôi có năm quyển, hai quyển lớn và ba quyển nhỏ. | |

1. Cô có mấy cái bút?   (ba;   mới, cũ)
2. Chị ấy có mấy đứa con?   (bốn; trai, gái)
3. Bà ấy có mấy đứa cháu?   (ba;   lớn, bé)
4. Anh Nam có mấy đứa em?   (năm; trai, gái)
5. Nhà anh có mấy cái bàn?   (ba;   mới, cũ)
6. Nhà chị có mấy cái ti-vi?   (hai; lớn, nhỏ)

C 5   Ask and answer these questions, using the numbers indicated.

THÍ DỤ
	đây, sinh viên	(20)
A:	Ở đây có bao nhiêu sinh viên?	
B:	Ở đây có hai mươi sinh viên.	

1. Seattle, tiệm ăn Việt   (khoảng 15)
2. lớp đó, cái bàn   (11)
3. Mỹ, tiểu bang   (50)
4. Việt Nam, thành phố lớn   (5, 6)
5. trường Phan Chu Trinh, giáo viên?   (khoảng 120)
6. Sàigòn, bệnh viện   (4)

Trai ba mươi tuổi còn xuân
Gái ba mươi tuổi đã toan về già

A man in his 30s is still in his youth (xuân = spring of the year),
A woman in her 30s is on the brink of old age.

C 6   Ask and answer these questions with **đã** and **chưa**, then practice with other questions.

THÍ DỤ

	làm bài Bảy
A:	Anh ấy đã làm bài Bảy chưa?
B1:	Rồi, anh ấy làm bài Bảy rồi.
B2:	Chưa, anh ấy chưa làm bài Bảy.

1. xem phim *Đông Dương*
2. đi làm
3. đi thăm ông Thành
4. bắt đầu học
5. khỏe
6. đói

C 7   Give Vietnamese equivalents to the following.

1. Do you have a textbook?

   Yes, I do.

2. How many notebooks do you have?

   I have three, two large ones and one small one.

3. In the economics class are there any student researchers?

   Yes, there are four.

   Are there any Japanese student researchers?

   No, there aren't any Japanese student researchers.

4. How many people are there in your family?

   There are six of us: my parents, my older sister, my older brother, myself and my younger brother.

5. Is your sister married yet?

   No, she's not married yet, but my brother is married already.

   How many children does he have?

   He has three: one boy and two girls.

   How old is the boy?

   Around 7 years old.

6. Where does your brother live?

   He lives with (với) (our) paternal grandparents, near the market, behind the bank.

C 8   Bài tập đọc

Đọc bài này rồi tập nói chuyện với nhau theo mẫu bài này. — Read this exercise, then practice conversing with each other following the model of the exercise.

Lan	Gia đình chị có mấy người?
Kim	Gia đình tôi có sáu người.
Lan	Sáu người là những ai?
Kim	Ông bà ngoại tôi, bố mẹ tôi, tôi và chồng tôi.
Lan	Chị chưa có con à?
Kim	Dạ chưa, tôi mới lập gia đình cách đây ba tháng.
Lan	Chị có anh chị em không?
Kim	Dạ có, nhưng họ ở riêng rồi.
Lan	Chị có mấy anh chị em?
Kim	Tôi có một anh trai, hai chị gái, ba em trai và bốn em gái.
Lan	Các em chị cũng có gia đình rồi à?
Kim	Dạ chưa, nhưng chúng nó ở với gia đình anh trai tôi, vì nhà anh ấy rộng và gần trường.

Từ   vựng

những ai	who (Plural)
lập	to establish
lập gia đình	get married
(có gia đình	be married)
cách đây	distant from here (Past)
riêng	separate(ly)
ở riêng	live apart/in (an)other house(s)
chúng nó	they (Familiar)*
với	with
rộng	be large, spacious

* **chúng nó** may be used when speaking of one's own (that is, inferior/younger) family members or in impolite reference to other inferior persons.

PHẦN D: TỰ KIỂM TRA — Self-Test

D 1   Fill in the blanks with the appropriate words from the list.

1. Chị có _____ quyển vở?   có

   Tôi có hai _____ .   em

2. Gia đình chị _____ mấy người?   gái

   Gia đình tôi có năm người: bố mẹ tôi, tôi,   gần

   một _____ trai và một em _____ .   gia đình

3. Chị Hoa có _____ chưa?   mấy

   Chị ấy có chồng _____ .   ông bà

4. _____ ngoại anh Thi ở đâu?   quyển

   Họ ở _____ nhà anh ấy.   rồi

D 2   Give Vietnamese equivalents. (Address all questions to the same person.)

1. How many people are there in your family?
   There are nine people in my family.

   Are you married yet?
   Yes, I'm married already.

   How many children do you have?
   I have three.

   How old is the son?
   Two years old.

2. How many textbooks do you have?   I have four.

   Do you have a dictionary?   Yes, I have. I have a new one.

   Do you have a notebook yet? No, not yet. I don't have a notebook yet.

   Did you go downtown yet?   No, I didn't go yet.
   Let's go this afternoon, all right?

3. Do you understand that lesson yet?
   Yes, I understand it already. That lesson is very interesting.

4. Do you live near the post office?
   No, I live behind the university, near the market.

D 3   Check your answers for D 1 and D 2, then write your own conversation.

PHẦN E: TỪ VỰNG BÀI TÁM
SUMMARY OF LESSON EIGHT VOCABULARY

By now you should have mastered all the patterns in Section B of Lesson 8, as well as the vocabulary outlined here.

Từ vựng

(một) vài	gia đình	lớn	có = to have	chưa
nhiều	bố mẹ / ba má	bé	có = there is	Rồi.
bao nhiêu	vợ	nhỏ	có ... chưa?	đã VERB
quyển / cuốn	chồng	mới	có rồi	
(quyển/cuốn) sách	anh chị em	cũ	chưa có	
(quyển) sách học	con	gần	đã ... chưa?	
(quyển) từ điển	đứa (con)	xa	đi làm	
(quyển) vở	cháu	tiện		
cái	trai	đằng sau		
(cái) đồng hồ	gái	trước mặt		
(cái) bút	ông bà = grandparents			
cái viết	(đứa) con trai			
(cái) bút/viết chì	(đứa) con gái	mấy tuổi (rồi)?		
(cái) bàn	ông bà nội	Chị có đồng hồ không?		
(cái) ghế	ông bà ngoại	Có, tôi có đồng hồ.		
(cái) rađiô	người con trai	Chị có mấy/bao nhiêu cái?		
(cái) ti-vi	người con gái	Tôi có hai/mười ba cái.		
(cái) cửa sổ	người chồng/vợ	(Ở phố) có hiệu ăn Việt không?		
chỗ	đàn ông	Gia đình có mấy người?		
tiền	đàn bà	Anh có gia đình/từ điển chưa?		
đồng	người đàn ông	Rồi. Có gia đình/từ điển rồi.		
tuổi	người đàn bà	Chưa. Chưa có gia đình/từ điển.		
	nghiên cứu sinh	Cô đã đói chưa? Rồi, đói lắm rồi.		
		Anh đã học bài chưa? Dạ, chưa học bài.		

Anh ấy đang ở đâu?   Đến đó để làm gì?

Chị ấy đi phố mua đồ.
Đi bằng gì?

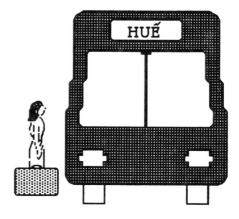

Và chị Ngọc sẽ đi đâu bằng xe đò?
Thế đi xe đò mất bao lâu?

BÀI CHÍN — LESSON NINE

PHẦN A: CÂU MẪU — Patterns

Đối thoại A 1

Anh Vũ và chị Uyên đang học ở một trường đại học ở Texas.

Vũ	Chị có muốn đi thư viện với tôi không?
Uyên	Không, tôi phải đi bưu điện bây giờ.
Vũ	Chị đi bưu điện (để) làm gì?
Uyên	Tôi muốn đi mua ít tem và phong bì. Thế anh đi thư viện hả?
Vũ	Vâng. Tôi đi (để) đọc báo. Ở nhà không có báo tiếng Việt nên tôi phải đi thư viện (để) đọc.

Từ   vựng

muốn	to want		(cái) tem	postage stamp
với	with		(cái) phong bì	envelope
phải VERB	to have to VERB		... hả	isn't that so? huh?
để VERB	in order to VERB		báo	newspaper
ít	a little, a few		nên	therefore
Chị đi bưu điện để làm gì?			What are you going to the post office for?	

Chị phải đi xe ô-tô buýt nào đến bưu điện Sàigòn?

125

Đối thoại A 2

Uyên	Anh đi lại thư viện bằng gì?
Vũ	Tôi đi bằng xe ô-tô.
	Còn chị đi bưu điện bằng gì?
Uyên	Bưu điện gần đây, không xa lắm, nên tôi đi bộ, mất năm phút thôi.

Từ vựng

lại PLACE	to come to PLACE
bằng	by means of
xe	vehicle
xe ô-tô [No], xe hơi [So]	automobile
đi bộ	to go by foot, walk
mất	to lose, spend
Anh đi lại thư viện bằng gì?	You're going to the library by what means?

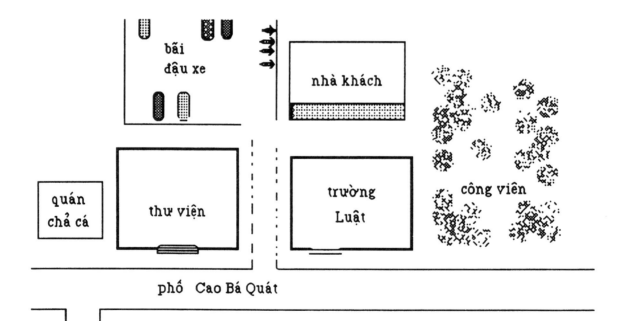

quán	shop, kiosk, restaurant
chả cá	grilled pieces of fish (Northern dish)

Nhà khách ở đâu? Và thư viện ở đâu?

Từ quán chả cá đến công viên đi thẳng, phải không?

Đối thoại A 3

Chị Anna mới đến Hà Nội và ở tại một nhà khách. Chị đi thuê một chiếc xe đạp để đi học. Bây giờ chị ấy muốn về nhà khách nhưng không biết đường đi. Chị hỏi một người.

Anna   Xin lỗi, anh có biết nhà khách ở đâu không?
Hòa   Dạ biết. Nhà khách ở gần trường Luật.
Anna   Đi thế nào, anh?
Hòa   Bằng xe đạp thì từ đây chị đi thẳng, đến phố Cao Bá Quát thì rẽ tay mặt. Trường Luật ở bên tay mặt thư viện và bên tay trái công viên. Nhà khách ở đằng sau trường Luật, và bên cạnh nhà khách có một bãi đậu xe.

Từ vựng

tại	in, at
nhà khách	guest house
thuê [No], mướn [So]	to hire, rent (from)
chiếc	Classifier for vehicle
đạp	to peddle
xe đạp	bicycle
đường	way, road
hỏi	to ask
trường Luật	Law School (General term)
(Trường Đại học Pháp lý	College of Law in Hanoi)
thì	(so) then
thẳng	be straight
rẽ [No], quẹo [So]	to turn
tay mặt/(tay) phải	on the right hand, to the right (of)
bên	side
tay trái	on the left hand, to the left (of)
công viên	public park
(bên) cạnh	beside, next to
đậu	to stop/park a vehicle
bãi đậu xe	parking space
không biết đường đi	do not know the way to go
có biết nhà khách ở đâu không?	Do you know where the guest house is?

PHẦN B: CHÚ THÍCH — Notes on Patterns

B 1
When it is clear from context or the time phrase whether the time stated is past or not, the time phrase may come before or after the rest of the sentence:

Tôi phải đi ngân hàng bây giờ.   I have to go to the bank now.

Tôi phải đến anh Nam tối nay.   I have to go to Nam's tonight.

Sometimes when present or future time is spoken at the end of the sentence, there is some emphasis on the time.

B 2
Note that these two charts have two-verb sentences, the first verb stating a mode.

PERSON	có	MODE	ACTIVITY	or not?
Chị	có	phải muốn cần thích định	đi bệnh viện mua báo mượn một bản đồ thành phố ăn nem Sàigòn thuê một chiếc xe máy	không?

PERSON	MODE	ACTIVITY	COMPLEMENT
Tôi	phải muốn cần thích định	đi bệnh viện Mai Hoa mua một tờ báo. mượn một bản đồ Đà Lạt. ăn nem Sàigòn thuê một chiếc xe máy	bây giờ. ở hiệu Quê Việt. tối mai.

Từ   vựng

tờ	Classifier for sheets of paper, newspapers
cần	to need to
mượn	to borrow
bản đồ	map
thích	to like to
nem ráng/nem Sàigòn [No]	Southern chả giò
định	to intend to
xe (gắn) máy	motorbike

B 3

These are two-verb sentences of a different sort. The second verb follows a complete sentence and states the purpose of the action expressed in that sentence. The use of 'in order to' is optional.

PERSON	go	PLACE	to	do what
Anh	đi	bưu điện	(để)	làm gì ?
		thư viện		
		chợ		
		phố		
		Ha-oai		
PERSON	go	PLACE	to	ACTIVITY
Tôi	đi	bưu điện	(để)	gửi thư.
		thư viện		nghiên cứu.
		chợ		mua đồ ăn.
		phố		mua (ít) đồ.
		Ha-oai		chơi thôi.

Từ   vựng

gửi [No], gởi [So]	to send
thư [No], thơ [So]	letter
đồ ăn	food
mua ít đồ	to buy a few things
Ha-oai	Hawaii

B 4

PERSON	ACTIVITY	WHEN	QUESTION WORD
Anh	đi phố	bây giờ	hả?
Chị	về nhà khách	chiều nay	à?
Các ông	ăn cơm	rồi	ạ?
Các anh	gặp anh Vinh	rồi	phải không?

yes
Dạ vâng.
Vâng (ạ).
Ừ.

Từ   vựng

... ạ?	(A little more polite than ... à?)
... ạ.	Yes, I'm hearing you. (Polite)
Ừ	Yes, yeah (I hear you). (Familiar)

Anh muốn sang Ý bằng gì?

Và định về Luân-đôn bằng gì?

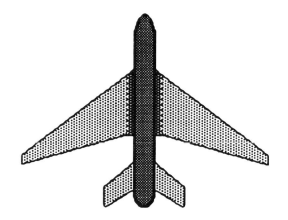

Anh chị ấy có mấy đứa con?
Gia đình đi đâu? – đi chợ? đi phố? đi thăm bố mẹ chị ấy?
Gia đình đi bằng gì?

B 5

PERSON	go	ACTION	PLACE	by what MEANS	
Anh	(đi)	lại	thư viện	bằng gì ?	
		đến	trường		
		về	Huế		
		sang	Úc		
		qua	Mỹ		
		tới	Mã-lai		
PERSON	go	ACTION	PLACE	by	MEANS
Tôi	(đi)	lại	thư viện	bằng	xe đạp.
		đến	trường		xe buýt.
		về	Huế		xe đò.
		sang	Úc		tàu thủy.
		qua	Mỹ		máy bay.
		tới	Mã-lai		thuyền.

PERSON	go	by	MEANS	ACTION	PLACE
Cô	đi	bằng	gì	đến	nhà · anh ấy?
Tôi	---	-----	đi bộ	đến	nhà anh ấy.
	đi	(bằng)	xe buýt	đến	trường.
	đi	(bằng)	xe đò	về	Huế.
	đi	(bằng)	tàu thủy	sang	Úc.
	đi	(bằng)	máy bay	qua	Mỹ.
	đi	(bằng)	thuyền	tới	Mã-lai.

sang	to go across to	tàu thủy	ship, steamer
qua	to go across to	máy	machine
tới	to arrive at, reach	máy bay	airplane
Mã-lai	Malaysia	thuyền	boat, junk, sampan
xe đò	interurban bus/coach	xe (ô-tô) buýt	bus, city bus

We cannot say '(đi) đến nhà anh ấy bằng bộ'. **Đi bộ** is a single expression for 'walk, go by foot', so is said only in the order shown in the second group and without **bằng**.

B 6

SENTENCE	therefore	SENTENCE
Ở nhà không có báo	nên	em phải đi thư viện đọc.
Tôi muốn mua đồ ăn		tôi đi chợ bây giờ.
Tôi cần mượn sách		tôi phải đi thư viện.
Tôi thích ăn chả giò		tôi đi tiệm ăn Việt.
Tôi không có xe hơi		tôi phải đi xe lửa.
Tôi không thích lạnh		tôi ghét mùa đông.

Từ vựng

xe lửa	train
ghét	to hate
mùa	season
mùa đông	winter

B 7

PERSON	is it that	know	QUESTION	or not
Chị	(có)	biết	nhà khách ở đâu	không?
			con gái chị muốn học gì	
			anh Lâm làm gì	
			bà Mary là người nước nào	
			bao giờ chị Anna về nhà khách	
			ai thích đi xem phim *Indochine*	

yes	ANSWER
Có/Biết.	Nhà khách ở gần trường Luật.
	Cháu muốn học làm bác sĩ.
	Bà ấy là người Canađa.
no	
Không (biết).	Tôi không biết anh ấy làm gì.
	Tôi không biết bao giờ chị ấy về.
	Tôi không biết ai thích đi.

Trai không vợ như ngựa không cương
Thuyền không lái như gái không chồng

A man without a wife is like a horse without reins,
A boat without an oar is like a woman without a husband.

PHẦN C: BÀI TẬP — Exercises

C 1   B answer A's question in full. Practice with affirmative then negative answers.

THÍ DỤ

A:	Cô có muốn đi xem phim bây giờ không?
B1:	(Dạ) có. Tôi muốn đi xem phim bây giờ.
B2:	(Dạ) không. Tôi không muốn đi xem phim bây giờ.

1. Anh có phải đi học chiều nay không?
2. Chị có thích chơi ten-nít (tennis) không?
3. Ông có định mua chiếc này không?
4. Anh ấy có cần đi bệnh viện bây giờ không?
5. Cô có muốn mượn cuốn đó không?
6. Chị có phải học bài thi này không?

C 2   Following the cue, A ask B a question and B answer. Then practice with other questions and answers.

THÍ DỤ

	muốn mượn gì (từ điển)
A:	Cô muốn mượn gì?
B:	Tôi muốn mượn từ điển.

1. thích học gì   (lịch sử)
2. định đi câu lạc bộ với ai   (với anh Giang)
3. muốn mua gì   (bản đồ thành phố)
4. cần mượn quyển nào   (quyển đó)
5. phải đi đâu   (về nhà khách)
6. định làm ở đâu   (ở Hải Phòng)

C 3   B listen to A's statement and ask A a question. Practice with other statements.

THÍ DỤ
A:	Tôi phải đi thư viện bây giờ. (mượn sách)
B:	Anh đi thư viện (để) làm gì?
A:	Tôi đi thư viện (để) mượn sách.

1. Tháng sau tôi đi Pháp.   (thăm gia đình)
2. Tôi muốn đi qua nhà cô Hương.   (gặp anh cô ấy)
3. Hôm qua ông Quang đến câu lạc bộ.   (uống bia)
4. Tuần tới tôi định về Nha Trang.   (thăm ông bà ngoại tôi)
5. Tôi đợi anh Trung lâu rồi.   (đi xem phim *Đôi Bạn*)
6. Cô Linda đang học tiếng Việt.   (nghiên cứu lịch sử Việt Nam)

C 4   Transform the sentence, replacing **vì** by **nên**.

THÍ DỤ
	Tôi phải đi thư viện đọc báo vì ở nhà không có báo.
A:	Ở nhà không có báo nên tôi phải đi thư viện đọc.

1. Hôm qua tôi không đi học vì tôi bị ốm.
2. Tôi phải đi chợ bây giờ vì tôi muốn mua ít đồ ăn.
3. Tối nay tôi định đi ngủ sớm vì mai tôi phải dậy sớm.
4. Tôi phải đi ngân hàng mượn tiền vì tôi muốn mua nhà.
5. Cô ấy thi giỏi vì cô ấy học rất giỏi.
6. Chị ấy đi nước ngoài (abroad) nhiều vì chị ấy làm ở Bộ Ngoại giao.

C 5   B ask a question from A's statement; A make up a short answer.

THÍ DỤ
A:	Tôi đến trường bằng xe đạp. (chị Năm, chợ)
B:	Thế chị Năm đến chợ bằng gì?

1. Bà Chi sang Mỹ bằng máy bay.   (anh Nam, Pháp)
2. Chị ấy về Qui Nhơn bằng xe đò.   (cô Kim, Hà Nội)
3. Dũng tới Mã-lai bằng thuyền.   (Châu, In-đô-nê-xi-a)
4. Ông ấy qua Hồng Kông bằng tàu thủy.   (bà ấy, Nông Pênh)
5. Tôi đi bưu điện bằng xe máy.   (chị ấy, ngân hàng)
6. Phương đi bộ đến thư viện.   (Lan, câu lạc bộ)

C 6   A ask if B knows something and B answer. Practice asking and answering affirmatively then negatively, making up affirmative answers.

THÍ DỤ

	anh Nam đi đâu
A:	Em có biết anh Nam đi đâu không?
B:	Biết. Anh ấy đi hiệu sách.
B:	Không biết. Em không biết anh ấy đi đâu.

1. ông Sáu nói tiếng Anh thế nào
2. chị chị đi làm bằng gì
3. cô Mai Lan sinh ở đâu
4. anh Thành gặp ông Smith để làm gì
5. bao giờ anh Sean đi Việt Nam nghiên cứu
6. mấy giờ phim bắt đầu

C 7   Give the Vietnamese equivalents.

1. Would you like to go to the bookshop?

   No, I have to go to the library to read newspapers.

   Why do you have to go to the library to read newspapers?

   I don't have French newspapers at home, so I have to go to the library to read them. And what are you going to the bookshop for?

   To buy a map of the city.

2. How are we going to the restaurant?

   You and I are going by car, but Pedro will walk, and Alicia will go by bike; as for Maria and Juan, they'll come by bus.

   Do you know where the Que Viet restaurant is?

   Yes. It's near the Science School, next to the car parking lot. We have to go to Mesa Street and turn left, then go straight until the parking lot. The restaurant is on the right side.

3. Sophie, are you going to the restaurant with us?

   No. This afternoon at four o'clock I'm taking the interurban bus across to Tijuana; so I'm not going to the restaurant.

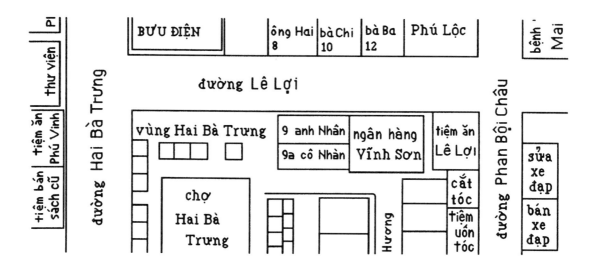

C 8   Bài tập đọc: Hỏi đường đi

Anh Sơn ở tiệm bán sách cũ ra. Anh ấy muốn đi cắt tóc. Anh ấy hỏi một người qua đường.

— Anh ơi, ở khu này có thợ cắt tóc không?
— Dạ có, có một tiệm cắt tóc ở đường Phan Bội Châu.
— Khổ quá! Tôi không có bản đồ. Thế anh chỉ tôi đường đi đến đó nhé.
— Đây này. Bây giờ anh ở đường Hai Bà Trưng. Anh đi về phía tay trái đến ngã ba thì quẹo phải. Anh đi theo đường Lê Lợi đến ngã tư thì quẹo phải vào đường Phan Bội Châu. Tiệm cắt tóc ở bên cạnh tiệm ăn; trước mặt có một tiệm sửa xe đạp. Anh nhớ không?
— À..., quẹo phải vào đường Lê Lợi, đi thẳng rồi quẹo phải vào đường Phan Bội Châu. Phải thế không, anh?
— Đúng rồi! Bằng xe đạp đi mất một hai phút thôi.
— May quá! Tôi cũng cần phải sửa chiếc xe đạp của tôi. Cám ơn anh nhiều nhé!

Từ vựng

ra	to go out	vào	into, onto
cắt tóc	to cut head hair	sửa	to repair
ơi	Say! Hey!	Anh nhớ không?	Will you remember?
khu	area, district	Phải thế không?	Is that right?
khổ quá!	How unfortunate!	đúng	be correct
chỉ	to show, point out	may	be lucky
đây này	here!	cần phải	to really need
(về) phía	(in the) direction	của	belonging to
ngã ba/tư	intersection where 3/4 streets meet	bán	to sell
theo	to follow along		

PHẦN D: TỰ KIỂM TRA — Self-Test

D 1 Fill in the blanks with the appropriate words from the list.

1. Cô có _____ ngân hàng _____ không?

   Biết, ở _____ nhà khách Phú Lộc,

   _____ có một bãi đậu xe.

2. Anh định về Hà Nội _____ _____ gì?

   Tôi _____ về thăm gia đình.

3. Chị định đi Hồng Kông _____ gì?

   Tôi định đi máy bay _____ Hồng Kông.

4. Hôm nay tôi mệt lắm _____ tôi không đi _____

   đến đó, tôi sẽ đi _____ xe buýt.

5. Đi thư viện, chị phải _____ ,

   rồi rẽ _____ .

6. Anh _____ gặp ông Green để làm gì?

   Tôi _____ nói chuyện với ông ấy.

bằng
bằng
bên cạnh
biết
bộ
cần
để
đến
đi thẳng
làm
muốn
nên
ở đâu
phải
tay trái
trước mặt

D 2 Give Vietnamese equivalents.
1. What are you going to the Department of Immigration for?
2. Why do you have to go to the hospital?
3. How did you get home last night?
4. I want to go to the book store to buy a map of Hanoi.
5. Sunday I'll fly to London, and on Monday I'll go to Liverpool by bus.
6. I decided to go to Vietnam next year; therefore, I need to learn Vietnamese.
7. Do you know when Alan is going to Vietnam?
8. I do not know the way to the guest house.
9. Do you know the way to the guest house?
10. I want to know what time he will be back.

D 3 After checking your answers to D 1 and D 2, write a conversation.

PHẦN E: TỪ VỰNG BÀI CHÍN

SUMMARY OF LESSON NINE VOCABULARY

By now you should have mastered all the patterns in Section B of Lesson 9, as well as the vocabulary outlined here.

Từ   vựng

ít	(chiếc) xe	để = in order to	hỏi	với
bản đồ	(") xe ô-tô / hơi	muốn (VERB)	ghét	tại
tem	(") xe đạp	thích (VERB)	thuê / mướn	bằng
phong bì	(") xe (ô-tô) buýt	cần (VERB)	mượn	nên
tờ	(") xe đò	phải VERB	gửi / gởi	thì
(tờ) báo	(") máy bay	định VERB	đi xe	... hả?
thư / thơ	(") tàu thủy	thẳng	đi bộ	... ạ?
đồ ăn	(") thuyền	tay trái	đi thẳng	... ạ.
chả cá	(") xe lửa	tay mặt	lại PLACE	ừ
nem Sàigòn	(") xe (gắn) máy	(tay) phải	qua	
mùa	quán	bên	sang	
mùa đông	nhà khách	bên phải	tới	
Ha-oai	công viên	bên cạnh	rẽ / quẹo	
Mã-lai	bãi đậu xe	đường = way	đi mua (ít) đồ	
máy	trường (đại học) luật		đạp	
			đậu	

mất bao lâu? mất vài phút thôi   mất

muốn đi thư viện bây giờ

đi thư viện (để) làm gì?

đi thư viện (để) đọc báo

không có báo nên phải đi thư viện (đọc)

Lại bưu điện bằng gì? Đi bộ lại bưu điện. Đi bưu điện bằng xe đạp.

có biết nhà khách ở đâu không?

BÀI MƯỜI — LESSON TEN

REVIEW EXERCISES: LESSONS 6 – 9

Ngày _____ tháng _____ năm _____

Bài tập 1 — Exercise 1

Listen carefully to each of these sentences, then write the correct diacritic marks over the main vowel of each word and add the marks to **đ, ơ,** and **ư.**

John   Chi di dau do, chi Sue?

Sue   Toi di den truong dai hoc Le Loi.

John   Chi lam gi o do the?

Sue   Toi hoc tieng Thai.

John   The a? O lop tieng Thai co nhieu sinh vien khong?

Sue   Khong nhieu lam, co khoang muoi bon sinh vien.

John   Va co bao nhieu giao su?

Sue   Co mot giao su nguoi Thai, mot giao su nguoi Viet

            va mot giao su nguoi Canada.

John   Giao su nguoi Canada noi tieng Thai co gioi khong?

Sue   Co, ong ay noi gioi lam.

John   Truong Le Loi co may thu vien?

Sue   Co bon, nam thu vien.

John   O thu vien co nhieu sach tieng Thai khong?

Sue   Co, o thu vien co nhieu sach tieng Thai lam.

Bài tập 2

Write in the proper classifier word. Then practice with each other, giving answers for the first six questions and asking and answering similar questions.

1. Anh có từ điển không?   Có.   Anh có mấy _____ ?
2. Bà có đồng hồ không?   Có.   Bà có mấy _____ ?
3. Chị có ti-vi không?   Có.   Chị có mấy _____ ?
4. Chị có vở không?   Có.   Chị có mấy _____ ?
5. Anh có bút không?   Có.   Anh có bao nhiêu _____ ?
6. Chị có con chưa?   Rồi.   Chị có mấy _____ ?

7. Nhà ấy có bao nhiêu _____ bàn?   Nhà ấy có hai _____ .
8. Và có bao nhiêu _____ ghế?   Dạ, (có) chín _____ .
9. Gia đình cô có bao nhiêu _____ ?   Gia đình tôi có bảy _____ .
10. Anh có bao nhiêu _____ sách tiếng Việt?
    Tôi có khoảng mười lăm _____ .

Bài tập 3   Dịch ra tiếng Việt

Write the Vietnamese equivalents for these English phrases, remembering to write the vowel and tone marks.

1.   what day (of the week)?   _____

2.   what time (in the past)?   _____

3.   today's lesson   _____

4.   an easy lesson   _____

5.   tasty phở   _____

6.   a new table   _____

7.   went to Hong Kong when?   _____

8.   going to Saigon when?   _____

9.   start early   _____

10.   explain the lesson   _____

11.   walk to school   _____

12. go by bike to the market   _____

13. want to borrow   _____

14. have to send   _____

15. need to buy some food   _____

16. like to go to town   _____

17. intend to go to the bookshop to buy new books _____

18. Let's go visit Miss Thu, all right? _____

19. She (Miss Thu) is a lot of fun.   _____

20. Is going to the restaurant fun?   _____

21. Was it fun? Was it difficult ?   _____

22. Has Nam come yet?   _____

23. No, he hasn't come yet.   _____

24. Yes, he's come already.   _____

25. What are you going to the club for? _____

26. How are you (Mrs.) going home?   _____

27. He (teacher) is going over to Japan by plane. _____

28. I came to the park by bus.   _____

29. go straight ahead   _____

30. get to Le Loi Street turn right   _____

31. She just went at 3:00.   _____

32. She didn't go until 3:00.   _____

33. She won't go until 3:00.   _____

34. I slept soundly last night.   _____

35. How long did you (Mr.) study English? _____

36. How long has he (anh) been working there? _____

37. How long will you do research?   _____

38. Her house is behind the bank near the park. _____

39. Did you (anh) go over to his (Mr.) house yet? _____

40. I don't know the way to his house. _____

41. Do you know the way to the guest house? _____

42. He went out (for fun) until late last night. _____

43. I don't have a newspaper; therefore, I have to go to the library to read one.

_____

Bài tập 4

Using a different sentence pattern, B say that B uses the same means of transportation to get to the same destination.

THÍ DỤ

A:	Cô ấy đến trường bằng xe đạp.
	Cô ấy đến trường bằng xe đạp.
	Còn chị, chị đến trường bằng gì?
B:	Tôi cũng đi xe đạp đến trường.

1. Anh Thu đi Mỹ bằng máy bay.
2. Bà ấy định sang Phú Quốc bằng tàu thủy.
3. Tôi định về Bắc Ninh bằng xe đò.
4. Cô Cúc sẽ tới Qui Nhơn bằng xe lửa.
5. Tôi đến câu lạc bộ bằng xe đạp.
6. Họ sẽ đi ngân hàng bằng xe ô-tô.

Bài tập 5

Oanh and Sam both live in Dallas, Texas; Sam speaks Vietnamese and French. They meet on the streeet. Listen to their conversation and write in what you hear. Then answer the questions below.

Oanh   Anh _____ _____ _____ giỏi lắm. Anh học _____ _____ vậy?

Sam   _____ _____ _____ _____ trường đại học này.

Oanh   Anh _____ _____ _____ rồi?

Sam   Tôi học _____ _____ _____ _____ .

Oanh   Thế à! Anh học _____ _____ nhưng _____ _____ thế!

Sam   Cám ơn chị. Tôi _____ _____ _____ .

        À này (Say!), chị _____ Dallas được _____ _____ rồi?

Oanh   Tôi _____ _____ được _____ _____ _____ .

Sam   Trước, _____ _____ _____ ?

Oanh   Tôi _____ Toronto được _____ _____ .

Sam   Chị _____ _____ _____ à?

Oanh   Không, tôi _____ _____ _____ .

Sam   Chị ở _____ _____ _____ ?

Oanh   Tôi ở Marseille _____ _____ _____ , sau đó _____ Pari.

Sam   Chị ở Pari _____ _____ không?

Oanh   Không, tôi ở _____ _____ _____ , rồi _____ _____ Toronto.

Sam   Chị có _____ _____ _____ ?

Oanh   _____ , tôi có _____ và hai _____ _____ , một _____

        _____ ba _____ , một _____ _____ hai _____ .

1. Oanh là người Việt sinh ở nước nào?   6. Oanh có mấy đứa con?
2. Bây giờ Oanh ở đâu?   7. Hai đứa sinh ở đâu?
3. Sam học tiếng Pháp được bao lâu rồi?   8. Oanh ở Pari bao lâu?
4. Sam học ở trường đại học, phải không?   9. Và ở Toronto bao lâu?
5. Sam nói tiếng Pháp có giỏi không?   10. Thế chị Oanh bao nhiêu tuổi?

Bài tập 6

Robert and Mary study Vietnamese together. Fill in their conversation.

Robert   Chào chị Mary, chị đi _____ đấy?

Mary   Tôi đi bưu điện. Còn anh _____ _____ _____ ?

Robert   Tôi đi _____ ngân hàng. Trưa hôm qua các sinh viên và giáo viên
lớp _____ Việt đi _____ cơm Việt. Sao chị không _____ ?

Mary   Hôm qua tôi _____ _____ vì tôi bị ốm.
Hôm qua _____ vui _____ , anh?

Robert   Ồ, vui _____ .

Mary   Hôm qua các anh chị đi ăn tiệm _____ ?

Robert   _____ _____ đi ăn ở tiệm Quê-Việt.

Mary   Các anh chị ăn _____ ?

Robert   _____ _____ ăn phở và chả giò.

Mary   Phở _____ ngon _____ ?

Robert   Phở ngon _____ , chả giò _____ ngon lắm.

Mary   Và các anh chị uống _____ ?

Robert   _____ _____ uống trà Việt Nam.

Mary   Ở tiệm ăn các _____ _____ nói _____ Anh hay (or) _____ Việt?

Robert   Chúng tôi nói _____ Anh. Nhưng chúng tôi cũng
_____ _____ Việt.

Mary   Hôm qua các _____ _____ đi ăn lúc _____ _____ ?

Robert   Lúc khoảng _____ _____ giờ rưỡi.

Mary   _____ giờ mới về?

Robert   Khoảng ba rưỡi chúng tôi _____ _____ .

Mary   Tuần _____ lớp chúng ta đi ăn ở tiệm Kim Phương nhé!

Robert   Tiệm Kim Phương có _____ không?

Mary   _____ xa, thế chúng ta sẽ đi _____ _____ ?

Robert   _____ xe đạp vậy.

Bài tập 7

Read the text and do the comprehension test below, then make up questions about the story to ask classmates.

Ken là sinh viên trường Đại học Tổng hợp Ha-oai. Anh đang học tiếng In-đô-nê-xi-a trong chương trình Đông Nam Á. Tháng trước anh vừa mới đi Jakarta. Anh rất thân với Margaret. Margaret là tùy viên văn hoá của sứ quán Mỹ ở Jakarta.

Ken nói tiếng In-đô-nê-xi-a không giỏi lắm vì anh vừa mới học được có bảy tháng thôi. Nhưng Margaret nói tiếng In-đô-nê-xi-a rất giỏi. Chị học tiếng In-đô-nê-xi-a ba năm ở Ha-oai, rồi học sáu tháng ở trường Đại học Tổng hợp Jakarta.

Hôm qua họ vừa mới đi chơi Bali. Bali rất đẹp. Đó là một thắng cảnh độc đáo của In-đô-nê-xi-a. Khách du lịch ngoại quốc thường thích đi thăm Bali khi họ đến In-đô-nê-xi-a. Ken và Margaret sẽ ở Bali một tuần. Tuần sau họ mới về Jakarta.

Tháng sau Ken sẽ về Mỹ, nhưng tháng mười một năm tới Margaret mới về.

Từ vựng

trường đại học tổng hợp	university (synthesized tertiary school)		
trong	in, within	sứ quán	embassy
chương trình	program	rồi ...	and then ...
Đông Nam Á	Southeast Asia	thắng cảnh	scenic spot
thân với	closely acquainted with	độc đáo	unique
tùy viên văn hóa	cultural attaché	khách du lịch	visitor, traveler
của	belonging to	ngoại quốc	foreign
		khi	when(ever)

1. Ken học tiếng In-đô-nê-xi-a ở Jakarta bảy tháng.   YES____ NO____

2. Margaret học tiếng In-đô-nê-xi-a ở Ha-oai sáu tháng.   YES____ NO____

3. Ken nói tiếng In-đô-nê-xi-a không giỏi lắm.   YES____ NO____

4. Margaret làm ở sứ quán In-đô-nê-xi-a ở Mỹ.   YES____ NO____

5. Ken và Margaret ở chơi Bali một tuần.   YES____ NO____

6. Tháng mười một năm tới Margaret sẽ về Mỹ.   YES____ NO____

Bài tập 8

Read the text and do the comprehension test following. Ignore the underlining in the text for the time being.

Gia đình tôi có <u>tám người</u>: ba má tôi, một anh trai, một chị gái, tôi, hai em trai và một em gái.

<u>Ba tôi</u> là thợ máy, ông làm việc ở một xưởng chế tạo xe hơi. Mẹ tôi là y tá. Hai người sống và làm việc ở thành phố Cleveland. Anh trai tôi <u>là bác sĩ</u>. Anh ấy <u>có vợ rồi</u>. Hai vợ chồng làm việc ở thành phố <u>Philadelphia.</u> Anh chị ấy có <u>hai đứa con</u>: một trai, một gái. <u>Chị tôi</u> làm luật sư. Chị ấy cũng có chồng rồi. Chồng chị ấy làm việc ở Bộ <u>Ngoại giao.</u> Hiện nay hai vợ chồng và ba đứa con đang ở <u>Việt Nam.</u>

Tôi đang học <u>nghiên cứu châu Á</u> ở trường Đại học Tổng hợp Ohio State, ở <u>Columbus.</u> Tôi học tiếng Việt <u>năm thứ hai.</u> Tôi <u>chưa có gia đình.</u>

Các em trai, em gái của tôi còn đi học và ở cùng một nhà với <u>ba má tôi</u> ở Cleveland. <u>Em gái tôi</u> có nhiều bạn Việt Nam cùng học một trường nên <u>nó</u> cũng biết nói tiếng Việt.

<u>Những ngày nghỉ,</u> các anh chị tôi và tôi thường về <u>Cleveland</u> thăm ba má và các em tôi.

Từ vựng

thợ máy	mechanic
xưởng chế tạo	factory
hiện nay	at the present time
nghiên cứu châu Á	Asian studies
còn VERB	still, continue to VERB
cùng	together (with)
ở cùng một nhà	together in the same house
nó	she/he (Inferior)
những	Plural
ngày nghỉ	holiday
những ngày nghỉ	during the holidays

No nên bụt, đói nên ma

A full stomach makes a man a Buddha, an empty stomach makes him a ghost.

1. Tôi có hai anh trai và một em gái.   YES____ NO____

2. Ba tôi làm ở xưởng chế tạo xe hơi ở Philadelphia.   YES____ NO____

3. Anh trai tôi là bác sĩ ở Philadelphia.   YES____ NO____

4. Chồng chị tôi là viên chức ở Bộ Ngoại giao.   YES____ NO____

5. Em gái tôi biết nói tiếng Việt.   YES____ NO____

6. Chúng tôi thường đi Philadelphia.   YES____ NO____

7. Tôi là người Mỹ.   YES____ NO____

Bài tập 9

Study the reading in Exercise 8 once again. Find the underlined words or phrases. Give questions for which each underlined word or phrase is an answer. Take the 'tôi' to be Cô Lee.

THÍ DỤ:
	Gia đình tôi có tám người.
Q:	Gia đình cô Lee có mấy người?
A:	Gia đình cô ấy có tám người.

Bài tập 10

Hold a conversation with each other, using these guidelines. (Ask your teacher to make separate cards for Student 1 and Student 2 for listening practice.)

S1   Ask S2 if S2 went to school yesterday/last Monday/....

S2   Say that you did, and ask why S1 didn't.

S1   Explain that you were sick, and ask what lesson did the class have on that day.

S2   Answer. Or you may want to check the date of that day with S1 before telling S1 about the lesson.

S1   Ask if that lesson is easy/difficult.

S2   Say that it is not very difficult.

S1   Ask if the teacher explained the lesson.

S2   Say not yet, the teacher will explain the lesson tomorrow.

Bài tập 11

John and George meet Nga, a Vietnamese girl, on the street. Nga is John's friend.

John	A! Chào cô Nga, cô đi đâu đó?
Nga	Chào anh John. Tôi đi bưu điện. Còn hai anh đi đâu đó?
John	À, xin lỗi, đây là George, bạn tôi. Chúng tôi cũng đi bưu điện bây giờ.
Nga	Thế à? *(to George)* Hello, George. How do you do?
George	*(in Vietnamese)* Dạ, chào chị Nga.
Nga	*(surprised)* Ồ? Anh George cũng biết nói tiếng Việt à! Anh học ở đâu vậy?
George	*(quietly asks John in English)* What did she say?
John	She said you know how to speak Vietnamese too. Where did you learn it?
George	Ah! ... Tôi ... học ... nó ... ở ... *(to John quietly)* What is the word for school?
John	Trường.
George	Ah! Tôi ... học ... nó ... ở USC trường.
Nga	USC là trường gì, anh?
George	*(looks at John)*
John	USC là trường đại học ở Los Angeles.
Nga	Thế à? Tiếng Việt khó hay dễ, anh George?
George	*(gesturing that it is difficult)* Tiếng Việt là ... very, very ... dễ, is it? Oh, no, no ... it is very, very ... khó.

Từ   vựng

quá	very very
nó	it
hay	or

Can you find the four places where George's Vietnamese is more like English than Vietnamese?
How should he say it?

1. _____

2. _____

3. _____

4. _____

Hold more conversations with each other, using the guidelines given in these three exercises. (Make separate cards for Student 1 and Student 2 for listening practice.) Then improvise conversations, using cards only for suggestions.

Bài tập 12

S1	Ask why did S2 come to the class so late today.
S2	Reply that you got up late, and you felt a bit tired.
S1	Ask if S2 is sick.
S2	Reply that you are not sick, you just feel tired.
S1	Ask what did S2 do last night, and if S2 went to bed early.
S2	Reply that last night you studied late into the night, and didn't go to bed until 1:00 am.

Bài tập 13

S1	Ask if S2 has just arrived in (the country where you live).
S2	Reply that you've been here for a long time already.
S1	You want to know how long.
S2	Tell S1 that you've been in (this country) for about 10 years. Then ask about the duration of S1's stay in (this country).
S1	Tell S2 that you were born in (another town in this country).
S2	Express your slight surprise, then ask in that case when did S1 come to (this town).
S1	Give an answer.

Bài tập 14

S1	Ask S2 how S2 goes to school.
S2	Say that you go (to school) by bike and return the question to S1.
S1	Say that you walk because your house isn't far from the school. Say that from your house you go straight, then turn right and then left. Ask S2 where S2 lives.
S2	Say that your house is far from the school, that it's near the New Spring (Tân Xuân) public park, behind the market, and opposite the Tan Xuan restaurant.

Bài tập 15

Help Minh and Jenny talk to each other. Since this is not a formal interpreter situation, you should be more informal. That is, instead of repeating word for word as in 'I've been in San Diego ...', you would speak more naturally to Jenny, saying, 'He's been in San Diego ...'.

Minh	Chào chị.
You	Minh says . . .
Jenny	Hello, Minh. You're Vietnamese, aren't you?
You	. . .
Minh	Dạ vâng, tôi là người Việt.
You	. . .
Jenny	How long have you been in San Diego?
You	. . .
Minh	Dạ, tôi ở San Diego gần (be near) ba tháng rồi.
You	. . .
Jenny	Really? What day did you come to San Diego?
You	. . .
Minh	Dạ, tôi đến ngày mười lăm tháng giêng.
You	. . .
Minh	Còn chị, chị là người San Diego à?
You	. . .
Jenny	I live in San Diego now, but I lived in Chicago before.
You	. . .
Minh	Chị đến San Diego hồi nào?
You	. . .
Jenny	I just came last month.
You	. . .
Minh	Chị là sinh viên, phải không?
You	. . .
Jenny	Yes, I'm a student.
You	. . .

Now make your own three-way conversation.

Bài tập 16

You're an interpreter at an interview. Mrs. Inglis is the interviewer, and Viet is the interviewee. This is a more formal interview than the one in Exercise 15.

Mrs. Inglis	This is Mr./Ms. Smith, the interpreter, and ... excuse me, what's your name?
You	Tôi là Smith, là ... người ... dịch. Còn ... xin lỗi, tên anh là gì? (You don't know the word for 'interpreter', but 'người dịch' will do.)
Việt	Dạ, tên tôi là Việt.
You	. . .
Mrs. Inglis	How do you spell 'Viet'?
You	Chữ 'Việt' ... viết thế nào?
Việt	Dạ, vê, i, ê, tê, dấu nặng.
You	. . . (Of course Mrs. Inglis would not use the 'dấu nặng'.)
Mrs. Inglis	When did you come to America?
You	. . .
Việt	Dạ, tôi đến Mỹ ngày 17-11-1987.
You	. . .
Mrs. Inglis	What's your present address?
You	. . .
Việt	Dạ, bây giờ tôi ở số 21 phố King, Richmond.
You	. . .
Mrs. Inglis	Where do you work now?
You	. . .
Việt	Dạ, tôi thất nghiệp.
You	(don't know that last word, ask Viet) Xin lỗi, 'thất nghiệp' là gì?
Việt	Dạ, 'thất nghiệp' là không có việc làm.
You	. . .
Mrs. Inglis	Thank you, we'll be in touch.
You	. . . (Hint: Do you remember the word for 'to meet, to see'; 'after, later' is 'sau'.)

Bài tập 17

Reread Exercise 5.

Write in Vietnamese about Oanh, making up facts about her husband and children and why they came to Texas.

Bài tập 18

Write a few lines about your family.

Bài tập 19

Write a few lines about your usual means of transport to school/work. Write about your preferred means of transport when you go somewhere on a holiday or on vacation.

Bài tập 20

Describe where your house is located and the route you take from there to the shopping center, to school, to any other place you like to go. (Feel free to invent!)

Nhứt sĩ nhì nông
Hết gạo chạy rông, nhứt nông nhì sĩ

Scholars come first, farmers come second,
but when the rice bag is empty,
the farmer comes first and the scholar comes second.

Anh đọc báo tiếng Việt được không?

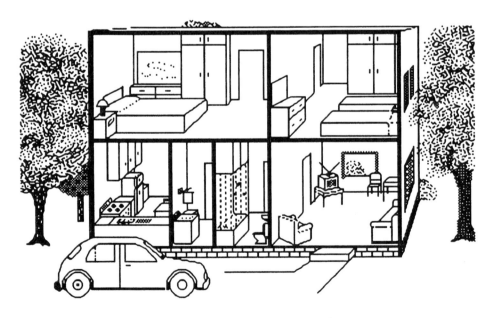

Cái nhà này có phòng giặt không? Phòng giặt ở đâu?
Và có phòng ngủ không? Có mấy phòng ngủ? Phòng ngủ ở đâu?
Họ có xe không? Họ có ti-vi không? Ti-vi ở đâu?
Họ để xe ở đâu?

BÀI MƯỜI MỘT — LESSON ELEVEN

PHẦN A: CÂU MẪU — Patterns

Đối thoại A 1

Phu is from Vietnam. He has lived in Perth for two years.

Chris	Anh thấy Perth thế nào?
Phú	Perth đẹp và yên tĩnh lắm.
Chris	Anh có nhà ở Perth không?
Phú	Có.
Chris	Nhà anh như thế nào?
Phú	Nhà tôi không lớn lắm. Dưới nhà có một phòng khách, một phòng tắm, một phòng giặt, một phòng bếp. Trên gác có hai phòng ngủ. Trước nhà có một chỗ để xe. Sau nhà có một cái vườn nhỏ và xung quanh nhà có nhiều cây.

Từ vựng

thấy	perceive, see, feel
yên tĩnh	tranquil
như	(be) as, like
dưới; dưới nhà	below; ground floor
phòng, buồng [No only]	room
khách	guest
phòng khách	living room, front/lounge room
tắm	to bathe
giặt	to wash clothes
bếp	kitchen
trên	above, on top
(trên) gác	upstairs
trước PLACE	in front of PLACE
để	to put, place, leave SOMETHING
sau PLACE	behind, in back of PLACE
vườn	garden, yard
xung quanh	(area) around
cây	tree
Anh thấy Perth thế nào?	What do you think of Perth?
Nhà anh như thế nào?	What is your house like?

153

Đối thoại A 2 (Ở nhà khách trường đại học Bách Khoa.)

Sinh viên nước ngoài   Tôi cần thuê một căn phòng.

Anh phục vụ   Anh muốn một căn có phòng tắm riêng hay phòng tắm chung?

Sinh viên   Tôi thích có phòng tắm riêng. Như thế thì tiền phòng bao nhiêu một ngày, anh?

Anh phục vụ   Dạ, bảy đồng Mỹ một ngày.

Sinh viên   Được, tôi sẽ lấy căn phòng ấy.

Anh phục vụ   Phòng anh ở tầng thứ ba. Dưới nhà chúng tôi có phòng ăn uống, buổi trưa mở cửa từ 12 giờ đến 2 giờ, buổi chiều từ 5 rưỡi đến 7 giờ.

Từ vựng

bách khoa	polytechnic school	hay	or
trg đ.h. Bách Khoa	the Polytechnic Inst.	chung	together, in common
ngoài	outside	như thế (thì)	in that case (then ...)
nước ngoài	abroad, foreign	như vậy (thì)	in that case (then ...)
căn	Clsf: house, apt, room	Được.	It's alright. That's fine.
người phục vụ	server, attendant, and so on	lấy	to take
riêng	be separate, private	tầng	floor, above ground floor

Đối thoại A 3

John and his friends study Vietnamese in southern Los Angeles.

John   Tuần này chúng ta đi Little Saigon nhé. Các chị đi được không?

Nan   Được, tôi đi được.

John   Còn chị Sue và chị Alice, thế nào, đi được không?

Sue   Tôi đi được, nhưng chị Alice không đi được.

John   Bao giờ hai chị đi được?

Nan(to Sue)   Thứ bảy chị đi được không?

Sue   Được, thứ bảy đi được.

Nan   Còn anh John, thứ bảy đi được không?

John   Được lắm. Bảy rưỡi sáng chúng ta đi nhé.

Từ vựng

được	be able, yes I can
đi được	can go
được không?	Is it possible?
đi được không?	Can you go?
không đi được	cannot go

PHẦN B: CHÚ THÍCH — Notes on Patterns

B 1

at	RELATIVE LOCATION	PLACE	have	OBJECT
(Ở)	dưới	nhà	có	một phòng khách.
	trên	bàn		mười tờ giấy.
	trong	lớp đó		sáu cái bàn và mười tám cái ghế.
	ngoài	sân		một chiếc xe mới.

giấy, tờ giấy	paper, sheets of paper
trong	inside
sân	yard
ngoài sân	out in the yard

Notice that **trong** 'inside' and **ở** 'at,in,on' are not always interchangeable:

Trong nhà có nhiều cái bàn.	In (my/the) house there are many tables.
Ở nhà có nhiều cái bàn.	At/In (my) home there are many tables.
Ở nhà có nhiều cây.	At (my) house there are many trees.

B 2

you find	OBJECT	as	how
(Chị thấy)	nhà Kim	(như)	thế nào?
(Anh thấy)	Đà Nẵng		
(Anh thấy)	bài này		
(Cô thấy)	quyển này		
(Bà thấy)	phim đó		

I find	OBJECT	not	ADJECTIVE	very
(Tôi thấy)	nhà Kim	(không)	lớn	lắm.
	Đà Nẵng		yên tĩnh	
	bài này		khó	
	quyển này		cũ	
	phim đó		hay	

B 3

CONDITION	như thế thì	CONSEQUENCE
Tôi thích có phòng tắm riêng.		
	Như thế thì	tiền phòng bao nhiêu một ngày?
Sáng mai chúng ta đi Little Saigon,		
	như thế thì	chúng ta phải dậy sớm.
Sinh viên nước ngoài có ít tiền,		
	như thế thì	phải đi ở nhà khách trường đại học.
Chị muốn gặp ông Giám đốc à?		
	Như thế thì	chị phải đợi vài phút vì ông ấy đang bận.
Viện Xã hội học không xa lắm,		
	như thế thì	tôi đi bộ đến đó được.

Từ vựng

(ông/bà) Giám đốc	(Mr./Mrs.) director
xã hội	society
xã hội học	sociology
Viện Xã hội học	Institute of Sociology

B 4

The use of **được** 'be possible' can mean ability, or it can mean willingness or agreement. When unwilling to do something, it is polite to imply inability, using **không được** rather than **không muốn**.

PERSON	ACT	able	or not
Anh	đi với tôi	được	không?
Các chị	đợi vài phút		
Anh chị	đi mua đồ bây giờ		
	hát những bài này		
	đọc báo tiếng Anh		
	đi ra phố		
	giặt quần áo		

những	Plural for specific entities
đi ra phố	to go out to town
quần	trousers, (long) pants
áo	blouse, shirt, jacket
quần áo	clothes

yes	PERSON	ACT	able
(Dạ) được,	tôi chúng tôi hai chúng tôi	đi đợi đi mua đồ bây giờ hát (những bài này) đọc (báo tiếng Anh) đi ra phố giặt (quần áo)	được.

no	PERSON	not	ACT	able
Không (được),	tôi chúng tôi 2 chúng tôi	không	đi đợi đi mua đồ bây giờ hát (những bài này) đọc báo tiếng Anh đi ra phố giặt quần áo	được.

hai chúng tôi   both of us

Anh ấy đi chơi được không?   Tại sao anh ấy không đi chơi được?

Trên bàn có mấy quyển sách?   Và trong phòng có mấy con mèo?

PHẦN C: BÀI TẬP — Exercises

C 1   Ask and answer these questions, following the example.

THÍ DỤ
A:	Trên bàn có gì?	(hai cuốn vở)
B:	Trên bàn có hai cuốn vở.	

1. Dưới nhà có gì?   (một phòng tắm)
2. Trước mặt bưu điện có gì?   (một ngân hàng)
3. Ngoài sân có gì?   (hai chiếc xe đạp)
4. Xung quanh chợ có gì?   (một bãi đậu xe)
5. Trong vườn có gì?   (nhiều cây)
6. Sau thư viện có gì?   (một hiệu ăn)

C 2   A ask a question; B answer in the negative, using the cue adjective.

THÍ DỤ
A:	Nhà chị (như) thế nào?	(lớn)
B:	Nhà tôi không lớn lắm.	

1. Phim đó như thế nào?   (hay)
2. Quyển này thế nào?   (mới)
3. Thành phố này như thế nào?   (đẹp)
4. Gia đình anh ấy thế nào?   (giàu)
5. Cô ấy thế nào?   (trẻ)
6. Vùng ấy như thế nào?   (nóng)

C 3   Ask each other about the items listed and make up answers.

THÍ DỤ
	phim *Indochine*
A:	Chị thấy phim *Indochine* thế nào?

1. quyển *Lịch sử Việt Nam*
2. căn phòng này
3. Bangkok
4. cuốn từ điển Anh-Việt này
5. tiếng Việt
6. nem Sàigòn

C 4   Connect the correct letter to each number with **như thế thì**.

1. Ông ấy nghèo lắm   A cô nên đi Little Sàigòn mua.
2. Ở đó có trường dạy y khoa   B chúng ta phải đi bây giờ.
3. Sách ở đây đắt lắm   C tôi chưa mua xe hơi được.
4. Ông Giám đốc rất bận   D họ sẽ mua một căn nhà.
5. Nhà anh ấy rất xa   E anh không nên đến nhà ông ấy ở.
6. Bố tôi không có nhiều tiền   F họ phải làm việc nhiều.
7. Ngân hàng cho (allow) mượn tiền   G em đi tiểu bang ấy học đi.
8. Muốn có nhiều tiền   H sáng mai chị nên đến đây sớm.

C 5   A ask B and C in turn each question. B answer affirmatively, C negatively, giving full answers.

THÍ DỤ
A:	Chị đọc bài này được không?
B:	Được, tôi đọc (bài này) được.
C:	Không được, tôi không đọc (bài này) được.

1. Cô làm bài mười được không?
2. Ông nói tiếng Việt được không?
3. Chiều nay anh đi với tôi được không?
4. Chúng ta đi bằng xe đạp được không?
5. Tôi gặp ông Thanh bây giờ, được không?
6. Bảy giờ anh đến tôi được không?

C 6   Ask each other questions following the cues. Practice with affirmative and negative answers. For the negative answer, give a short answer and make up a reason for replying in the negative.

THÍ DỤ
	đọc bài này
A:	Chị đọc bài này được không?
B:	Được, tôi đọc (bài này) được.
C:	Không được, vì bài này khó lắm.

1. đi mua đồ với tôi
2. đọc sách tiếng Việt
3. mua cái quần đó
4. thuê một chiếc xe đạp
5. đậu xe đằng sau bưu điện
6. giặt quần áo bây giờ

C 7   Give the Vietnamese equivalents:

1. What is your house like? Is it big?
    Not very big. My house has two bedrooms and one bathroom.
    Is your house pretty?
    Yes, it's very pretty because there are many trees around it and behind there's a small and pretty garden.

2. I want a room with a private bathroom. Like so, how much a day is a room?
    It's eight U.S. dollars a day.
    Does the guest house have a diningroom?
    Yes. It's open from 5:00 to 7:00 in the evening.

3. Bob — Let's go to the park tomorrow. Can you go, Sue?
    Sue — Yes, I can.
    Bob — How about Joe and Nancy, can you go?
    Joe — I can go, but Nancy can't go.
    Bob — Oh Sue, can you make (some) spring rolls to bring along (đem theo)?
    Sue — Yes, I can.

C 8   Bài tập đọc

Practice this conversation, then hold similar conversations with each other.

Alex   Năm tới chị định đi đâu chơi?

Jill   Tôi định đi Việt Nam.

Alex   Sao chị không đi châu Âu?

Jill   Tôi không có đủ tiền nên chưa đi châu Âu được.

Alex   Chị định đi Việt Nam bằng gì?

Jill   Tôi sẽ đi máy bay sang Băng Cốc rồi qua Sàigòn. Tôi chưa biết từ Sàigòn tôi sẽ đi Hà Nội bằng gì. Theo anh, tôi nên đi bằng xe lửa hay xe đò?

Alex   Từ Sàigòn đến Hà Nội xa lắm, đi xe đò rất mệt. Theo tôi chị nên đi bằng xe lửa.

Jill   Ừ, có lẽ tôi sẽ đi xe lửa đến Huế, rồi từ Huế tôi sẽ đi Hà Nội bằng xe đò.

Alex   Chị định ở Huế bao lâu?

Jill   Tôi định ở đó hai ngày thôi.

Alex   Theo tôi, chị nên ở đó ít nhất là một tuần. Huế là một kinh đô cũ của Việt Nam. Những vị vua cuối cùng của Việt Nam đã sống ở đó. Hiện nay còn lại khá nhiều lăng tẩm và di tích của những cung điện và thành xưa. (At present there are still quite a few tombs and the vestiges of some palaces and an ancient citadel.)
        Chị nên ở nhà khách trường đại học vì rẻ lắm.

Từ vựng

châu Âu	Europe
đủ	be enough
rồi ...	and then ...
theo anh/tôi	according to you/me
có lẽ	perhaps
ít nhất (là)	at least, at the least
kinh đô	capital
cuối cùng	final, the last of
những vị vua cuối cùng của VN	the last kings of Vietnam
Năm tới chị định đi đâu chơi?	Where are you going on vacation next year?

C 9   Bài tập đọc số 2

Đọc bài này rồi tập nói chuyện với nhau theo mẫu bài này. — Read this exercise then practice conversing with each other following the model of the exercise.

Ánh	Chị ở Hà Nội được bao lâu rồi?
Bev	Tôi mới đến được ba tuần thôi.
Ánh	Chị thấy Hà Nội thế nào?
Bev	Hà Nội là một thành phố nhỏ và cũ, nhưng có nhiều di tích lịch sử và cảnh đẹp.
Ánh	Chị đã đi những đâu rồi?
Bev	Tôi mới đến đền Ngọc Sơn và hồ Hoàn Kiếm thôi. Ở Hà Nội có bao nhiêu đền và chùa, anh?
Ánh	Ồ, nhiều lắm, tôi cũng không biết hết được. Nhưng có một số đền, chùa đẹp và nổi tiếng; thí dụ, chùa Quán Sứ, chùa Một Cột, đền Hai Bà Trưng, đền Quan Thánh.
Bev	Đền Quan Thánh ở đâu, anh?
Ánh	Trên đường Cổ Ngư. Trước đền là hồ Tây và bên phải đền có hồ Trúc Bạch.
Bev	Thế à? Tôi ở khách sạn Thắng Lợi bên hồ Tây. Có lẽ hôm nào rảnh, tôi sẽ đến thăm đền Quan Thánh.

Từ   vựng

di tích	relics (of the past)
cảnh đẹp	scenic spot
những đâu	which places (Plural + where)
đền	temple
hồ	lake
chùa	pagoda, Buddhist temple
hết	all
một số	a number of
nổi tiếng	famous
thí dụ	(for) example
khách sạn	hotel
có lẽ	perhaps
hôm nào	someday
rảnh	be free, have leisure time

Chùa Một Cột	One-Pillar Temple, built in Hanoi in 1049, the oldest example of Vietnamese architecture

PHẦN D: TỰ KIỂM TRA — Self-Test

D 1   Fill in the blanks with the appropriate words from the list.

1. Cô _____ cái áo này thế nào? Đẹp lắm hả?
2. Tôi cần _____ một căn phòng.
   _____ phòng bao nhiêu một _____ ?
3. Cháu đang chơi _____ sân.
4. _____ vườn có nhiều cây và một _____ để xe.
5. Tôi đi _____ anh _____ ?
6. Tôi không đi học _____ vì tôi _____ ốm.

bị
chỗ
được
được không
ngày
ngoài
thấy
thuê
tiền
trong
với

D 2   Give Vietnamese equivalents.

1. What is his house like?
   It's very small. It has only one bedroom, the lounge/front room is small, and there's no place to put his car.
2. I need to rent a room. I'd like one on the 2nd floor with a private bath.
   The rooms with private bath are on the third floor.
3. How do you find San Antonio?
   San Antonio is very pretty, but it's very big so it's not quiet.
   And how about you, how do you find Tokyo?
   I think Tokyo's very cold.
4. Let's go to a Vietnamese restaurant tonight. Can you go?
   No, I can't because I'm very busy tonight.
   Mary, can James and you go?
   Yes, we both can go.
   What time can you (two) go?
   6:00 in the evening is all right.
5. Behind the club is a bank, opposite the bank is a post office, and there are parking places around the post office.

D 3   Check your answers for D 1 and D 2, then write your own conversation.

PHẦN E: TỪ VỰNG BÀI MƯỜI MỘT

SUMMARY OF LESSON ELEVEN VOCABULARY

By now you should have mastered all the patterns in Section B of Lesson 11, as well as the vocabulary outlined here.

Từ   vựng

trong	những	để = to put	như
ngoài	hai chúng tôi	lấy	như thế nào
trên	người phục vụ	thấy	như thế thì
dưới	ông/bà Giám đốc	giặt	như vậy thì
trước PLACE	khách	tắm	hay = or
sau PLACE	xã hội	đi ra phố	được không?
xung quanh	xã hội học	yên tĩnh	Được.
căn	cây	riêng	Không được.
phòng / buồng	(tờ) giấy	chung	
phòng bếp	áo	VERB được	
phòng giặt	quần		
phòng khách	quần áo	dưới nhà	
phòng tắm	(con mèo)	(Ở) dưới nhà có phòng giặt không?	
(trên) gác		(Ở) dưới nhà có một phòng giặt.	
tầng		(Ở) dưới nhà không có phòng ngủ.	
sân		đi được	
ngoài sân		đi được không?	
vườn		không đi được	
nước ngoài		Bao giờ đi được?	
Viện Xã hội học		Anh thấy Hà Nội (như) thế nào?	
(trường đại học) Bách Khoa		Nhà anh như thế nào?	
		Viện Xã hội học không xa lắm,	
		như thế thì tôi đi bộ đến đó được.	

BÀI MƯỜI HAI — LESSON TWELVE

PHẦN A: CÂU MẪU — Patterns

Đối thoại A 1

Marie and Pam are good friends who live in Vietnam. Pam studies at the University of Hanoi. They meet midmorning.

Marie   Chị ăn sáng chưa?

Pam   Chưa, tôi chưa ăn sáng vì tôi dậy muộn và sợ lên lớp không kịp.
         Ta đi uống cà-phê đi.

Marie   Chị (đã) đến quán Tràng Tiền bao giờ chưa?

Pam   Rồi. Cà-phê ở đó ngon lắm và quán đó cũng gần đây lắm. Ta đi bộ được.

Marie   Vậy thì ta đến quán đó đi.

Từ   vựng

sợ	be afraid
lên lớp	to go to class (go up to class)
kịp	be in time
... đi	Imperative, I urge you
đến đó bao giờ chưa?	ever yet gone there?
Tôi sợ lên lớp không kịp.	I was afraid I'd be late to class.
Ta đi uống cà-phê đi.	Let's go drink coffee!

Hai chị Marie và Pam đi đâu uống cà-phê?
Họ đến đó bằng gì?

165

Đối thoại A 2

Bob, who also studies in Hanoi, comes into the cafe and sits and talks with Marie and Pam.

Marie   Anh đã đi Vịnh Hạ Long lần nào chưa?

Bob   Rồi, tôi đi Vịnh Hạ Long rồi.

Marie   Anh đi mấy lần rồi?

Bob   Tôi đi ba, bốn lần gì đó. Nhưng tôi muốn đi lần nữa.
         Còn chị, chị đã đi lần nào chưa?

Marie   Rồi, tôi đi một lần thôi. Vịnh Hạ Long rất đẹp nhưng đường đi mệt lắm.
         À này, ở Việt Nam anh đã xem múa rối nước bao giờ chưa?

Bob   Chưa.

Marie   Thế thì tối nay anh đi xem với tôi và chị Pam được không?

Bob   Được.

Từ   vựng

Vịnh Hạ Long	Ha Long Bay, on the northern coast
lần	time, occasion
lần nào	which time
lần nào chưa?	any time yet?
mấy lần rồi?	how many times already?
nữa	more
lần nữa	(more times) again
À này	Oh say!
múa rối nước	water puppet show
thế/vậy thì ...	in that case, ...
Anh (đã) đi VHL lần nào/bao giờ chưa?	Have you ever been to Ha Long Bay?

Đối thoại A 3

Bob leaves for class and Marie and Pam converse.

Pam   Marie (có) thích đi Vũng Tàu không?

Marie   Có. Chị đã đi Vũng Tàu bao giờ chưa?

Pam   Chưa, tôi chưa đến đó bao giờ (cả), nhưng tôi cũng rất thích đi.

Marie   Hè này mình đi Vũng Tàu đi.

Từ   vựng

Vũng Tàu	resort town on the southeast coast of Vietnam		
... cả	all, at all	(mùa) hè	summer
bao giờ cả	any time at all	mình	we (Intimate)
chưa ... bao giờ cả	not yet anytime at all		

Đối thoại A 4   Hai chị em nói chuyện với nhau.

Chị   Em ơi, chị muốn lại bưu điện gửi bưu kiện này đi Úc, em đi với chị nhé.

Em   Đừng đi bây giờ chị! Giờ này bưu điện đông người lắm.

Chị   Vậy hai tiếng nữa chúng ta đi đi.

Em   Đừng chị! Đợi sáng mai đi! Chúng ta hãy đi sớm.

Từ vựng

nói chuyện	to converse
với nhau	together, with each other
PERSON ơi	Say, PERSON! Hey, PERSON!
bưu kiện	parcel
đừng	don't (Negative Imperative)
giờ này	(at) this hour, this time
đông (người)	be crowded (with people)
hãy VERB	do VERB! Imperative
gửi bưu kiện này đi Úc	send this parcel to Australia
Chúng ta hãy đi sớm.	Let's go early!

PHẦN B: CHÚ THÍCH — Notes on Patterns

B 1

PERSON	do!	go	ACTIVITY		go!/now!
Ta Mình	(hãy)	đi	uống	cà-phê	đi.
				nước cam	
				nước chanh	
			ăn	bánh cuốn	
				bánh ngọt	
			xem	phim	
				kịch	
Ta	hãy	đi	xem	hát	(đi).
				xiếc	
				hát chèo	

Từ vựng

nước cam	orange juice	kịch	drama, play
nước chanh	lemon drink	hát	stage performance
bánh cuốn	steamed spring roll	xiếc	circus
bánh ngọt	cake, pastry, sweet roll	hát chèo	popular comic opera (No)

B 2

	PERSON	Past	ACTIVITY	any time	or not yet
	Thầy	(đã)	đi Vịnh Hạ Long	bao giờ	chưa?
			đi Vũng Tàu vào mùa thu	lần nào	
			đi Washington vào mùa xuân		
			giúp sinh viên mới làm giấy tờ		
			gửi bưu kiện tại Việt Nam		
yes	PERSON	Past	ACTIVITY	time(s)	already
Rồi,	tôi	(đã)	đi Vịnh Hạ Long		rồi.
			đi Washington vào mùa xuân		
			giúp sinh viên mới làm giấy tờ	nhiều lần	
no	PERSON	not yet	ACTIVITY	any time	at all
Chưa,	tôi	chưa	đi Vịnh Hạ Long	(bao giờ	(cả)).
			đi Vũng Tàu vào mùa thu	(lần nào	
			gửi bưu kiện tại Việt Nam		

Từ vựng

vào PERIOD OF TIME	in the PERIOD OF TIME
(mùa) thu	autumn
(mùa) xuân	spring season
giúp	to help, aid
(làm) giấy tờ	(fill out) document, form, papers

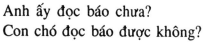

Anh ấy đọc báo chưa?
Con chó đọc báo được không?

Anh Bảy muốn đi Vũng Tàu mấy lần nữa?

B 3

Note that these are statements, as opposed to responses as in the last set in B 2.

PERSON	not yet	ACTIVITY	any time	at all
Tôi	chưa	ăn canh chua nghe cuốn băng đó mặc áo dài Việt Nam	bao giờ lần nào	(cả).

Từ vựng

canh chua	Vtn. sour soup	mặc [No], bận [So]	to wear, dress
nghe	to hear, listen	áo dài	long tunic,
(cuốn) băng	audio tape		Vtn. traditional dress

B 4

PERSON	ACTIVITY	how many times	already
Anh Cô ấy	đi Vũng Tàu qua nhà Kim xem múa rối nước đi tàu thủy	mấy lần	rồi?
PERSON	**ACTIVITY**	**times**	**already**
Tôi	đi Vũng Tàu qua nhà Kim xem múa rối nước đi tàu thủy	ba bốn lần gì đó nhiều lần mấy lần một lần	(rồi). (rồi). rồi. thôi.

mấy lần rồi.	several times already
một lần thôi	only one time

B 5

PERSON	do/don't	ACTION	PERSON
Chúng ta Các em Các chị Anh	hãy đừng	đi xem phim *Heaven and Earth.* làm bài đó bây giờ. đi Việt Nam vào mùa hè. lấy căn phòng này.	---
---	Hãy	ngủ sớm	con.
---	Đừng	lười biếng	em.

lười biếng	be lazy

PHẦN C: BÀI TẬP — Exercises

C 1   A replace **bao giờ chưa** with **lần nào chưa**. B give a full affirmative answer.

THÍ DỤ
> Cô (đã) đi Băng Cốc bao giờ chưa?
> A: Cô (đã) đi Băng Cốc lần nào chưa?
> B: (Dạ) rồi, tôi đi Băng Cốc rồi.

1. Chị (đã) ăn phở ở quán Phở Bắc bao giờ chưa?
2. Anh (đã) gặp ông Hòa bao giờ chưa?
3. Ông (đã) sang Niu Di-lơn bao giờ chưa?
4. Chị đã qua thăm cô Châu bao giờ chưa?
5. Anh đã đến thăm Thanh Hóa bao giờ chưa?
6. Bà đã xem xiếc bao giờ chưa?

C 2   Give full negative answers to the questions in C 1; use **bao giờ chưa** or **lần nào chưa**.

THÍ DỤ
> A: Cô đã đi Băng Cốc bao giờ/lần nào chưa?
> B: (Dạ) chưa, tôi chưa đi Băng Cốc bao giờ/lần nào cả.

C 3   To the questions in C 1, say 'yes' and give the number of times you have performed the action. Then practice the answer patterns of C 1, C 2, and C 3 with other questions.

THÍ DỤ
> A: Cô đã đi Băng Cốc bao giờ chưa?
> B: Dạ rồi, tôi đi mấy lần rồi.

C 4   A say that A has not yet done something. B reply that B has not yet done the same thing, then invite A to (go and) do it together.

THÍ DỤ
> A: Tôi chưa ăn sáng.
> B: Tôi cũng chưa ăn sáng. Ta (đi) ăn sáng đi.

1. Tôi chưa uống trà.
2. Tôi chưa xem xiếc.
3. Tôi chưa mua từ điển.
4. Tôi chưa đến chợ Đồng Xuân.
5. Tôi chưa học bài tập đọc bài 12.
6. Tôi chưa nghe cuốn băng đó.

C 5   To the statements of A in C 4, B tell A not to do it now.

THÍ DỤ

> A: Tôi chưa ăn sáng.
> B: Anh đừng (đi) ăn sáng bây giờ.

C 6   Make a conversation in which Bob and Pam plan to go to Ha Long Bay. (Marie doesn't want to go.) (Refer to Dialog A 2.)

C 7   Give Vietnamese equivalents.

1. Have you had lunch yet?

   Not yet. Let's go and have lunch.

   Have you ever been to the Hương Giang restaurant?

   Yes, I have. The sour soup there is very nice, but the Huong Giang is very far and I'm afraid we won't return to the office in time.

2. Have you ever been to see the water puppet show?

   No, I've never been to see it. Have you been to see it?

   Yes, I like to go see it because it's very good.

   How many times have you been there?

   Four or five times or something like that. So can you go with me tomorrow night?

3. Jim, would you like to go to Ha Long Bay?

   Yes, I would. Have you ever been to Ha Long Bay?

   No, I have never been there at all, but I'd very much like to go too.

   Don't go in winter, – in Ha Long Bay winter is very cold.

   Let's go to Ha Long Bay this summer!

Ta về ta tắm ao ta
Dù trong dù đục ao nhà vẫn hơn

We return home to bathe in our own pond;
whether clean or dirty, our own backyard is the best.

C 8　Bài tập đọc

Read this conversation and practice it together, then talk with each other about going places.

Anne	Anh đi Bali bao giờ chưa?
Bob	Rồi, tôi đi rồi.
Anne	Anh đến đó bao giờ?
Bob	Tôi đến đó hồi năm ngoái. Thế chị đi Bali bao giờ chưa?
Anne	Tôi chưa đi bao giờ, nhưng tôi sắp đi.
Bob	Bao giờ chị đi?
Anne	Có lẽ tháng sau. Năm ngoái anh đi Bali bằng gì?
Bob	Tôi đi máy bay từ Đà-Nẵng đến Sin-ga-po, rồi từ Sin-ga-po tôi đi Bali bằng tàu thủy. Còn chị định đi thế nào?
Anne	Tôi định đi xe đò vào Sàigòn, từ Sàigòn bay sang Sin-ga-po, rồi từ đó tôi sẽ đi tàu thủy sang Bali.
Bob	Chị có định sang Kuala Lumpur không?
Anne	Tôi chưa bao giờ đến Kuala Lumpur nên tôi cũng muốn qua đó chơi ít hôm. Nhưng có lẽ tôi sẽ đi Jakarta trước, rồi trên đường về mới ghé lại Kuala Lumpur.

Từ　vựng

sắp	about to
có lẽ	perhaps
bay	to fly
ít hôm	a few days, awhile
... trước	first
trên đường về	on the way back (home)
ghé lại	to stop by at

Cây thẳng bóng ngay, cây cong bóng vạy

A straight tree casts a straight shadow, a crooked tree a crooked shadow:
If one's heart is true, one's actions will be right.

PHẦN D: TỰ KIỂM TRA — Self-Test

D 1   Fill in the blanks with the appropriate words from the list.

1. Cô _____ đến Tahiti bao giờ _____ ?

    Chưa, tôi _____ đến đó bao giờ _____ .

    Thế anh đã đến đó _____ chưa?

    Rồi, tôi đến hai ba lần _____ .

2. Chị đã đi Ấn-độ _____ ?

    Chưa, tôi chưa đi Ấn-độ _____ .

    Tháng sau chị có _____ đi Ấn-độ _____ ?

    Có, tháng sau mình _____ Ấn-độ chơi _____ .

3. Anh đi xem xiếc _____ lần rồi?

    Tôi chưa xem xiếc lần nào _____ , nhưng

    tôi đã xem kịch hai, ba lần _____ rồi.

cả

cả

chưa

chưa

đã

đi

đi

định

không

gì đó

lần nào

lần nào cả

lần nào chưa

mấy

rồi

D 2   Give Vietnamese equivalents.
1. Have you ever read that book? No, I've never read that book.
2. How often have you been to Paris? I've been many times.
3. Let's go over to France this autumn. Let's go to Lyons and have some wine.
4. I've never yet gone to see a play.
5. In three more weeks I'll go to Vietnam to do economic research.
6. Say! Have you ever visited Washington in spring?
7. Don't wait a long time for Mr. Quang.
8. Saigon is very crowded, so we shouldn't (don't) go to Saigon.
    Let's go to Cần Thơ!
9. How many times did Phan Chu Trinh go to Japan in order to meet
    Phan Bội Châu? He went only once.

D 3   After checking your answers to D 1 and D 2 in the Answer Section, write a conversation.

PHẦN E: TỪ VỰNG BÀI MƯỜI HAI

SUMMARY OF LESSON TWELVE VOCABULARY

By now you should have mastered all the patterns in Section B of Lesson 12, as well as the vocabulary outlined here.

Từ vựng

Vịnh Hạ Long	lần	nói chuyện	đừng VERB
Vũng Tàu	lần nào	nghe	hãy VERB
kịch	mấy lần	giúp	với nhau
hát = performance	lần nữa	mặc / bận	... đi.
hàt chèo	giờ này	lên lớp	... cả
xiếc	mấy = a few	sợ	... nữa
múa rối nước	(con chó)	kịp	Thế thì ...
nước cam		lười biếng	Vậy thì ...
nước chanh		đông (người)	vào TIME
canh chua			À này
bánh cuốn			PERSON ơi
bánh ngọt		Ta đi uống cà-phê đi.	
áo dài		sợ vào lớp không kịp	
bưu kiện		gửi bưu kiện này đi Úc	
giấy tờ		đừng đi bây giờ!	
(cuốn) băng		đi lần nào chưa?	
mình		đi bao giờ chưa?	
(mùa) xuân		chưa đi lần nào (cả)	
(mùa) hè		chưa đi bao giờ (cả)	
(mùa) thu		đi mấy lần rồi? đi mấy lần rồi.	
		đi nhiều lần rồi	
		đi một lần thôi	
		làm giấy tờ	

BÀI MƯỜI BA — LESSON THIRTEEN

PHẦN A: CÂU MẪU — Patterns

Nói chuyện điện thoại — telephone conversations

A 1

Jane and Rob study Vietnamese in the same class. Jane wants to invite Rob to go and eat so calls him on the telephone. Rob's telephone rings and he answers, 'Hello'.

Jane	Alô! Anh Rob đấy à? Jane đây.
Rob	À, chào chị Jane.
Jane	Tối nay anh (có) định đi đâu không?
Rob	Tối nay tôi chưa định đi đâu cả. Chị có muốn đi đâu không?
Jane	Tôi định mời anh đi ăn cơm với tôi.
Rob	Ồ, hay lắm! Chị định mấy giờ đi?
Jane	Bảy giờ anh đến đón tôi nhé.
Rob	Ừ, bảy giờ tôi đến.

Từ vựng

điện thoại	telephone
NAME đấy/đó à?	Is that NAME?
mời	to invite
Ồ, ...	Oh! ...
hay lắm!	good! very good!
đón	to meet, pick up
Anh đi đâu?	Where are you going?
Anh đi đâu không?	Are you going anywhere?
Tôi chưa đi đâu cả.	I'm not going anywhere yet.

175

A 2   The telephone rings in Hien and Nam's house, and Hien answers, 'Alô!'

Kim   Alô! Tôi muốn nói chuyện với anh Nam.

Hiền   Dạ, anh Nam không có (ở) nhà. Anh ấy vừa đi cách đây khoảng nửa
         tiếng; có lẽ năm giờ chiều mới về. Xin lỗi, chị là ai vậy?

Kim   Dạ, tôi là Kim, làm cùng sở với anh Nam.

Hiền   Thế ạ, chị dặn gì không?

Kim   Sau năm giờ tôi gọi lại vậy. ... À, tôi hẹn anh ấy đi xem phim tối nay.
         Nhưng tối nay tôi có chút việc nên sẽ không đi được.

Hiền   Tôi sẽ nói lại với anh ấy như vậy. Số điện thoại chị là gì?

Kim   Dạ, là số bảy sáu năm không bốn.

Từ   vựng

có nhà	be at home	dặn gì không?	leave any message?
cách đây	ago (distant from here)	gọi	to call
nửa	half	gọi lại	to call/ring back
có lẽ	perhaps	hẹn	to have appointment with
cùng	together	có chút việc	be busy, have some work
cùng sở	in the same office	nói lại	to tell
Thế à	(Friendly)	như vậy/thế	like so
Thế ạ	(Polite)	số điện thoại	telephone number
dặn	to tell, advise	không	zero in serial numbers

A 3   Again, Hien answers the telephone, 'Alô!'

Kim   Alô! Tôi muốn nói chuyện với anh Nam.

Hiền   Dạ, chị chờ một lát nhé.   (Hien calls Nam to the telephone.)

Nam   A-lô, Nam đây. Ai đấy?

Kim   Kim đây. Anh Nam à, tối nay tôi bận nên không đi xem phim được.
         Tối mai đi được không?

Nam   Được. Tối mai nhé.

Từ   vựng

chờ	= đợi, to wait
lát, một lát	moment, a moment

A 4   Tuan calls the travel agency about the status of his visa.

Thư ký   Alô, công ty du lịch 'Vòng quanh Thế giới' đây, xin chào!

Anh Tuấn   Chào anh! Tôi muốn bàn chuyện với cô Loan về những thủ tục phải làm để đi Việt Nam.

Thư ký   Tôi không thấy cô Loan trong văn phòng, anh hãy đợi, để tôi xem cô ấy đâu. ... À, cô ấy vừa vào, tôi để anh nói chuyện với cô ấy bây giờ.

Anh Tuấn   Chào cô Loan! Trần Quốc Tuấn đây! Vấn đề thị thực đến đâu rồi, thưa cô?

Cô Loan   À chào anh Tuấn, tôi mới ở Đại Sứ Quán về. Có làm thủ tục mới biết khó khăn làm sao ấy! Tôi đã phải đi đi lại lại nhiều lần rồi, tôi cần thêm vài chi tiết nữa về anh. Xin mời anh đến văn phòng bàn tiếp. Hôm nào anh đến đây được?

Anh Tuấn   Dạ, bây giờ tôi đang ở bưu điện. Để tôi về văn phòng xem lịch mới biết giờ nào tôi đến gặp cô được.

Cô Loan   Vâng, anh hãy gọi lại tôi sau vậy!

Từ   vựng

thư ký	secretary, clerk	thị thực	visa
công ty	company, agency	thưa	Respectful Address
(đi) du lịch	to travel	đại sứ quán	embassy
vòng quanh thế giới	around the world	khó khăn	be difficult
bàn (chuyện) về	to discuss about	ADJ làm sao ấy!	how ADJ! (Idiomatic)
thủ tục	procedure	đi đi lại lại	to go back and forward
văn phòng	office	thêm	to add to, more
để tôi xem	let me see	chi tiết	detail
vừa VERB	just	VERB tiếp	to continue to VERB
vấn đề	issue, matter	lịch	calendar, agenda

Vấn đề thị thực đến đâu rồi?   What's happening to my visa application?

Có làm thủ tục
    mới biết khó khăn làm sao ấy!   Only by going through the procedures
                                                              does one know how difficult it is!

Hát hay không bằng hay hát

To sing well is not as good as singing often.

PHẦN B: CHÚ THÍCH — Notes on Patterns

B 1

You have learned question words in questions asking for information:

Anh định đi **đâu**?	Where do you intend to go?
Chị muốn ăn **gì**?	What do you want to eat?

If you use a negative with a question word, either to ask a question for a yes or no answer or to make a negative statement, the question word becomes general, that is, nonspecific:

Anh (có) định đi **đâu không**?	Do you intend to go anywhere?
Tôi **không** định đi **đâu** cả.	I haven't planned to go anywhere.
Tôi định **không** đi **đâu** cả.	I intend not to go anywhere.

Study the following sentences:

PERSON	có	ACTION		Q.WORD	or not
Anh	(có)	định	đi	đâu	không ?
Chị		muốn	ăn	gì	
Cô		cần	hỏi	gì	
Bà			dặn	gì	
Cô ấy			về	đâu	
Chị Tâm			hỏi	ai	
Ông ấy			gặp	ai	
PERSON	not (yet)	ACTION		Q.WORD	at all
Tôi	chưa	định	đi	đâu	cả.
Tôi	không	muốn	ăn	gì	
Tôi	không	cần	hỏi	gì	
Tôi	không		dặn	gì	
Cô ấy	chưa		về	đâu	
Chị ấy	không		hỏi	ai	
Ông ấy	chưa		gặp	ai	

Từ vựng

Chị ấy có hỏi ai không?	Did she ask for anybody?

B 2

Sometimes if there are two verbs, the time phrase can come after the first verb and before the second verb when the time applies to the action of the second verb.

TIME	PERSON	MODE/ACTION[1]	ACTION[2]
Mấy giờ	chị	định	đi?
Bao giờ	anh	muốn	làm?
Hôm nào	cô ấy	hẹn	đến?

PERSON	MODE/ACTION[1]	TIME	ACTION[2]
Chị	định	mấy giờ	đi?
Anh	muốn	bao giờ	làm?
Cô ấy	hẹn	hôm nào	đến?

B 3

PERSON	ACTION	together	PLACE	with	PERSON
Tôi	làm	cùng	chỗ	với	anh ấy.
	làm		văn phòng		ông ấy.
	học		khoa		chị ấy.
	ở		khách sạn		anh Bình.
	về		xe		bà Cúc.
	đi		đường		anh Lâm.

Từ vựng

khoa	faculty
khách sạn	hotel

B 4

PERSON	will	not	ACTION	COMPLEMENT
Tôi	sẽ	không	đi	được.
			đi bộ	được.
			đi	tối nay.
			đi du lịch	năm nay.
			làm thủ tục	tuần này.
			học đại học	sang năm.
			về Hà Nội	với anh ấy.

B 5

PERSON	let	PERSON	ACTION
---	Để	tôi	xem ...
		tôi	về văn phòng.
		tôi	hỏi.
		cô ấy	làm giấy tờ.
		chị ấy	giặt quần áo.
Tôi	để	anh	nói chuyện với cô ấy.
		cô Xuân	giảng bài.
		anh	đưa chị ấy về.

Từ vựng

đưa PERSON về/đi   to take PERSON home/somewhere

B 6

In studying about **mới** in Lesson 7, you learned that when the time phrase follows the verb, the expression refers to immediate past. When the time phrase precedes the verb, there is implied an 'only then' restriction, whether the action occurs in the past or in the future:

    mới VERB + Time Phrase   just did VERB

    Time Phrase + **mới** VERB   only then do VERB

In this lesson, 'only then' between two actions is used to indicate that the first action or state is a condition for the second action or state, as shown in these sentences.

NECESSARY CONDITION	only then	OUTCOME
Thư viện mở cửa	mới	mượn được sách.
Tôi phải đi Việt Nam nghiên cứu		viết được luận án.
Hãy đi xem phim ấy		biết phim có hay hay không.
Có con		biết công lao cha mẹ.
Anh tập nói chuyện nhiều		giỏi tiếng Việt.
Tôi viết xong bài này		gọi điện thoại anh ấy.

      luận án   thesis, dissertation

    hay không   or not

      công lao   labor, work

    VERB xong   to finish VERB

Đi lâu mới biết đường dài
Ở lâu mới biết con người phải chăng

*The length of a road is known only when one has traveled it. The qualities
of a person are known only when one has lived with that person for a long time.*

PHẦN C: BÀI TẬP — Exercises

C 1   B give a negative answer to A's question, the first round using **chưa**, then using **không**. (A remember to sometimes address more than one person.)
Practice with other questions.

THÍ DỤ

	định đi đâu
A:	Chị định đi đâu không?
B1:	Chưa, tôi chưa định đi đâu cả.
B2:	Không, tôi không định đi đâu cả.

1. muốn ăn gì

2. Hôm nay ... định gặp ai

3. cần mua gì

4. muốn hỏi gì

5. Tuần này ... phải học gì

6. định nói gì

C 2   A relocate the time question words as in the example, and B make up an answer.

THÍ DỤ

	Mấy giờ anh định đi?
A:	Anh định mấy giờ đi?
B:	Tôi định bảy giờ đi. / Bảy giờ tôi đi.

1. Lúc nào anh muốn đến?

2. Bao giờ cô định học?

3. Hôm nào ông ấy hẹn về?

4. Chiều nào chị định làm?

5. Mấy giờ bà muốn ăn?

6. Lúc nào anh ấy hẹn đến đón?

C 3   Make up six sentences using the pattern in B 6:

Necessary Condition **mới** Outcome

C 4   From the cue, A ask a question and B answer by stating that B shares the place of action with Nam.

THÍ DỤ

> làm, chỗ
> A: Anh làm ở đâu?
> B: Tôi làm cùng chỗ với anh Nam.

1. học, lớp
2. đi, đường
3. làm, sở
4. ở, khách sạn
5. chờ, chỗ
6. về, xe

Thi   Tom

Anh Tom làm ở đâu?

C 5   Each student choose a name and telephone number from the list. Student A dial another number by saying it aloud. The owner of the number (B) answer and A ask for B. B can choose to answer as B or to pretend to be someone else saying that B is not at home. Hold brief telephone conversations.
Practice with more and longer telephone conversations with each other.

THÍ DỤ

> Kim,   209 4432
> A: 209 4432   B: A-lô!
> A: A-lô! Kim đấy à? (your chosen name) đây.
> B1:   À, chào (respond appropriately to A's spoken name).
> B2:   Dạ, chị Kim không có nhà.

Ngọc Mai, 521 7008	Hùng, 949 0321	Nghĩa, 806 4733
Bích Lan, 552 6047	Giang, 227 6505	Cường, 618 5024
Hương Thu, 639 7740	Phong, 338 8900	Xuân Diệu, 445 0887
Thúy Nga, 717 0708	Khánh, 422 1650	Kim Oanh, 562 9180

C 6   Give Vietnamese equivalents.

  1. Hello. Is that Peter? Jan speaking.

      Oh, hi, Jan.

      Are you going to go anywhere tonight?

      No, I'm not going anywhere tonight. Do you want to go somewhere?

      I'd like to invite you to go out for dinner.

      Would you? That's good! What time do you want to go?

      Can you come and pick me up at 6:30?

      O.K., I'll come at 6:30.

  2. Hello, I'd like to speak to Hoàng.

      Oh, he's not home. He just left about 10 minutes ago.
        Excuse me, who's speaking?

      My name is John. I study in the same class with Hoàng.

      Oh do you? Do you want to leave a message?

      I asked him to go out tonight, but I have some other things to do,
        so I won't be able to go out with him.

      I'll let him know. Does Hoàng know your telephone number?

      Yes, he knows my telephone number already.

  3. This is the 'Round the World' Travel Agency, hello (Polite).

      Hello, I want to make an appointment to see the Agency Director.

      She's not in the office today. Let me see. ... Can you come Friday at 9:00 a.m.?

C 7   Bài tập đọc

Read this telephone conversation and practice it together, then hold similar conversations with each other.

Thi	A-lô, tôi muốn nói chuyện với chị Hoa.
Hà	Rất tiếc, chị Hoa đi phố chưa về. Anh có dặn gì không?
Thi	Bao giờ chị ấy về?
Hà	Tôi cũng không rõ. Chị ấy đi cách đây ba tiếng, có lẽ cũng sắp về.
Thi	Tôi mời chị ấy đi xem phim 7 giờ rưỡi tối nay. Bây giờ là 7 giờ 20 rồi.
Hà	Anh đã mua vé chưa?
Thi	Rồi, tôi mua hai vé rồi.

Hà	Chà, phiền nhỉ! ... À, may quá, chị Hoa về rồi.
	(nói với chị Hoa) Có điện thoại cho chị đây.
Hoa	A-lô, Hoa đây.
Thi	À, Hoa đấy à. Bảy giờ hai mươi rồi, sao không đến đón anh?
Hoa	Đón ai? Xin lỗi, anh nói gì, tôi không hiểu.
Thi	Thi đây, em hẹn là 7 giờ 15 đến đón anh rồi mình đi xem phim.
Hoa	Xin lỗi, tôi không quen ai tên là Thi cả. Tôi cũng không hẹn đến đón ai đi xem phim cả. Có lẽ anh gọi nhầm số.
Thi	Chết chửa! Đó là 473741, phải không?
Hoa	Không, đây là 472741.
Thi	Ồ, thế ạ, xin lỗi chị nhé, xin lỗi chị nhé, tôi đã làm phiền chị.
Hoa	Ồ, không sao.

Từ vựng

rõ	be clear
cũng sắp về	will return pretty soon
(làm) phiền	to bother, disturb, be troublesome
vé	ticket
Chà, phiền nhỉ!	Well, it's troublesome isn't it?
may	be lucky
ADJECTIVE quá	very very ADJECTIVE
cho	for
quen	be acquainted (with)
Tôi không quen ai tên là Thi cả.	I don't know anybody named Thi.
nhầm	wrong, wrongly
chết chửa!	Oh-h! (Exclamation of regret, dismay)
không sao	No matter. That's all right.

Biết thì thưa thốt
Không biết thì dựa cột mà nghe

If you know, speak out politely;
if you do not know, lean against the pillar and listen.

PHẦN D: TỰ KIỂM TRA — Self-Test

D 1   Fill the blanks appropriately from the list.

cả

1. Hôm nay chị có phải làm gì _____ ?   cách đây
2. Chiều nay anh định đi _____ không?   chưa
3. Tôi _____ muốn nói gì _____ .   cùng
4. Chị định _____ gặp bà Hà?   đâu
5. Cô ấy có _____ anh đi đâu không?   để
6. Bà ấy đến Việt Nam _____ ba năm.   gọi
7. Chị ấy học _____ khoa với tôi.   hẹn
8. Sau tám giờ tôi _____ lại _____ .   hôm nào
9. _____ thầy Lân giảng bài.   không

vậy

D 2   Give Vietnamese equivalents.
1. I will come and pick you up at 5:00 p.m.
2. I'd like to invite Miss Hoa to my house for visiting/relaxing.
3. She (Miss Hoa) is not going anywhere.
4. Do you want to say anything?
5. Would you like to leave any message?
6. I have something to do this Saturday so I won' be able to come.
7. I'd like to invite you to go out to lunch.
   Oh, that's nice! What time do you want to go?
8. She just left about a half hour ago.
9. Perhaps she won't return until 4:30.
10. I work in the same office with Susan.
11. I have a date with John tonight to go to the club.
12. I'll tell her that.
13. Go and request a visa; only then you will know how difficult it is.

D3   After checking your answers for D 1 and D 2, write a conversation of your own.

PHẦN E: TỪ VỰNG BÀI MƯỜI BA

SUMMARY OF LESSON THIRTEEN VOCABULARY

By now you should have mastered all the patterns in Section B of Lesson 13, as well as the vocabulary outlined here.

Từ   vựng

thư ký	mời	vừa VERB	... ạ.
đại sứ quán	đón	VERB tiếp	Thế ạ
công ty	gọi	VERB xong	thưa
văn phòng	gọi lại	có chút việc	như thế/vậy
khoa	nói lại	có (ở) nhà	cách đây
khách sạn	bàn (chuyện)	không có nhà	cùng PLACE
thế giới	dặn	xin chào	có lẽ
thủ tục	hẹn		về = about
vấn đề	chờ		Ồ, ...
chi tiết	(đi) du lịch	NAME đấy/đó à?	
thị thực	đi đi lại lại	hay lắm!	
công lao	thêm	ADJ làm sao!	
lịch	để = let do SMTHG	(có) hỏi ai không?	
luận án	đưa PERSON về/đi	Anh (có) đi đâu không?	
điện thoại	hỏi = ask for	Tôi không đi đâu cả.	
số điện thoại	vòng quanh	Tôi chưa đi đâu cả.	
không = zero	khó khăn	Chị dặn gì không?	
nửa		Tôi làm cùng sở với anh ấy.	
lát		Tôi sẽ không đi được.	
một lát		Anh muốn mấy giờ đi?	
		Chị chờ một lát nhé.	
		Tôi có chút việc.	
		Để tôi xem/làm giấy tờ.	
		Anh tập nhiều mới giỏi tiếng Việt.	
		Tôi sẽ gọi điện thoại cô ấy.	

BÀI MƯỜI BỐN — LESSON FOURTEEN

PHẦN A: CÂU MẪU — Patterns

Đối thoại A 1

Jenny and Sau meet on the street in Saigon.

Jenny	Sàigòn lớn hơn Hà Nội, phải không?
Sáu	Vâng, Sàigòn lớn hơn Hà Nội một chút.
Jenny	Anh thích sống ở Sàigòn hay Hà Nội?
Sáu	Tôi không thích những thành phố đông người nên tôi thích sống ở Cần Thơ hơn. Cần Thơ là một thành phố tương đối nhỏ hơn, mới hơn và yên tĩnh hơn. Hơn nữa là có trường Đại học Tổng hợp Cần Thơ.

Từ vựng

hơn	be more (than)
một chút	a little bit
tương đối	relatively
hơn nữa (là)	moreover, furthermore
trường đại học tổng hợp	university

Sàigòn lớn hơn Cần Thơ nhiều, nhưng Cần Thơ đẹp hơn và yên tĩnh hơn.

Đối thoại A 2

Jenny and Sau go into a bookshop on Le Loi Street.

Jenny   Tôi cần tra từ điển để đọc sách tiếng Việt.
Theo anh (thì) tôi nên mua quyển từ điển nào?

Sáu   Tùy chị, nhưng theo tôi thì chị nên mua quyển này. Quyển này nhỏ hơn nhưng dày hơn, có nhiều từ hơn, nhiều thí dụ hơn, vì thế tốt hơn.

Jenny   Anh nói nhanh quá, tôi chưa hiểu, xin anh nói chậm hơn.

Từ vựng

tra từ điển	to look up in the dictionary
theo	to follow
theo anh thì	according to you, then ...
nên VERB	should VERB
tùy	depend on, it depends on
tùy chị	it's up to you
dày	be thick
nhiều ... hơn	many more ...
từ	word
thí dụ	example
vì thế	because of that
tốt	(be) good
nhanh [No], mau [So]	be fast
quá	very very
xin	to request
chậm	be slow

Đối thoại A 3

Jenny is talking with Brian, who also is living in Saigon.

Brian   Con sông nào dài nhất (ở) Đông Dương?

Jenny   Sông Cửu Long là con sông dài nhất Đông Dương.

Brian   Thành phố nào lớn nhất ở Việt Nam?

Jenny   Tất nhiên là Sàigòn.

Brian   Thế các cô gái miền nào đẹp nhất Việt Nam?

Jenny   Làm sao tôi biết được?! Phải tùy các anh chứ!

Từ vựng

con	Classifier: rivers, streets	nhất	the most (first)
sông	river	tất nhiên	naturally, of course
dài	be long	... chứ [No], chớ [So]	sure, surely
sông Cửu Long	the Mekong River (Nine Dragons River)		

PHẦN B: CHÚ THÍCH — Notes on Patterns

B 1

SUBJECT	ADJECTIVE	more (than)	OBJECT
Sàigòn	lớn	hơn	Hà Nội.
Hà Nội	nhỏ		Sàigòn.
Anh ấy	cao		tôi.
Chị ấy	thấp		chị.
Cuốn này	dày	hơn.	
Cuốn đó	mỏng		
Đường này	dài		
Đường kia	ngắn		
Đường Đại Lộc	hẹp		
Nhà này	rộng		

Từ   vựng

cao	be tall, high
thấp	be short (of height), low
mỏng	be thin (of things)
ngắn	be short (of length)
hẹp	be narrow
rộng	be wide, spacious

B 2

PERSON	ACTION	ADVERB	more (than)	OBJECT
Anh ấy	nói	chậm	hơn.	
Chị Kim	học	giỏi	hơn.	
Colin	chạy	nhanh/mau	hơn	Sean.
Bà Bích	lái xe	cẩn thận	hơn	chồng.
Cô ấy	làm việc	chăm chỉ	hơn	tôi.

Từ   vựng

chạy	to run	cẩn thận	be careful, cautious
lái (xe)	to drive a vehicle	chăm chỉ	be industrious

B 3

PERSON	like	ACTIVITY/OBJECT	DEGREE
Tôi	thích	sống ở Cần Thơ	hơn.
Chị ấy		đi du lịch châu Á	nhất.
Thầy Ly		đọc báo Times	
Cô Thu		nhạc mới	
Tôi		chiếc xe Đức	

Từ vựng

châu Á	Asia (the Asian continent)
nhạc	music
Đức	Germany

B 4

OBJECT	which	ADJ	most	in	PLACE
Con sông	nào	dài	nhất	(ở)	Đông Nam Á?
Ngọn núi		cao			thế giới?
Nước		nhỏ			châu Âu?
Bác sĩ		giỏi			Paris?

NAME	be	OBJECT	ADJ	most	in	PLACE
Cửu Long	là	con sông	dài	nhất	(ở)	Đông Nam Á.
Everest		ngọn núi	cao			thế giới.
Monaco		nước	nhỏ			châu Âu.
Dubois		bác sĩ	giỏi			Paris.

Đông Nam Á	Southeast Asia
ngọn núi	mountain peak
châu Âu	Europe

B 5

CONDITION	then	PERSON	should	ACTIVITY
Theo anh	(thì)	tôi	nên	mua quyển sách nào?
Theo ông		chúng ta		đi bằng xe đò hay xe lửa?
Theo bà ấy		tôi		nói chuyện với ai?
Theo tôi	thì	chị	nên	mua quyển này.
Theo tôi		chúng ta		đi bằng xe lửa.
Theo bà ấy		anh		nói chuyện với thầy Ly.

B 6

ASSUMPTION	to be	FACT
Hơn nữa	là	Huế nhỏ hơn Hà Nội.
Tất nhiên		Sàigòn.
Cần nhất		thi đậu.
Dĩ nhiên		anh ấy cũng đi.
Thật ra		không hay.
May mắn		tôi đến kịp.
Quan trọng		có việc làm.

Từ vựng

(thi) đậu	to pass an exam	: Most necessary is to pass the exam.
dĩ nhiên	naturally	: Of course he's going too.
thật ra	actually	: The truth is it's not good.
may (mắn)	be lucky, luckily	: It's lucky I came in time.
quan trọng	be important	: It's important to have a job.

PHẦN C: BÀI TẬP — Exercises

C 1   Following the cue, A ask a question and B answer as shown in the example.

THÍ DỤ

	Los Angeles lớn hơn Dallas.
A:	Los Angeles có lớn hơn Dallas không?
B:	Có, Dallas cũng lớn, nhưng Los Angeles lớn hơn.

1. Sông Cửu Long dài hơn sông Hồng (the Red River).
2. Tiếng Việt khó hơn tiếng Anh.
3. Phố Quang Trung hẹp hơn phố Trần Hưng Đạo.
4. Quyển từ điển Anh-Pháp này dày hơn quyển từ điển Anh-Việt.
5. Anh Phong cao hơn anh Minh.
6. Nhà ở Hànội thấp hơn nhà ở Hồng Kông.

C 2   Using C 1, A ask the same question but B answer with the antonym.

THÍ DỤ

	Los Angeles lớn hơn Dallas.
A:	Los Angeles có lớn hơn Dallas không?
B:	Có, Dallas nhỏ hơn Los Angeles.

C 3 A make a statement regarding the character of an activity. B say that anh Nam does the same thing but more intensely.

THÍ DỤ

> A: Anh ấy nói chậm lắm.
> B: Nhưng anh Nam nói chậm hơn anh ấy.

1. Chị Hồng học giỏi lắm.
2. Anh Minh chạy nhanh lắm.
3. Cô Nga làm việc chăm chỉ lắm.
4. Hôm qua ông Ba đến sớm lắm.
5. Anh Bằng giúp ông Hòa nhiều lắm.
6. Cô ấy đợi lâu lắm.

C 4 A make a statement. B state a preference for some other thing (the cue).

THÍ DỤ

> A: Tôi thích sống ở Nha Trang nhất.   (Đà Lạt)
> B: Còn tôi, tôi thích sống ở Đà Lạt hơn.

1. Chị Oanh thích xem phim Mỹ nhất.   (phim Nhật)
2. Anh Lân thích làm ở Bộ Di trú nhất.   (Bộ Ngoại giao)
3. Gia đình ấy thích đi Pháp nhất.   (Đức)
4. Cô ấy thích mua đồ ở Sin-ga-po nhất.   (Hồng Kông)
5. Chị Barbara thích cơm Tàu nhất.   (cơm Việt)
6. Bà Cúc thích nhạc Jazz nhất.   (nhạc Rock)

C 5 Following the cue, A ask a question and B make an appropriate answer.

THÍ DỤ

> mua quyển nào
> A: Theo chị, tôi nên mua quyển nào?
> B: Theo tôi, anh nên mua quyển này.

1. Theo anh, cô ấy nên xem phim nào?
2. Theo ông, chúng tôi nên uống rượu hay bia?
3. Theo bà, họ nên gặp ai?
4. Theo chị, tôi nên đọc bài nào?
5. Theo cô, chúng ta nên đi xe đò hay xe lửa?
6. Theo anh, tôi nên về đường nào?

C 6 A make a statement. B respond with a question to which A make up an answer.

THÍ DỤ
A:	Sông Hồng (Red River) là một con sông dài ở Đông Dương.
B:	Thế con sông nào dài nhất (ở) Đông Dương?

1. Bến Thành là một khách sạn lớn ở Sàigòn.
2. Perth là một thành phố yên tĩnh ở Úc.
3. Satay Hut là một tiệm ăn rẻ ở San Diego.
4. Chùa Một Cột là một ngôi chùa (a temple) đẹp ở Hà Nội.
5. Chase Manhattan là một ngân hàng lớn ở Mỹ.
6. Ông Thanh là một bác sĩ giỏi ở Đà Nẵng.

C 7 Give Vietnamese equivalents.

1. Los Angeles is bigger than San Francisco, isn't it?
   Yes, Los Angeles is a bit bigger than San Francisco.
   Would you prefer to live in Los Angeles or San Francisco?
   I'd prefer to live in San Jose because San Jose is smaller and newer. Furthermore, it has more Vietnamese people.

2. So you live in Canberra do you?
   Yes, I live there because I work in the Ministry of Health.
   How do you like Canberra?
   I like to live in Canberra because it's quieter and prettier than Sydney, but I like to go to Sydney for fun.
   It's lucky you like living in Canberra, since you work there. As for me, I prefer to live in Sydney because it's more fun and the Vietnamese restaurants in Sydney are better.

3. According to you, what movie should I see?
   It's up to you, but I think you should see this movie. This one is shorter but newer, has better music, better and younger cast (diễn viên), and because of that it's more interesting.
   You speak too fast. Please speak more slowly.

4. Which city is the biggest in Viet Nam?
   Saigon is the biggest city in Viet Nam.
   Which city is the most beautiful in Viet Nam?
   Perhaps Hue is.

C 8   Bài tập đọc

Read this conversation and practice it together, then hold a similar conversation with each other.

Sue	Tôi sắp đi Việt Nam mấy tuần. Theo anh, tôi nên ở khách sạn nào?
Greg	Chị định ở Hà Nội hay Sàigòn?
Sue	Tôi sẽ ở Hà Nội độ hai tuần, rồi vào Sàigòn.
Greg	Ở Hà Nội, theo tôi, chị nên ở khách sạn Thống Nhất.
Sue	Tôi nghe nói khách sạn Thắng Lợi mới hơn, lớn hơn và vì nằm bên bờ hồ Tây nên cảnh đẹp hơn.
Greg	Đúng, khách sạn Thắng Lợi mới hơn, rộng hơn và có cảnh đẹp hơn, nhưng xa trung tâm thành phố hơn. Giao thông công cộng ở Hà Nội không tốt lắm, vì thế ở khách sạn Thống Nhất tiện hơn. Hơn nữa, đồ ăn ở khách sạn Thống Nhất ngon hơn.
Sue	Ừ, có lẽ tôi sẽ ở khách sạn Thống Nhất. Thế, ở Sàigòn, theo anh, khách sạn nào tốt nhất?
Greg	Sàigòn có khá nhiều khách sạn tốt. Nhưng tôi thích ở khách sạn Quốc Tế nhất. Đó là một khách sạn lớn nhất và đẹp nhất Sàigòn.
Sue	Nhưng cũng đắt nhất, phải không, anh?
Greg	Tất nhiên, nhưng đồ ăn và rượu ở đó ngon nhất, và các cô phục vụ ở đó xinh nhất.
Sue	Tôi đi Sàigòn với chồng tôi. Có lẽ chúng tôi sẽ đến một khách sạn khác rẻ hơn.

Từ   vựng

độ	approximately		đúng	correct, right
rồi ...	and then ...		trung tâm	center
vào	go down (South) to		giao thông	communication
tôi nghe nói	I've heard		công cộng	public
nằm	to lie		khá nhiều	quite a few
bờ	bank		cô phục vụ	waitress
hồ	lake		xinh	pretty
hồ Tây	West Lake		khác	other
cảnh	view, landscape			

PHẦN D: TỰ KIỂM TRA — Self-Test

D 1   Fill the blanks appropriately from the list.

hơn

1. Tiếng Việt khó _____ tiếng In-đô-nê-xi-a, phải không?   hơn

   Không, tiếng In-đô-nê-xi-a khó _____ nhiều.   hơn

2. Chị ấy thích John Jones _____ vì anh ấy hát hay nhất.   hơn

3. Cái này đẹp _____ nhưng _____ tôi, chị nên mua cái   hơn

   kia vì cái kia _____ hơn.   nào

4. Tiệm ăn _____ ngon _____ ở Orange County?   nên

   Tiệm Quê Việt. Anh _____ đi Quê Việt ăn phở.   nên

5. _____ anh thì tôi _____ đi bằng gì?   nhanh

   _____ chị, nhưng theo tôi thì chị nên đi bằng máy bay   nhất

   vì máy bay _____ hơn.   nhất

   _____ nữa là đi máy bay thì tiện hơn.   theo

theo

tốt

tùy

D 2   Give Vietnamese equivalents for these sentences.

1. You are working too (very very) slowly. You should work more quickly.
2. This book is a bit more expensive, but I'll take it because it's better.
3. I'd prefer to stay in this hotel because it's newer, cheaper, and nearer to
   the Đoàn Thì Điểm Street bus/coach station (bến).
4. Which student is the best in this class?
   Hoa is, because she studies harder.
5. Which state is the largest in the U.S.A.?
   Of course it's Alaska. Texas is very big but Alaska is much bigger.
6. I think he should stay home tonight.
7. According to the doctor, he should drink the new medicine.
8. Nam is taller than Minh, but the truth is, Minh is better looking.

D 3   After checking your answers in D 1 and D 2, write a conversation.

PHẦN E: TỪ VỰNG BÀI MƯỜI BỐN

SUMMARY OF LESSON FOURTEEN VOCABULARY

By now you should have mastered all the patterns in Section B of Lesson 14, as well as the vocabulary outlined here.

Từ   vựng

từ	theo PERSON	tốt	ADJ hơn	tùy PERSON
thí dụ	xin	nhanh / mau	ADJ nhất	nên VERB
nhạc	chạy	chậm	ADJ quá	vì thế, ...
(con) sông	lái (xe)	cao	nhiều ... hơn	... chứ / chớ
ngọn núi	(thi) đậu	thấp	lớn hơn nhiều	
Đức	tra từ điển	dày	lớn hơn một chút	
châu Âu		mỏng	tương đối	
châu Á		dài		
Đông Nam Á		ngắn	cần nhất (là)	
sông Cửu Long		hẹp	hơn nữa (là)	
trường đại học tổng hợp		rộng	tất nhiên (là)	
		cẩn thận	dĩ nhiên (là)	
		chăm chỉ	thật ra (là)	
			may mắn (là)	
			quan trọng (là)	

Theo chị (thì) tôi nên mua gì?

Theo tôi thì anh nên mua cái này.

Tùy anh.

Cái này dài hơn cái kia.

Cái kia ngắn hơn.

Có nhiều người Việt hơn.

Tôi thích chiếc xe Đức nhất.

Chiếc xe Đức chạy nhanh hơn.

Quan trọng là đi gặp bà ấy.

BÀI MƯỜI LĂM — LESSON FIFTEEN

REVIEW EXERCISES: LESSONS 11 – 14

Bài tập 1

Listen to each full sentence once, then listen again and write the correct tone and vowel mark(s) for each word.

Hương	A-lo. Xin loi, toi muon noi chuyen voi chi Hoa.
Ngoc	Da, chi cho mot lat nhe. (Ngoc calls Hoa.)
Hoa	A-lo, Hoa đay. Ai đay?
Hương	Hương đay.
Hoa	A, Hương đay a. Chi ve Hue hoi nao?
Hương	Toi ve hom qua. Toi nay chi đen nha toi an cơm nhe.
Hoa	O, hay lam. May giơ toi đen?
Hương	Bay giơ nhe.
Hoa	Bay giơ được.
Hương	Chao chi.

Bài tập 2

Write in the best location expression.

1. _____ nhà có một phòng khách.
2. _____ nhà cũng có một phòng bếp và một phòng tắm.
3. _____ nhà có cái vườn đẹp.
4. _____ lớp lịch sử Việt Nam có chín sinh viên,
   nhưng _____ lớp lịch sử Pháp có nhiều sinh viên lắm.
5. _____ phòng cô ấy có một cái bàn lớn,
   và _____ bàn có nhiều quyển sách mới.
6. _____ sân có nhiều cây.
7. _____ trường này có hai mươi mốt giáo viên.
8. _____ San Jose có nhiều quán phở Việt Nam.

197

Bài tập 3

Translate the sentences in Exercise 2 into natural English.

Bài tập 4

A ask B if B has been to these countries. B answers that B has never been to the first country, but has been to the second three times.

THÍ DỤ		Việt Nam, Thái Lan
	A:	Anh/Chị đi Việt Nam và Thái Lan chưa?
	B:	Tôi chưa đi Việt Nam bao giờ,
		nhưng tôi đi Thái Lan ba lần rồi.

1. Miến Điện (Burma),   Ấn Độ
2. Nam Triều Tiên (So. Korea),   Nhật Bản
3. Đức,   Pháp
4. Mã-lai,   In-đô-nê-xia
5. Phi-líp-pin,   Đài Loan (Taiwan)
6. Sin-ga-po,   Hồng Kông (or Hương Cảng)

Bài tập 5

B argue with A that the features of the item in brackets are more intense than those of the item A speaks of.

THÍ DỤ	A:	Canberra nhỏ và yên tĩnh. (Queanbeyan)
	B:	Nhưng Queanbeyan nhỏ hơn và yên tĩnh hơn.

1. Quán Hương Lan ngon và rẻ.   (quán Bà Béo)
2. Quyển Anh Việt dày và có nhiều từ.   (quyển Việt Anh)
3. Phố Nguyễn Thái Học dài và rộng.   (phố Tràng Tiền)
4. Bài 14 ngắn và dễ.   (Bài 13)
5. Công viên vùng này đẹp và có nhiều cây.   (công viên vùng kia)
6. Chiếc xe này mới và tốt.   (chiếc xe kia)

Con hơn cha, nhà có phước

Children who fare better than their parents are a blessing to their family.

Bài tập 6

Double underline **nên** 'therefore' and single underline **nên** 'should'.

1. Xe Nhật tốt hơn xe Ý, nên theo tôi, chị nên mua xe Nhật.
2. Đi máy bay nhanh hơn, nên anh nên đi bằng máy bay.
3. Bài này dài hơn nhưng dễ hơn nên cô nên làm bài này.
4. Theo tôi, bà nên mua cái này vì cái này đẹp hơn và rẻ hơn.
5. Tôi chưa đi Gold Coast bao giờ, nên hè này tôi định đến đó chơi. Theo chị, tôi nên đi Gold Coast bằng gì?
6. Anh ấy mới học tiếng Việt, nên ông không nên nói nhanh quá.

Bài tập 7   Bài Dịch ra Tiếng Việt

Write the appropriate Vietnamese for these English phrases and sentences, remembering to write the correct vowel and tone marks.

1. Can you go with me to the guesthouse?   _____

2. I cannot understand the lesson.   _____

3. We can help him tomorrow.   _____

4. Don't start singing!   _____

5. Let's go to the club!   _____

6. Do you know where my dictionary is?   _____

7. Your dictionary is on the table in your room.   _____

8. How do you like Saigon?   _____

9. Saigon is very big and crowded,   _____

10.   so that it's a lot of fun.   _____

11. Let's go there one more time!   _____

12. I think my room at the guest house is too small.   _____

13. Have you ever been to France?   _____

14. never yet been to France   _____

15. not yet heard that tape   _____

16. How many times (have you) seen that film?   _____

17. seen that film several times already   _____

18. seen that film only once   _____

19. been over to Kim's house three or four times, something like that

        _____

20. I've eaten phở many times.   _____

21. Where do you intend to go?   _____

22. Do you intend to go anywhere?   _____

23. I haven't decided to go anywhere.   _____

24. need to ask anything?   _____

25. want to meet anybody?   _____

26. don't want to meet anybody   _____

27. Who do you want to meet?   _____

28. work in the same place with him   _____

29. study in the same faculty with her   _____

30. won't be able to go   _____

31. You should talk with him.   _____

32. bigger and taller   _____

33. speaks more slowly   _____

34. speaks Vietnamese better   _____

35. shorter than this lesson   _____

36. prettier than Chicago   _____

37. like to live in Sydney more (rather live in Sydney)   _____

38. like to live in Sydney more than in New York   _____

39. like new music the most   _____

40. Which doctor is the best?   _____

41. Don't, younger brother!   _____

42. Help me!   _____

Bài tập 8
Read the text and do the comprehension test.

Tôi có một căn nhà nhỏ ở Hà Nội. Cũng như nhiều nhà khác ở Việt Nam, nhà tôi không có phòng khách và phòng ăn riêng. Dưới nhà có một căn phòng không rộng lắm. Trong phòng đó có một bộ sa-lông, một bộ bàn ăn, một cái ti-vi và một cái rađiô. Đó là phòng khách, đó cũng là phòng ăn và đó cũng là phòng gia đình. Sau phòng đó là một cái sân. Sau cái sân là nhà bếp, rồi đến phòng tắm và phòng vệ sinh. Trên gác có hai phòng ngủ. Trong phòng ngủ có một cái bàn. Tôi thường đọc sách và làm việc ở bàn đó. Tôi có một mảnh vườn nhỏ ở trước nhà. Nhà tôi không có chỗ để xe vì tôi không có xe ô-tô.

Từ   vựng

cũng như	as
khác	other
bộ	a set, suite
bộ sa-lông	lounge suite
nhà bếp	a kitchen separate from the house
rồi ...	and then ...
phòng vệ sinh	toilet
mảnh	piece (Used as a classifier)

1. Nhà tôi như nhiều nhà khác ở Việt Nam.   YES____ NO____

2. Nhà tôi không có phòng gia đình.   YES____ NO____

3. Trong phòng khách có một cái bàn làm việc.   YES____ NO____

4. Trong phòng ngủ có một cái tivi.   YES____ NO____

5. Sau nhà bếp là phòng tắm và phòng vệ sinh.   YES____ NO____

6. Có chỗ để xe ở đằng sau nhà.   YES____ NO____

7. Tôi thường đọc sách trong phòng ngủ.   YES____ NO____

8. Trong nhà có phòng khách,
   phòng ăn và phòng gia đình chung.   YES____ NO____

9. Nhà tôi ở Nha Trang.   YES____ NO____

10. Phòng tắm ở đằng sau nhà bếp.   YES____ NO____

Bài tập 9

Bản đồ của một khu phố ở Đà Nẵng

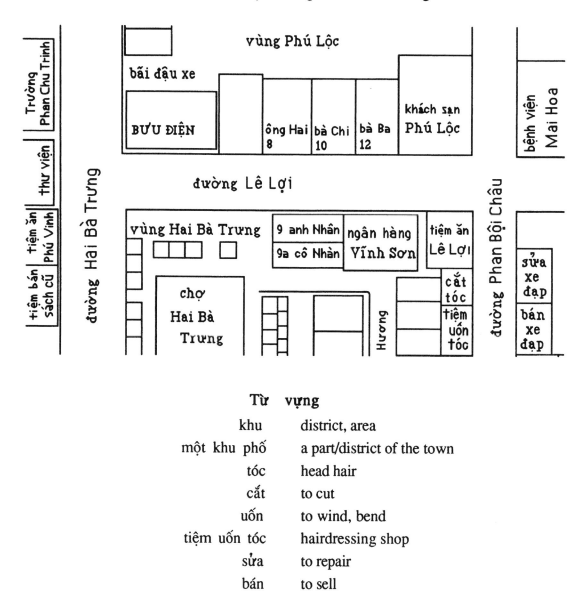

Từ vựng

khu	district, area
một khu phố	a part/district of the town
tóc	head hair
cắt	to cut
uốn	to wind, bend
tiệm uốn tóc	hairdressing shop
sửa	to repair
bán	to sell

Describe how you are going to go from the post office to the bicycle shop to buy a bicycle. Then write or talk with each other about where you live in Danang and where you like to go and how to get there from your house.

Bài tập 10

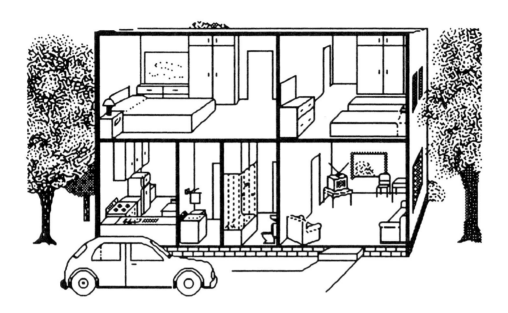

Describe this house.

Căn nhà này lớn hay nhỏ?

Có lớn hơn một căn nhà thường (usual) ở Việt Nam không?

Nhà có mấy căn phòng?

Phòng ăn ở đằng sau nhà bếp. Có thấy được không?

Phòng bếp ở trong nhà, không ở đằng sau nhà, phải không?

Ở phòng khách có bộ sa-lông không?

Có mấy cái tivi?

Trong hai phòng ngủ có mấy cái giường (bed)?

Gia đình ở trong căn nhà này có khoảng mấy người?

Then describe your Vietnamese house in Danang, using Exercise 8 as a guide. Is it smaller than the house shown here? Does it have more trees, more or fewer rooms? Does it have a laundry room?

Bài tập 11   Telephone conversation

Make separate cards for Student 1 and Student 2 for oral practice, or write out the conversation in Vietnamese.

S1	(Telephone to S2)
S2	Answer the telephone.
S1	Ask for S2 and identify yourself.
	Ask S2 to go and have Thai food tonight.
S2	Thank S1 and tell S1 that you won't be able to go tonight.
S1	Ask for the reason.
S2	Tell S1 that you will be back (home) very late.
S1	Ask what time S2 will be back.
S2	Reply that you won't be back until 8:00 p.m.
S1	Say that's very late and ask if S2 will be busy tomorrow night.
S2	Reply that you won't be busy tomorrow night.
S1	Tell S2 that in that case you and S2 will go to a Thai restaurant tomorrow night.

Bài tập 12

Read again the Reading C 8 of Lesson 11 and answer the following questions.

1. Năm tới chị Jill định đi đâu?
2. Tại sao không đi châu Âu?
3. Jill sẽ đi Việt Nam bằng gì?
4. Theo Alex, Jill nên đi từ Sàigòn đến Hà Nội bằng gì? Tại sao?
5. Jill định đi từ Sàigòn đến Hà Nội bằng xe lửa, phải không?
6. Theo Alex, Jill nên ở Huế ít nhất là bao lâu?
7. Theo Alex, Jill nên ở khách sạn nào ở Huế? Tại sao?

Lắm người yêu hơn nhiều người ghét

To be loved by many is better than to be hated by many.

Bài tập 13

Read again the text C 8 of Lesson 12 and tick the right answer box below.

1. Bob chưa bao giờ đi Bali cả.   YES ____ NO ____
2. Anne đến Bali hồi năm ngoái.   YES ____ NO ____
3. Năm ngoái Bob đi Bali bằng máy bay và tàu thủy.   YES ____ NO ____
4. Anne định đi Sin-ga-po bằng tàu thủy.   YES ____ NO ____
5. Anne muốn sang Kuala Lumpur chơi.   YES ____ NO ____
6. Trên đường về Anne sẽ ghé lại Kuala Lumpur.   YES ____ NO ____

Bài tập 14

Retell the story in C 7 of Lesson 13 in about 50 words. You might need some extra vocabulary.

to dial	quay
to answer	trả lời
be surprised	ngạc nhiên

Bài tập 15

Write a short story based on C 8 of Lesson 14. Here are some suggestions.

Sue sắp (about to) đi đâu? Bao lâu? Sue định đến những thành phố nào? Sue hỏi ý kiến (consult) ai? Greg khuyên (advise) Sue nên ở khách sạn nào ở Hà Nội? Vì sao? Khách sạn nào tốt nhất ở Sài gòn? Vì sao? Sue có định ở khách sạn đó không? Vì sao?

Có chồng chẳng được đi đâu
Có con chẳng được đứng lâu một giờ

Married women cannot go anywhere;
mothers cannot stand still for one minute.

Bài tập 16

(a)   Read the text and answer the questions (in Vietnamese of course!).

Chị Helen mới đến Hà Nội và sắp học tiếng Việt nên chị muốn mua một quyển từ điển Việt-Anh. Chị cũng muốn mua hai cái viết và năm quyển vở nữa.

Chị đi xe xích lô đến Hồ Gươm rồi đi bộ đến hiệu sách ở phố Tràng Tiền. Chị gặp anh Robert ở hiệu sách. Anh Robert đang học tiếng Việt ở Viện Ngoại Ngữ nên anh cũng muốn mua một quyển từ điển Việt-Anh. Anh cũng muốn mua một quyển Anh-Việt nữa.

Ở hiệu sách có rất nhiều từ điển. Anh Robert mua một quyển từ điển Việt-Anh lớn và một quyển Anh-Việt nhỏ. Chị Helen mua một quyển Việt-Anh nhỏ thôi.

Mua xong hai người rủ nhau đến quán chả cá. Hiệu đó không xa lắm nên hai người đi bộ đến đó. Ăn xong, anh Robert đưa chị Helen về nhà bằng xe gắn máy.

Từ   vựng

sắp	about to
xích lô	cyclo, pedicab
Hồ Gươm / Hồ Hoàn Kiếm	Lake of the Restored Sword in Hanoi
Viện Ngoại Ngữ	Institute of Foreign Languages
mua xong	after they finished buying
rủ	to invite
nhau	each other

Câu   hỏi:

1. Anh Robert và chị Helen gặp nhau ở đâu?

2. Sao họ đi đến hiệu đó?

3. Anh Robert mua gì? Chị Helen mua gì?

4. Mua sách rồi hai người đi đâu?

5. Ai đưa chị Helen về?

(b)   Retell the story as a telephone conversation in which Helen calls Robert, wanting him to go to the bookstore with her or to meet her there. Remember the telephone greetings!

Bài tập 17

Read the story, retell it first in English, then in Vietnamese.

Ông Hùng gặp một người lạ ngoài phố. Người lạ đến gần ông và hỏi:

— Xin lỗi ông, bây giờ là mấy giờ?

— Dạ, bốn giờ rồi,   — ông Hùng trả lời và nhân tiện hỏi:

— Tôi trông ông không phải là người Việt Nam. Ông là người Nhật phải không?

— Dạ không,   — người lạ trả lời.

— Vậy ông là người Thái à?

— Dạ không.

— Hay ông là người Sin-ga-po?

— Dạ không.

— Vậy ông là người Mỹ phải không?

— Dạ cũng không phải.

— Vậy ông là người nước nào trên thế giới này?

— Dạ, tôi không phải là người nước nào trên thế giới này cả. Tôi là người sao Hỏa.

Từ   vựng

người lạ	stranger
ngoài phố	out in town
trả lời	to answer
nhân tiện	at the same time, incidentally
trông	to see
sao Hỏa	the planet Mars

Can you write what these words mean in natural English?

lạ   _____

trên thế giới này   _____

sao (as in sao Hỏa)   _____

không ... nước nào ... cả   _____

Bài tập 18

After reading the story, translate it into (natural) English.

Anh Harry là sinh viên kinh tế Việt Nam học ở trường đại học Yale ở Mỹ. Kỳ nghỉ này anh đi Ha-oai thăm bạn. Anh không báo trước. Anh muốn bạn anh ngạc nhiên. Bạn anh, anh Jim, cũng là sinh viên. Anh Jim học tiếng Việt ở trường đại học Ha-oai và cũng đang được nghỉ.

Harry tìm đến địa chỉ của Jim. Anh gõ cửa. Một người đàn ông Việt Nam ra mở cửa. Harry, ngạc nhiên, tưởng đến nhầm nhà. Anh hỏi:

— Xin lỗi, đây là đường Kapahulu, phải không?
— Dạ phải, — người Việt Nam trả lời.
— Số nhà này là mười hai, phải không?
— Dạ phải.

Harry mừng lắm, hỏi tiếp:

— Vậy đây là nhà anh Jim, phải không?
— Dạ phải, tôi ở chung với anh Jim, — người Việt-Nam trả lời.
— Anh Jim có nhà không?
— Dạ không.
— Vậy anh Jim đi đâu?
— Dạ, đi Mainland rồi.
— Đi Mainland?! Đi làm gì, anh biết không?
— Dạ, anh ấy được nghỉ hè nên đi Mainland thăm một người bạn tên là Harry.

Từ vựng

kỳ nghỉ	holidays	nhầm	wrong(ly)
báo trước	to inform in advance	đến nhầm nhà	to mistake the house
ngạc nhiên	be surprised	trả lời	to answer
tìm	to look for, seek	mừng	be glad, pleased
gõ	to knock	ở chung với	to share the house with
ra	to go out	... có nhà không?	Is ... at home?
tưởng	to think, imagine	Mainland	the continental US
được VERB	to have opportunity to VERB		(when in Hawaii)

Bài tập 19 Complete the sentences.

Anh Greg đang học _____ Việt và làm một đề tài nghiên cứu về xã hội Việt _____ ở Sàigòn. Bây giờ anh _____ anh Hùng ngoài phố.

Greg   A! Anh Hùng _____ đâu đó?

Hùng   Dạ, tôi không _____ _____ cả, đi chơi phố thôi.

Greg   Chúng _____ đi quán Thanh Niên uống cà-phê _____ .

Hùng   Đi quán Thanh Niên vui lắm, _____ đi quán Minh thì gần _____ . _____ đi quán Minh _____ !

Ở quán Minh hai người bạn _____ cà-phê và nói _____ .

Hùng   Anh _____ Sàigòn thế nào? Có _____ không?

Greg   Thích lắm! Sàigòn vui lắm, nhưng đông _____ lắm, ồn ào quá.

Hùng   Bây giờ anh ở _____ ?

Greg   Dạ, tôi ở _____ sạn Bến Thành – đắt lắm!

Hùng   Anh _____ thuê một _____ phòng ở nhà khách _____ đại học – rẻ _____ nhiều. Hơn nữa là ở _____ _____ tiện hơn ở khách sạn vì gần trường _____ .

Greg   Người nước ngoài thuê phòng ở _____ _____ được à?!

Hùng   _____ chớ.

Greg   Như _____ thì mai tôi sẽ đi đến _____ _____ hỏi.

Hùng   Anh sẽ _____ Việt Nam bao _____ nữa?

Greg   Bảy tháng _____ tôi sẽ làm xong đề tài nghiên cứu, nên tám, chín tháng nữa _____ về.

Hùng   Tôi rất hy vọng anh sẽ ở lại Việt Nam lâu hơn nữa.

Greg   Xin lỗi, anh nói _____ quá, tôi chưa hiểu. Xin anh nói _____ hơn.

Hùng   Tôi . rất . hy vọng . anh . sẽ . ở lại . Việt Nam . lâu . hơn . nữa – 'hy vọng' là 'hope'.

Từ vựng

A!	Oh! (Happy greeting)
đề tài	topic, subject
ồn ào	be noisy, clamorous

Bài tập 20.

Select a short English anecdote and retell it in Vietnamese as simply as you can.

Anh đi phố hả?

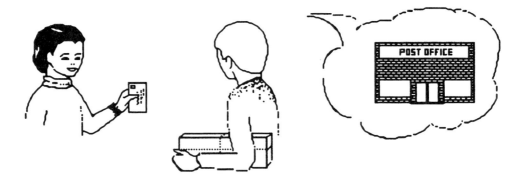

Chị ấy định đi đâu, để làm gì?

BÀI MƯỜI SÁU — LESSON SIXTEEN

PHẦN A: CÂU MẪU — Patterns

Đối thoại A 1

Lan and Thi meet in front of the student guest house.

Lan	Anh đi phố hả?
Thi	Ừ, tôi định đi gửi ít đồ cho gia đình rồi đi sang hiệu sách. Chị có cần gì không?
Lan	Anh mua cho tôi một quyển sách được không?
Thi	Được chứ, chị muốn mua sách gì?
Lan	Quyển *Văn Hóa Việt Nam* của Phan Mai Hoa.

Từ vựng

cho	to, for
rồi ...	and then ...
văn hóa	society, culture
của	by, of
Tôi gửi ít đồ cho gia đình.	I'm sending a few things to my family.
Anh mua cho tôi một quyển sách.	Buy (for) me a book.

Đối thoại A 2

Thi đi vào tiệm sách.

Thi	Cho tôi xem quyển *Văn Hóa Việt Nam* của Phan Mai Hoa.
Cô bán sách	Vâng. Đây, mời ông xem.
Thi	Cám ơn cô. (Thi xem quyển sách.) Vâng. Cho tôi mua quyển này. Mất bao nhiêu tiền cô?
Cô bán sách	60.000 đồng. (Sáu mươi nghìn đồng = ca US$6, 1994.)*

Từ vựng

cho ...	to let, allow
bán	to sell
mời ...	please ... (I invite you to ...)
mất	to lose, spend
Mất bao nhiêu tiền?	How much does it cost?

* In writing numbers in Vietnamese, a period marks one thousand and a comma marks decimals.

211

Đối thoại A 3

Thi returns from downtown and meets Lan, giving her the book.

Lan	Chiếc xe đạp của anh đẹp quá. Anh mua ở đâu thế?
Thi	À, bố tôi cho tôi hôm sinh nhật.
Lan	Thế à. Thế mẹ anh cho anh cái gì?
Thi	Mẹ tôi cho tôi một cái đồng hồ.
Lan	Và chị anh có cho anh cái gì không?
Thi	Có, chị tôi cho tôi một quyển sách hát.

Từ vựng

của	belonging to, possession of
… thế/vậy?	So …?
cho	to give
(hôm) sinh nhật	(on my) birthday
Bố tôi cho tôi (một chiếc xe đạp).	My father gave it (a bicycle) to me.

PHẦN B: CHÚ THÍCH — Notes on Patterns

B 1

PERSON	MOOD	ACTIVITY		OBJECT	for	BENEFICIARY
Tôi	định	đi	mua	ít đồ	cho	gia đình.
Tôi	muốn		tìm	việc làm		em tôi.
Anh Khoa	cần		sửa	chiếc xe đạp		chị Hoa.
Anh ấy	định		trồng	cây hoa		gia đình ấy.
Chị ấy	phải		tìm	một cái nhà		bạn chị ấy.

PERSON	MOOD	ACTIVITY		for	BENEFICIARY	OBJECT
Tôi	định	đi	mua	cho	gia đình	ít đồ.
Tôi	muốn		xin		em tôi	việc làm.
Anh Khoa	cần		sửa		chị Hoa	chiếc xe đạp.
Anh ấy	định		trồng		gia đình ấy	vài cây hoa.
Chị ấy	phải		tìm		bạn chị ấy	một cái nhà.

Từ vựng

sửa	to repair		(bông) hoa	flower
trồng	to plant		cây hoa	flower plant
tìm	to look for, seek			

B 2

PERSON	MOOD	ACTIVITY	OBJECT	to	RECEIVER
Tôi	định	gửi	ít quà	cho	gia đình.
Bà ấy	muốn	viết	(một bức) thư*		cô ấy.
Cô Bích	định	bán	chiếc xe hơi		anh ấy.
Chị	phải	trả	tiền		ông ấy.
Tôi	cần	đưa	quyển đó		chị Lan.
Anh Thi	muốn	đem	ít quần áo		anh Minh.

PERSON	MOOD	ACTIVITY	to	RECEIVER	OBJECT
Tôi	định	gửi	cho	gia đình	ít quà.
Bà ấy	muốn	viết		cô ấy	một bức thư.
Cô Bích	định	bán		anh ấy	chiếc xe hơi.
Chị	phải	trả		ông ấy	nhiều tiền.
Tôi	cần	đưa		chị Lan	quyển đó.
Anh Thi	muốn	đem		anh Minh	ít quần áo.

Từ   vựng

(món) quà	gift
bức thư	a letter
trả	to pay (back), give back
đưa	to hand/give to
đem	to carry, take to

* One can say 'viết một bức thư', but certain verbs are often directly combined with **thư** without the classifier: 'viết thư', 'gửi thư', 'nhận (receive) thư', 'nhận được thư'.

B 3

PERSON	(not)	allow	me	ACTIVITY	
Thầy		cho	tôi	trả	hai trăm rưởi cho họ.
Thầy	không	cho	tôi	trả	tiền cho họ.
Mẹ tôi		cho	tôi	đi	phố bây giờ, nhưng
bố tôi	không	cho	(tôi	đi).	
		Cho	tôi	mua	hai cái quần.
				gửi	bức điện này đi Luân-đôn.
				làm	giấy tờ thuê nhà.
				đọc	tờ báo này nhé.

yes
Vâng (ạ).
Được.

rưởi	and a half (Numbers over 100: 150, 1500,...)
bức điện	telegram

B 4

PERSON	give	BENEFICIARY	OBJECT
Mẹ anh	cho	anh	cái gì?
Mẹ tôi		tôi	một cái đồng hồ.
Chị Lan		nó	năm quả/trái cam.
Chị của cô ấy		cô ấy	một cái áo đi mưa.
Anh tôi		em tôi	mười lăm đồng.

Từ vựng

nó	he/she (Inferior); it	mưa	rain, to rain
quả [No], trái [So]	fruit	(cái) áo đi mưa	(a) raincoat
(quả) cam	(an) orange		

Anh ấy đi phố để trả tiền nước.

PHẦN C: BÀI TẬP — Exercises

C 1   Practice asking these friendly questions, B answering in the affirmative.

THÍ DỤ

	đi phố bây giờ
A:	Cô đi phố bây giờ hả?
B:	Ừ, tôi đi phố bây giờ.

1. gặp các anh ấy rồi
2. định đi bưu điện gửi thư
3. muốn mua cái này cho em chị
4. cần sửa chiếc xe này
5. muốn tìm việc làm ở đây
6. (Tôi) phải trả tiền chiều nay

C 2   Ask and answer each other these questions, using the words in brackets in your answers. Then practice some more, making up your own answers.

THÍ DỤ

> A: Cô định gửi (cái) gì cho gia đình?   (một bức thư)
> B: Tôi định gửi một bức thư cho gia đình.

1. Anh muốn mượn (cái) gì cho bạn anh?   (một quyển từ điển)
2. Chị phải tìm (cái) gì cho gia đình?   (một cái nhà)
3. Cô muốn trả (cái) gì cho thư viện?   (những quyển sách này)
4. Các bà định mua (cái) gì cho ông ấy?   (một chiếc xe đạp)
5. Anh cần sửa (cái) gì cho cô Hoa?   (cái ti-vi)
6. Thầy sẽ gửi (cái) gì cho anh Nam?   (ít đồ)

C 3   Ask each other questions for these answers. Practice with other answers.

THÍ DỤ

> A: Cô định gửi cho gia đình cái gì?
> B: Tôi định gửi cho gia đình một bức thư.

1. Tôi muốn mượn cho bạn tôi một quyển từ điển.
2. Tôi phải tìm cho gia đình một cái nhà.
3. Chúng tôi muốn trả cho thư viện những quyển sách này.
4. Chúng tôi muốn mua cho ông ấy một chiếc xe gắn máy.
5. Tôi cần sửa cho cô Hoa cái áo này.
6. Bà ấy sẽ gửi cho con bà ấy ít đồ.

C 4   Ask and answer each other these questions, using the cues in your answers.

THÍ DỤ

> A: Cô muốn gửi quà cho ai?   (gia đình)
> B: Tôi muốn gửi quà cho gia đình.

1. Anh viết thư cho ai?   (cô Hà)
2. Các cô trả tiền cho ai?   (chị ấy)
3. Chị bán xe cho ai?   (thầy Trinh)
4. Bà ấy đem quần áo cho ai?   (cô Lan)
5. Cô ấy đưa cam cho ai?   (em tôi)
6. Các anh mua đồng hồ cho ai?   (ông Qui)

C 5   Practice saying the same thing in another way, a little more politely. Act out situations in which you would make such requests.

THÍ DỤ

| A: | Tôi muốn mua quyển này. |
| B: | Cho tôi mua quyển này. |

1. Tôi muốn gửi bức thư này cho chị Hà.
2. Tôi muốn đọc bức điện này bây giờ được không?
3. Tôi muốn trả bưu kiện này cho ông Bá.
4. Tôi muốn mượn cái bút của anh được không?
5. Tôi muốn xem quyển *Sách Học Tiếng Anh* của Pittman.
6. Tôi muốn gặp ông giám đốc năm phút.

C 6   A say he/she just got a new thing. B ask whether A bought it or who gave it to A. A give an answer.

THÍ DỤ

| A: | Tôi mới có một quyển sách mới. |
| B: | Cô mua hay ai cho cô quyển sách đó? |

1. Tôi mới có một cái đồng hồ mới.
2. Tôi mới có một cuốn băng mới.
3. Tôi mới có một chiếc xe máy mới.
4. Tôi mới có một cái áo mới.
5. Tôi mới có một cái quần mới.
6. Tôi mới có một cái ti-vi mới.

Đói cho sạch, rách cho thơm

Even though you are hungry keep yourself clean;
even though your clothes are torn keep yourself fresh:
Even if one is destitute, one must behave properly.

Đi cho biết đó biết đây
Ở nhà với mẹ biết ngày nào khôn

One has to leave home to know other places.
How can one become wise if one stays in the nest?

C 7 Give Vietnamese equivalents.

1. You're going down town, huh?
   Yeah, I'm going to send a few things to my friend.
   Can you buy for me a book?
   Sure, what book do you want to buy?
   English Language Textbook by David Werner.

2. I'd like to see *English Language Textbook* by David Werner.
   Yes, here you are, please have a look.
   Thank you. (Looks at the book.) Yes, I'll take it.

3. You have a very nice watch. Where did you buy it?
   Well, my father gave it to me on my birthday.
   Really? And what did your mother give you?
   My mother gave me a raincoat.

4. You're going to the post office eh?
   Yes, I have to mail a letter. Do you want anything?
   Can you send a telegram for me?
   Yes, who do you want to send it to?
   I want to send it to my younger brother in Nha Trang.

C 8 Bài đọc ngắn

Tôi vẫn còn họ hàng ở Việt Nam. Thỉnh thoảng tôi viết thư cho họ. Năm ngoái, vì là sinh nhật của tôi, anh họ tôi cho tôi một bức tranh sơn mài. Anh ấy gửi bằng bưu điện. Vài tháng sau, tôi gửi cho anh ấy vài món quà từ Mỹ. Anh ấy cũng lớn tuổi rồi, anh có ba đứa con. Anh đang cho chúng nó học tiếng Anh. Đối với người Việt Nam, tiếng Anh bây giờ quan trọng lắm. Anh bảo tôi bao giờ tôi về Việt Nam chơi, tôi cho các con anh tập luyện tiếng Anh với tôi. Tôi sẽ đem cho các cháu tôi vài quyển sách tiếng Anh làm quà.

Từ vựng

vẫn còn	still have	món	Classifier for **quà**
họ hàng	relatives	lớn tuổi	older, grown up
thỉnh thoảng	occasionally	đối với người VN, ...	for Vietnamese people, ...
của	belonging to	bảo	to tell, inform
anh họ	cousin	bao giờ	whenever
sơn mài	lacquer	tập luyện	to practice
vài tháng sau	a few months after	làm quà	to make as a present

C 9   Bài tập đọc số 2

In the restaurant. Read this conversation, practice it with each other, then act out other improvised restaurant situations.

Người phục vụ	Chào ông, mời ông vào. Ông đi với mấy người ạ?
Ông Hulley	Tôi đi một mình thôi. Cho tôi một cái bàn nhỏ nhé.
Người phục vụ	Vâng ạ. Mời ông đi lối này. — Đây, mời ông ngồi đây.
Ông Hulley	Cám ơn. Đem cho tôi cuốn thực đơn và một chai bia nhé.
Người phục vụ	Vâng. Đây, mời ông xem thực đơn. Tôi sẽ đem bia lại cho ông ngay bây giờ.
Ông Hulley	Tốt. Cho tôi nghe một băng nhạc Rock nhé. À này, ở đây có rượu không?
Người phục vụ	Dạ không. Nhưng bên cạnh có tiệm rượu.
Ông Hulley	Tốt. Anh sang mua cho tôi một chai vodka, một chai whisky và một chai cognac.
Người phục vụ	Vâng ạ.

Người phục vụ đi mua rượu. Ông Hulley ngồi xem thực đơn. Một lúc sau người phục vụ đem rượu về.

Ông Hulley	Để rượu vào tủ lạnh cho tôi và cho tôi gọi ba món: món số 5, món số 11 và món số 29.
Người phục vụ	Vâng ạ.
Ông Hulley	Tám giờ thì đem món số 5 và chai whisky ra cho tôi. Chín giờ đem món số 11 và chai vodka ra. Mười giờ thì đem món số 29 và chai cognac ra. Mười một giờ thì —
Người phục vụ	— thì đem ông về nhà ạ?
Ông Hulley	Không. Mười một giờ thì đem cà-phê cho tôi và mười hai giờ thì gọi cho tôi một cái tắc-xi.

Từ vựng

người phục vụ	waiter
một mình	by oneself, alone
lối	way
thực đơn	menu
chai	bottle
ngay	immediately, right away
tủ lạnh	refrigerator
món	dish (of food)
ra	out
đem ... ra cho tôi	bring ... out to me

PHẦN D: TỰ KIỂM TRA — Self-Test

D 1   Fill the blanks appropriately from the list.

1. Anh đến trường bây giờ _____ ?	áo
Ừ, tôi đi ____ ____ thư viện trường	bán
mấy quyển sách.	cho
2. Cô có cái đồng hồ đẹp quá.	cho
Cô _____ mua hay ai _____ cô?	cho
3. Chị mua cho tôi ít tem và phong bì	chứ
_____ không?	được
Được _____ . Anh muốn _____ bao nhiêu cái?	hả
4. Cho tôi mua cái _____ này.	mới
5. Chị có tiền không? _____ tôi _____ mười đồng nhé.	mua
6. Anh _____ xe cho ai? Họ trả _____ chưa?	mượn
	tiền
	trả

D 2   Give Vietnamese equivalents.

1. My friends gave me a lot of gifts on my birthday.
   What did your older sister give you?
   She gave me two new shirts.
2. How many shirts did you buy for your younger brother?
   I bought three, but one was too (very, very) small.
   Because of that, I gave him only two shirts.
3. Who do you want to send this letter to?
   I want to send it to my maternal grandparents.
4. Let me call Mrs. Ba.
   Can you give me her telephone number?
5. They want me to eat lunch with them,
   but my boss (ông chủ) won't let me go.
6. Has she ever let you go to see that film yet?
   No, not yet. She has never allowed me to go.

D 3   Check your answers for D 1 and D 2, then write a conversation of your own.

PHẦN E: TỪ VỰNG BÀI MƯỜI SÁU

By now you should have mastered all the patterns in Section B of Lesson 16, as well as the vocabulary outlined here.

Từ   vựng

nó	cho = give	cho = to, for	rồi ...
văn hóa	cho = allow	của = by, of	... thế/vậy?
(hôm) sinh nhật	bán	của = belonging to	
(món) quà	mời		
bức điện	sửa		
(một) bức thư	tìm		
(cái) áo đi mưa	viết thư		
quả / trái	gửi thư		
quả cam	nhận (được) thư		
(bông) hoa	đem		
cây hoa	đưa		
rưởi	trả	đi phố bây giờ hả?	
	trồng	mất bao nhiêu tiền?	
	mưa	Anh mua ở đâu thế?	
		Thế mẹ anh cho anh cái gì?	
		Mời ông xem.	

for –	sửa chiếc xe đạp cho chị Hoa
	sửa cho chị Hoa chiếc xe đạp
	Mua quần áo cho tôi nhé.
to –	gửi (một bức) thư cho gia đình
	gửi cho gia đình một bức thư
	Bán xe cho tôi nhé.
	Bán cho tôi một chiếc tốt nhé.
give –	Họ cho bạn tôi nhiều quà.
	Mẹ chị cho chị cái gì?
	Cho tôi mười lăm đồng được không?
allow –	Họ cho con họ đi xem hát với tôi.
	Họ không cho con họ đi với tôi.
	Cho tôi mượn mười lăm đồng nhé.

BÀI MƯỜI BẢY — LESSON SEVENTEEN

PHẦN A: CÂU MẪU — Patterns

Đối thoại A 1

Anh Thi và anh Tom ngồi trong lớp và nói chuyện.

Thi   Khi anh rảnh anh thường làm gì?

Tom   Khi nào rảnh tôi thường đi xem triển lãm hoặc chơi thể thao.
               Còn anh, khi rảnh anh thích làm gì?

Thi   Khi tôi rảnh tôi thích làm vườn.

Từ vựng

khi	moment, (the time) when ...
khi nào ...	whenever ...
rảnh	be free, at leisure
triển lãm	exhibition
hoặc	or (In statements; **hay** is preferred in questions)
thể thao	sports
chơi thể thao	to engage in sports
làm vườn	to work in the garden, to garden

Khi nào rảnh họ thích làm gì?

Đối thoại A 2

Marie and Dung meet on Nguyen Thai Hoc Street.

Marie	Khi nào chị đi Sàigòn?
Dung	Khoảng cuối tháng này.
Marie	Trước khi đi chị nhớ ghé lại tôi một chút nhé.
Dung	Có việc gì vậy?
Marie	À, tôi muốn nhờ chị chuyển một bức thư cho đại diện Bộ Di trú Pháp ở Sàigòn.

Từ vựng

khi nào	when? what moment?
cuối	(the) end
trước khi ...	before the time when ...
trước khi đi	before (the time of) going
nhớ	to remember
ghé lại (tôi)	to stop by, stop by my place
một chút	a little bit, a little while
nhờ	to ask a favor of
chuyển	to convey, transport
đại diện	representative
Có việc gì vậy?	So what's up?

Đối thoại A 3

Myoko and Jim are Asian Studies students who both study Vietnamese.

Myoko	Sau khi tốt nghiệp đại học anh định làm gì?
Jim	Tôi sẽ đi du lịch vòng quanh thế giới một thời gian.
Myoko	Anh định đi những đâu?
Jim	Trước hết, tôi muốn đi thăm vài nước châu Á như Việt Nam, Thái Lan, Căm-bốt. Sau đó tôi sẽ sang Châu Âu, nhưng tôi chưa quyết định đi những nước nào.
Myoko	Thích quá nhỉ ! Sau chuyến du lịch đó thì sao?
Jim	Sau đó tôi sẽ xin thi vào Bộ Ngoại giao.

Từ vựng

sau khi ...	after the time when ...	quyết định	to decide
thời gian	period of time	nhỉ	isn't it?
một thời gian	for a while	chuyến du lịch	the travel trip
những đâu	which places	sau đó	after that
trước hết	first of all	Sau đó thì sao?	After that then what?
xin (thi) vào Bộ Ngoại giao	apply to work in Foreign Affairs		

PHẦN B: CHÚ THÍCH — Notes on Patterns

B 1

I want to ask you to	do ACTIVITY
Tôi muốn nhờ cô	chuyển bức thư cho bạn.
	viết thư cho anh ấy.
	đi chợ mua cam cho tôi.
	sửa cái áo cho tôi.
	đem nước ra trường.
	lo về việc này.

Từ vựng

ra	out to
lo (về)	to worry, be concerned (about)

B 2

when	PERSON	ACTIVITY
Khi nào	anh	đi Sàigòn?
		ghé lại tôi?
		tốt nghiệp đại học?
		trả tiền cho chị ấy?
		tìm việc làm mới?

B 3

The phrases **khi** and **khi nào** in this type of sentence are almost the same, except that **khi nào** sounds more indefinite and closer to 'whenever'.

when	PERSON	STATE	PERSON	usually	MODE	ACTIVITY
Khi (nào)	(chị)	rảnh,	chị	thường		làm gì?
	(tôi)	rảnh,	tôi	thường		đọc báo.
	(anh)	rảnh,	anh		thích	làm gì?
	(tôi)	rảnh,	tôi	(thường)	thích	làm vườn.
	(tôi)	buồn,	tôi	(thường)	thích	hút thuốc lá.
	(tôi)	vui,	tôi	(thường)	thích	uống rượu.
	(tôi)	có tiền,	tôi	(thường)	thích	đi du lịch.

Từ vựng

hút	to smoke (Of person)
thuốc lá	cigarette

B 4

When PERSON is the same as the subject of the PROPOSITION, PERSON is optional.

before	PERSON	ACTIVITY	then	PROPOSITION
Trước khi	(chị)	đi Sàigòn	(thì)	chị nhớ ghé lại tôi nhé.
	(tôi)	đến lớp		tôi muốn đi thư viện.
		đi ngủ		ông phải uống 3 viên thuốc.
	tôi	đi		anh hãy đưa tiền cho tôi đi.
	(cô)	làm việc đó		cô phải suy nghĩ kỹ.
	(tôi)	quyết định		tôi sẽ hỏi ý kiến ông Quí.

PROPOSITION	before	PERSON	ACTIVITY
Chị nhớ ghé lại tôi	trước khi	(chị)	đi Sàigòn nhé.
Tôi muốn đi thư viện		(tôi)	đến lớp.
Ông phải uống 3 viên thuốc			đi ngủ.
Anh hãy đưa tiền cho tôi		tôi	đi nhé.
Cô phải suy nghĩ kỹ		(cô)	làm việc đó.
Tôi sẽ hỏi ý kiến ông Quí		(tôi)	quyết định.

Từ vựng

viên	pill
thuốc	medicine
suy nghĩ	to think, ponder, reflect
kỹ	carefully
ý kiến	idea
hỏi ý kiến	to consult

B 5

after	PERSON	ACTIVITY	then	PROPOSITION
Sau khi	(tôi) (anh ấy) (ông ấy) họ bà ấy	tốt nghiệp đại học lấy vợ thôi việc nêu ý kiến của họ đến	(thì)	tôi sẽ xin vào Bộ Y tế. anh ấy dọn đi San Diego. ông ấy mở một quán cà-phê. tôi sẽ nói chuyện về việc đó. chị có thể về.

PROPOSITION	after	PERSON	ACTIVITY
Tôi sẽ xin vào Bộ Y tế Anh ấy dọn đi San Diego Ông ấy mở một quán cà-phê Tôi sẽ nói chuyện về việc đó Chị có thể về	sau khi	(tôi) (anh ấy) (ông ấy) họ bà ấy	tốt nghiệp đại học. lấy vợ. thôi việc. nêu ý kiến của họ. đến.

Từ vựng

lấy vợ/chồng	to take a wife/husband, to marry
dọn đi	to move (to)
thôi việc	to resign, stop working
nêu ý kiến	to express an idea
có thể	can, may, be able

NOTE: The time words **trước** and **sau** must be followed by **khi** when making a verbal statement; that is, **trước/sau Noun** and **trước/sau khi Verb** are correct:

trước/sau lớp học	before/after class
trước/sau khi (đi) học	before/after studying, going to class
trước/sau bữa ăn	before/after the meal
trước/sau khi ăn	before/after eating

PHẦN C: BÀI TẬP — Exercises

C 1   Using the cue, A ask a question, and B make up an answer with the time frame indicated.

THÍ DỤ

	chị đi xem triển lãm (mấy giờ)
A:	Mấy giờ chị đi xem triển lãm?
B:	Ba giờ tôi đi xem triển lãm.

1. cô về Hội An   (tháng nào)
2. anh sẽ gặp ông Hùng   (ngày nào)
3. ông ghé lại tôi   (mấy giờ)
4. cô tốt nghiệp đại học   (năm nào)
5. chị trả tiền cho anh ấy   (hôm nào)
6. anh sửa chiếc xe này   (ngày nào)

C 2   B say that when you are in the same situation you do another thing.

THÍ DỤ

A:	Khi rảnh cô ấy thường đọc sách. (xem ti-vi)
B:	Còn tôi, khi rảnh tôi thường xem ti-vi.

1. Khi trời (weather) đẹp họ thường đi chơi.   (làm vườn)
2. Khi nào buồn chị ấy thường đến câu lạc bộ.   (đi phố)
3. Khi có tiền Giang sẽ đi du lịch.   (mua xe mới)
4. Khi suy nghĩ Quốc thường hút thuốc lá.   (uống rượu)
5. Khi nào nghỉ cô ấy sẽ đi Vũng Tàu chơi.   (về Hà Nội thăm gia đình)
6. Khi làm bài chị ấy không phải tra từ điển.   (phải tra từ điển)

C 3   Practice changing position of the clauses.

THÍ DỤ

A:	Trước khi đi Sàigòn chị ghé lại tôi nhé.
B:	Chị ghé lại tôi trước khi đi Sàigòn nhé.

1. Trước khi quyết định chị phải suy nghĩ kỹ.
2. Trước khi làm việc đó anh nên hỏi ý kiến tôi.
3. Trước khi đi xem phim cô ấy muốn đi ăn.
4. Sau khi ra trường cô Hằng sẽ xin vào làm ở Bộ Di trú.
5. Sau khi lấy chồng chị ấy xin thôi việc.
6. Sau khi dọn đến San Jose ông ấy mở một tiệm ăn.

C 4   Ask and answer questions from C 3. Then ask other questions with **trước/sau khi**.

THÍ DỤ

A:	Trước khi đi Sàigòn tôi phải làm gì?
B:	Trước khi đi Sàigòn chị ghé lại tôi nhé.

C 5   Practice using **trước khi ...** and **trước đó**. A make up an answer.

THÍ DỤ

A:	Tôi đến San Antonio từ năm 1988.
B:	Trước khi đến San Antonio, chị ở đâu?
C:	Trước đó, chị ở đâu?

1. Tôi học ở trường Cambridge.
2. Anh ấy làm ở Bộ Giáo Dục.
3. Cô Hương dạy ở trường Hai Bà Trưng.
4. Họ dọn về Nha Trang năm ngoái.
5. Bà ấy mới đến Hà Nội.
6. Ông Ly vừa sang Mỹ tháng trước.

C 6   Following the pattern in C 5, practice using **sau khi ...** and **sau đó**.

THÍ DỤ

A:	Tối nay tôi sẽ đi xem phim.
B1:	Sau khi xem phim chị định làm gì?
B2	Sau đó chị định làm gì?

1. Sáng mai tôi phải đến sở.
2. Sang năm tôi sẽ ra trường.
3. Cô ấy sắp tốt nghiệp đại học.
4. Thu muốn đi thư viện bây giờ.
5. Ta đi uống cà-phê đi.
6. Tôi sẽ đi du lịch một thời gian.

C 7   Give Vietnamese equivalents.

1. What do you usually do when you are not busy?
   When I have free time I usually read books or listen to radio.
   How about you, what do you like to do when you're at leisure?
   When I'm not busy I like to go downtown.

2. When will you go to Hong Kong?
   Perhaps about the end of next month.
   Can you stop by my place before you go?
   What's up?
   Well, I want to ask you to hand a letter to the Australian Immigration Officer in Hong Kong.

3. What will you do after you graduate from the university?
   I will travel around the world for a while.
   After that then what?
   After that I will apply to work in a bank.

C 8   Bài tập đọc

Tôi thường đi học bằng xe đạp. Khi đến trường tôi thường để xe dưới gốc cây ngoài sân. Hôm nay, sau khi tôi đến thư viện thì trời mưa, nên khi đến lớp tôi phải để xe dưới gầm cầu thang. Sau khi tan học, tôi ra cầu thang thì không thấy chiếc xe ở đó nữa. Tôi ra sân tìm khắp nơi, nhưng cũng không thấy. Tôi đành phải đi bộ về.

Trên đường về nhà, tôi ghé vào một bóp cảnh sát để báo mất xe, hy vọng họ sẽ tìm được cho tôi. Thấy tôi vào, một người cảnh sát hỏi:

— Có việc gì vậy?

— Tôi bị mất chiếc xe đạp. — Tôi trả lời.

— Thế à? Anh bị mất xe khi nào?

— Có lẽ cách đây một tiếng, sau khi tan học.

— Anh để xe ở đâu?

— Tôi để ở trường. Tôi thường để xe dưới gốc cây ngoài sân trường. Nhưng hôm nay tôi để xe dưới gầm cầu thang vì trời mưa.

— Trước khi đến lớp anh có đi đâu không?

— Có, trước khi đến lớp tôi đến thư viện.

— Thế trước khi đến thư viện anh làm gì?

— Trước khi đến thư viện tôi ở nhà.

Người cảnh sát chăm chú ghi những câu trả lời của tôi vào một tờ giấy, vừa ghi vừa lẩm bẩm:

— Sau khi ở nhà anh ấy đi thư viện.

Sau khi đi thư viện anh ấy đến lớp.

Trước khi vào lớp anh ấy để xe ở gầm cầu thang.

Sau khi tan học anh ấy thấy mất xe.

Rồi bỗng nhiên người cảnh sát hỏi tôi:

— Thế ... sau khi bị mất xe anh ... có thấy chiếc xe đó ở đâu không?

Tôi chưa kịp hiểu câu hỏi để trả lời thì người cảnh sát nói tiếp:

— Khi nào thấy chiếc xe đó ở đâu, anh nhớ báo ngay cho chúng tôi nhé.

Từ vựng

trời mưa	to be raining	bóp cảnh sát	police station
gốc	foot of a tree	báo	to notify
dưới gốc cây	under a tree	hy vọng	to hope
gầm cầu thang	under the staircase	chăm chú	attentively
tan học	to finish studying	lẩm bẩm	to murmur
không ... nữa	not ... anymore	vừa ... vừa ...	... while ...
khắp nơi	everywhere	rồi bỗng nhiên	then suddenly
đành	to have no choice but	ngay	right away

C 9   Bài tập đọc số 2

Bài Phỏng vấn Nữ Ca sĩ Hương Giang

Người phỏng vấn:

Cám ơn cô đã cho chúng tôi đến phỏng vấn cô. Xin cô cho biết trước khi cô vào nghề ca hát, cô làm gì?

Cô Hương Giang:

Tôi làm viên chức, nhưng trước đó tôi có học ở trường đại học một thời gian.

NPV   Chúng tôi muốn biết về sở thích của cô. Khi vui cô thích làm gì?

HG   Khi vui, tôi thích mời bạn bè lại nhà ăn uống. Sau bữa ăn, chúng tôi nghe nhạc hay ca hát. Sau đó chúng tôi rủ nhau đi dạo phố ban đêm, có khi chúng tôi vào quán ăn kem và uống cà-phê.

NPV   Khi buồn, cô thường làm gì?

HG   Khi nào buồn, tôi thường đi xem triển lãm tranh vẽ. Tôi rất thích xem những tác phẩm mới của những họa sĩ trẻ tuổi. Sau đó có khi tôi đi ra bờ hồ ngồi ngắm cảnh, có khi tôi đi lang thang trong thành phố.

NPV   Khi rảnh, cô thích làm gì?

HG   Khi rảnh, tôi đi tập thể thao, đi bơi hoặc đi đánh ten-nít.

NPV   Cô thích gì nhất?

HG   Tôi thích đi du lịch Châu Âu.

NPV   Cô ghét gì nhất?

HG   Phỏng vấn.

Từ   vựng

phỏng vấn	to interview	vẽ	to draw, paint
bài phỏng vấn	the interview	tranh vẽ	painting
nữ ca sĩ	female singer	tác phẩm	creative work
nghề	profession	họa sĩ	artist, painter
ca hát	to sing	trẻ tuổi	young adult
sở thích	hobby	bờ hồ	bank of the lake
bạn bè	(group of) friends	ngồi	to sit
rủ nhau	to invite each other	ngắm cảnh	to look at the scenery
dạo phố	to take a stroll	đi lang thang	to wander about
ban đêm	at night	bơi	to swim
có khi	sometimes	đánh	to hit
kem	ice cream	đánh ten-nít	to play tennis

PHẦN D: TỰ KIỂM TRA — Self-Test

D 1   Fill the blanks appropriately from the list.

1. Chị về _____ _____ ?	khi nào
2. _____ (_____) buồn tôi thường uống rượu.	khi nào
3. _____ _____ quyết định mua cái đó tôi sẽ hỏi ý kiến chị.	khi nào
	sau
4. Tôi sẽ trả lời ông _____ _____ tôi suy nghĩ kỹ về việc đó.	sau đó
	sau khi
5. _____ (_____) rảnh tôi sẽ đến anh.	trước đó
6. Sau khi tốt nghiệp đại học tôi sẽ đi du lịch một thời gian. _____ _____ tôi sẽ xin vào Bộ Di trú.	trước khi
7. _____ bữa cơm tối, chúng ta đi xem kịch, phải không?	
8. _____ _____ , ta đi uống cà-phê đi.	

D 2   Give Vietnamese equivalents.

1. I'll consult you before I decide to go.
2. Stop by my place when(ever) you're not busy.
3. She lived in Los Angeles for some time. After that she moved to Austin.
4. We'll discuss about that matter after you (young brother) graduate from the university.
5. After she stopped working in Foreign Affairs, she applied for a job in the University of Sydney.
6. Before working as a representative of the American Immigration Department in Hanoi, he learned Vietnamese at the University of Hawaii.
7. After your trip to Europe, what do you intend to do?
8. Do you intend to go anywhere when you're free tomorrow? ('Tomorrow when free....')
9. After they have expressed their ideas, we can make a decision.
10. To be able to read this book, I need to use the dictionary many times.

D 3   Check your answers for D 1 and D 2, then write a conversation.

PHẦN E: TỪ VỰNG BÀI MƯỜI BẢY

By now you should have mastered all the patterns in Section B of Lesson 17, as well as the vocabulary outlined here.

Từ vựng

đại diện	khi	rảnh	ra = out to
viên	khi nào = when?	làm vườn	có thể VERB
thuốc	khi nào ..., ... = whenever	ghé lại	VERB kỹ
thuốc lá	trước khi ...	dọn (đi/đến)	hoặc
ý kiến	sau khi ...	chuyển	... nhỉ
triển lãm	sau đó	quyết định	
thể thao	trước đó	nhớ	
bữa ăn	trước hết	nhờ	
lớp học	những đâu	hút (thuốc)	
chuyến du lịch		lo	
cuối		suy nghĩ	
thời gian		quyết định	
một thời gian		hỏi ý kiến	
một chút		nêu ý kiến	
		thôi việc	
lo về việc này		chơi thể thao	
ghé lại tôi			
Có việc gì vậy?			
lấy vợ, lấy chồng			
xin (thị) vào Bộ Di trú, xin vào ngân hàng			
Sau đó thì sao?			
Sau đó anh định làm gì?			
Trước đó tôi ở Hải Phòng.			
Trước khi đi (thì) anh nhớ ghé lại tôi nhé.			
Sau khi đi xem triển lãm ta đi uống trà đi.			
Khi nào anh về Sàigòn?			
Khi (nào) buồn, chị thích làm gì?			
Khi (nào) rảnh, cô ấy thường chơi thể thao.			
Tôi muốn nhờ cô chuyển bức thư cho bạn.			

Xin lỗi ông, quả này tiếng Việt gọi là gì?

Bao nhiêu tiền một quả?

Cô Anna hỏi gì?

Và cô bán hàng nói gì?

BÀI MƯỜI TÁM — LESSON EIGHTEEN

PHẦN A: CÂU MẪU — Patterns

Đối thoại A 1

(Ở cửa hàng bán đồ hộp Việt Nam ở Mỹ. Ông bán hàng không trẻ cũng không già.)

Ông bán hàng	Cô muốn mua gì?
Anna	Ông có nước mắm không, và có những hiệu nào?
Ông bán hàng	Dạ thưa, có nhiều hiệu lắm. Cô xem đây.
Anna	Ông cho tôi mua hiệu này. Bao nhiêu tiền một chai, ông?
Ông bán hàng	Dạ, hai đồng bốn mươi chín.*

Từ vựng

hàng	goods, merchandise		nước mắm	fish sauce
(cửa) hàng	shop, store		hiệu	brand, tradename
đồ hộp	canned/boxed food		chai	bottle (of something)
người/cô bán hàng	salesman/woman			

* American price; Vietnamese price more like US .60-1.50 (ca. 10,000+ piasters, 1994)

Đối thoại A 2

Anna	À, ông cũng bán cái này hả?
	(*pointing to rice bowls*) Cái này tiếng Việt gọi là gì?
Ông bán hàng	Dạ, cái này là bát.
Anna	Một cái ... bát ... giá bao nhiêu?
Ông bán hàng	Dạ, 80 xu một cái.
Anna	Vâng, tôi mua bốn cái. À, ông có đũa không?
Ông bán hàng	Dạ, có đây. Mỗi gói có sáu đôi. Rẻ lắm. Cô mua đi!
Anna	Vâng, nhưng ... Ông có đũa sơn mài không?
Ông bán hàng	Không. Cô có thể đi đến hàng bán đồ lưu niệm châu Á mua.

Từ vựng

bát [No], chén [So]	rice bowl		đôi	pair
giá	to cost		gói	package
xu	cent		sơn mài	lacquer
(chiếc) đũa	chopstick		đồ lưu niệm	souvenir
mỗi	every			
Cái này tiếng Việt gọi là gì?	What do you call this in Vietnamese?			

Đối thoại A 3

Anna đi vào cửa hàng bán đồ lưu niệm châu Á.

Anna	Xin lỗi, chị có đũa sơn mài không?
Cô bán hàng	Dạ, có. Có đủ loại. Mời cô lại đây xem.
Anna	Loại màu đỏ này đẹp. Bao nhiêu tiền một đôi, chị?
Cô bán hàng	Dạ, loại này hai đồng rưỡi hai đôi.
Anna	Vâng. Cho tôi mua bốn đôi nhé.
	À, trong những đôi này có một đôi xấu.
Cô bán hàng	Thế à?! Đôi kia tốt hơn. Cô lấy đi!

Từ vựng

đủ	be enough		đỏ	be red
loại	kind, sort, type		đôi	a pair
đủ loại	many kinds		xấu	be bad, damaged
màu	color			

Đối thoại A 4

Anna	Xin lỗi, bức tranh này bao nhiêu?
Cô bán hàng	Dạ, 156 đồng.
Anna	Còn cái bình này?
Cô bán hàng	Dạ, cái này bốn mươi lăm đồng.
Anna	Tôi thấy hơi đắt đấy. Chị có thể bớt được không?
Cô bán hàng	Cái bình này đẹp, quí lắm. Thôi, tôi để cho cô ba mươi lăm đồng đó.
Anna	Vâng, để tôi lấy. Chị ... ấy ... cho tôi nhé (*making motions of wrapping something*). (Như) thế này, tiếng Việt nói thế nào, chị?
Cô bán hàng	Dạ, gói. Vâng, tôi sẽ gói cho cô.

Từ vựng

bức	Classifier for letters, pictures, photos,...
tranh	picture
bình	vase
đấy	Emphatic
bớt	to reduce, lessen
quí	be valuable, precious
ấy	that (Substitution word)
gói	to wrap
(Như) thế này tiếng Việt nói thế nào?	How do you say that in Vietnamese?
Tôi để cho cô ba mươi lăm đồng.	I'll let you have it for 35 dollars.

PHẦN B: CHÚ THÍCH — Notes on Patterns

B 1

How much (money)	OBJECT
Bao nhiêu (tiền)	một cái?
	một cân cam?
	một lạng thịt bò?
	cái máy ảnh này?
OBJECT	**how much (money)**
Một cái	bao nhiêu (tiền)?
Một cân cam	
Cái này	
Bức tranh này	

OBJECT	cost	how much
Cái áo màu trắng này	giá	bao nhiêu?
Cái màu đen		
Cái bình này		

Từ vựng

cân	1 kilogram	thịt bò	beef
lạng	100 gram	máy ảnh	camera
thịt	meat	đen	be black
bò	cattle	trắng	be white

B 2

The terms **xu** and **hào** are no longer used in Vietnam because such small amounts have no value. The terms are given here for use where relevant in other countries. (1994: US$1 = ca. 10.000 đ VN.)

COST	OBJECT
hai đồng	một cái
năm hào	một chiếc
ba xu	một tờ
OBJECT	**COST**
một cái	hai đồng
cái này	năm hào
1 cân thịt lợn/heo	ba đồng rưỡi
bức tranh này	hai trăm đồng

hào	10 cents
lợn [No], heo [So]	pig

B 3

NUMBER	CLASSIFIER	OBJECT
một hai ba . . .	cân quả trái	cam chanh chuối dứa xoài
một hai ba	cân lạng	thịt thịt bò thịt lợn đường chè
một hai . . .	gói bao	chè đường thuốc lá diêm
một hai	hộp	chè sữa đặc
một hai . . .	chai cốc ly	rượu bia nước khoáng
một . . .	bát tô	cơm phở

Từ vựng

gói	package (of something)
bao	envelope, package (of something)
hộp	box, can, package (of something)
cốc [No], ly [So]	drinking glass
chuối	banana
(quả) dứa [No], (trái) thơm [So]	pineapple
xoài	mango
đường	sugar
(bao) diêm [No], (hộp) quẹt [So]	(a box of) matches
sữa	milk
đặc	be condensed, thick
nước khoáng [No], nước suối [So]	mineral water
bát [No], tô [So]	large bowl (for noodle soup)

B 4

THINGS/ACTIVITIES	Vietnamese	call	what
Cái kia 'picture' 'to wrap'	tiếng Việt	(gọi)	là gì?
ACTIVITIES/WORDS	Vietnamese	interpret	how
(Như) thế này 'To pick up somebody'	tiếng Việt	nói	thế nào? làm sao?
Chữ này Chữ 'bưu ảnh'	tiếng Việt	đọc đánh vần	thế nào?

Từ vựng

chữ	written word
bưu ảnh	postcard
đọc thế nào	how to say, pronounce (read aloud)
đánh vần	to spell

B 5

among	MEMBERS OF GROUP	have	SELECTION
Trong	những đôi này những đôi đũa này mấy cái áo này những cái bình này những môn thể thao những sinh viên này	có	một đôi xấu. một chiếc không tốt. hai cái màu xanh. cái màu vàng quí lắm. môn nào cô thích nhất? bốn người học tiếng Việt.

(màu) xanh	be green, blue
(màu) vàng	be yellow, gold color

PHẦN C: BÀI TẬP — Exercises

C 1   A ask B (a salesperson) about the prices of things and B make up answer.

THÍ DỤ

	bức tranh này
A:	Bức tranh này bao nhiêu (tiền), (cô)?
B:	Dạ, 200 đồng (Mỹ).

1. chiếc xe này
2. cái bình ấy
3. cái áo kia

4. cái máy ảnh đó
5. chai nước mắm này
6. gói chè này

C 2   A ask B (a salesperson) about the price per unit and B answer.

> **THÍ DỤ**
>
> | một cân cam |
> |---|
> | A: Bao nhiêu (tiền) một cân cam, (cô)? |
> | B: Dạ, 59 xu một cân. / 8.000 đồng một cân. |

1. một lạng đường   4. một gói chè
2. một chai 'Napoleon'   5. một bao diêm
3. một cân thịt bò   6. một bao thuốc lá

C 3   Using appropriate classifiers, tell a salesperson at the market that you want to buy two units of something.

> **THÍ DỤ**
>
> | cam |
> |---|
> | A: Cho tôi mua hai cân cam. |

1. chanh   4. nước mắm
2. đường   5. chè
3. thịt lợn   6. sữa đặc

C 4   A ask B what something is called in Vietnamese, first using objects around you, then using English words for other objects you can think of. B answer.

> **THÍ DỤ**
>
> | cái này |
> |---|
> | A: (pointing to something) |
> | Cái này tiếng Việt (gọi) là gì? |

1. cái ấy, cái đó, cái kia   4. 'shirt'
2. 'letter'   5. 'music'
3. 'newspaper'   6. 'mango'

C 5   A ask B how to say something in Vietnamese. First make descriptive motions for actions; then practice with spoken expressions.

> **THÍ DỤ**
>
> | 'to stop by my place' |
> |---|
> | A: 'To stop by my place' tiếng Việt nói thế nào? |
> | B: ghé lại tôi |

1. Như thế này ... (*making some descriptive motion*)
2. 'Please come over here.'
3. 'How much is it?'
4. 'How many does she need?'
5. 'buy this for me'
6. 'to call on the telephone'

C 6   Give Vietnamese equivalents. (Write out all numbers.)

1. What do you want to buy, Miss?
    Do you have lacquer chopsticks?
    Yes, we have plenty. Please have a look.
    Could I buy two pairs of this kind? How much are they a pair?
    $2.50 a pair.
    Do you have any... — How do you say 'souvenir' in Vietnamese?
    Souvenir. Yes, of course we have.
    How much is this vase?
    It's $68.

2. How much do these cost? What do you call them in Vietnamese?
    Mango. They're 95¢ a piece.
    That seems a little expensive. Can you lower the price?
    I'll let you have them for 90¢ a piece. How many do you want?
    I'll buy three. Oh! in these three there's one that's not good.
    Really?! Take this one!

3. Excuse me, how much are these bananas?
    Two dollars for one kilo.
    Could I buy two kilos please, and a package of sugar, 100 grams of tea, and three bottles of beer. How much is this beef?
    100 grams $4.
    Give me 100 grams. Will you ... (*making motion of wrapping*) ... for me?
    How do you say to do that in Vietnamese?
    Wrap. Yes, I'll wrap it for you.

C 7   Bài tập đọc

Huy	À, anh Joe đây rồi. Đợi anh lâu quá. Tưởng anh không đến.
Joe	Đến chứ. Tôi đi sớm lắm, nhưng suýt nữa thì xe tôi ... ấy ... một chiếc xe đạp.
Huy	Sao? Anh nói sao?
Joe	(*Makes a motion showing two objects hitting each other*) Như thế này tiếng Việt nói thế nào?
Huy	À, đâm, đâm vào....
Joe	Ừ, suýt nữa xe tôi ... đâm vào ... một chiếc xe đạp.
Huy	Thế à? Rồi sao?
Joe	May là tôi tránh kịp cái xe đạp. Nhưng tôi lại đâm vào một cái ... (*makes a motion showing something standing upright*).
Huy	Cái cây à?

Joe	Không. Anh cho tôi mượn cái bút. (*Huy gives him a pen, and Joe draws an electric pole.*). Cái này tiếng Việt gọi là gì?
Huy	À, cái cột đèn. Trời ơi, đâm vào cột đèn à? Anh có bị làm sao không?
Joe	Ngực tôi ... đâm vào cái tay lái, nhưng nhẹ thôi, không sao. À, tôi nói thế có đúng không? 'Ngực tôi đâm vào....'
Huy	Cũng được, tôi hiểu anh muốn nói gì. Nhưng dùng chữ 'đập' thì tốt hơn là 'đâm'. À, còn cái xe thì sao?
Joe	Cái xe thì bị hỏng máy. Tôi phải đi bộ đến đây.
Huy	Khổ chưa! Hôm nay là ngày gì mà anh xui quá vậy?
Joe	Sao lại xui?! Thế là may cho tôi đấy.
Huy	Anh điên à?
Joe	Xe tôi cũ lắm rồi. Tôi mua một ngàn đồng. Bây giờ tôi muốn bán hai trăm đồng mà không ai mua. Kỳ này bảo hiểm sẽ đền nguyên tiền để tôi mua xe khác.

Từ vựng

tưởng	to think, imagine that	hỏng máy	be broken in the engine
suýt nữa (thì)	nearly, all but	Khổ chưa!	How unfortunate!
sao?	what happened?	mà	that, yet
tránh	to steer clear of	xui	be unlucky
kịp	be in time	sao lại xui	What's unlucky?
trời ơi	Oh my gosh	điên	be crazy
bị làm sao không?	suffer anything?	kỳ	period of time
ngực	chest	bảo hiểm	insurance
tay lái	steering wheel	đền	to compensate
nhẹ	lightly, slightly	nguyên	be intact, whole
đúng	be correct	khác	be different, other
dùng	to use		

Để con chẳng dạy chẳng răn
Thà rằng nuôi lợn cho ăn lấy lòng

If parents do not educate their children,
it is better not to have children and instead raise pigs to eat.
(educate = teach how to behave)

C 8 Đọc thư

Việt Nam, ngày ... tháng ... năm ....

Anh Giang thân,

Tôi ở đây được hai tuần rưỡi rồi. Nửa tháng nữa tôi mới bắt đầu đi làm đề tài nghiên cứu. Tôi còn nhiều thì giờ rảnh để đi chơi trong thành phố và có dịp học hỏi về lối sống của người Việt, nhất là có dịp nói chuyện bằng tiếng Việt với họ. Tôi mong tiếng Việt tôi sẽ tốt hơn nhiều.

Ở chỗ tôi ở không có phương tiện nấu nướng, nên mỗi ngày tôi đi ăn ở ngoài. Tôi thích như thế hơn vì ở đây các quán và các món ăn không thiếu. Suốt ngày luôn luôn có người ăn ở ngoài đường hay trong quán.

Tôi nhận thấy người Việt Nam không ăn sáng như người Tây phương. Bữa ăn sáng của họ có thể là một bát phở hay là một đĩa bánh cuốn, vân vân, và họ có thể ăn những món như thế nhiều lần trong ngày thay vì dùng một tách cà-phê hay một tách trà và một miếng bánh ngọt như người Tây phương trong những phút giải lao. Nhưng như thế không có nghĩa là người Việt không biết hoặc không thích uống cà-phê, trái lại họ rất thích. Cà-phê ở Việt Nam ngon tuyệt vời, nhất là cà-phê sữa đá.

Tôi sẽ còn nhiều dịp viết thư cho anh. Hẹn anh thư sau vậy. Chúc anh luôn luôn khỏe mạnh.

Thân,   Stephen

Từ vựng

NAME thân/mến	dear NAME*	Tây phương	the West
đề tài	subject, topic	đĩa	plate
thì giờ	time	vân vân	et cetera
dịp	opportunity	thay vì	instead of
học hỏi	to study on one's own	dùng	to use, have (to eat)
lối sống	the way of life	tách	cup (French 'tasse')
mong	to hope, expect	(một) miếng	(a) piece
phương tiện	facility	giải lao	break, interval
nấu nướng	to cook, broil: cooking	nghĩa là ...	to mean that ...
món ăn	dish (food), course	trái lại	on the contrary
thiếu	to lack	tuyệt vời	be unsurpassed, divine
suốt ngày	all day long	cà-phê sữa đá	iced coffee with milk
luôn luôn	always	chúc	to wish (somebody)
nhận thấy	to notice		

* Increasing closeness: thân (to friend), mến (good friend), thân mến (close friend)

PHẦN D: TỰ KIỂM TRA — Self-Test

D 1   Fill the blanks appropriately from the list.

1. Tôi muốn mua hai cân cam.

   _____ tiền một cân, chị?

   Dạ, năm _____ một _____ .

2. _____ tiếng Việt gọi là gì?

   Dạ, cái _____ .

   Cám ơn, thế cái bình này _____ , chị?

   Dạ, 72 đồng.

3. Như _____ tiếng Việt nói _____ ?

   Uống.

   Ừ, ta đi uống cà phê _____ .

4. Bao nhiêu tiền một _____ chè?

   Bao nhiêu tiền một _____ bia?

   Bao nhiêu tiền một _____ thịt bò?

   Bao nhiêu tiền một _____ báo?

   Bao nhiêu tiền một _____ tranh?

bao nhiêu
bao nhiêu
bình
bức
cái này
cân
chai
đi
đồng
gói
lạng
thế này
thế nào
tờ

D 2   Give Vietnamese equivalents.

1. Excuse me, how much is this picture?
   And how about these blue rice bowls – how much each?
2. This bunch of bowls – one is broken (bị vỡ).
3. How do you spell the word 'tranh' in Vietnamese?
4. What do you call this in Vietnamese?
5. This is an orange, and this is a lemon.
   How many do you want?
6. Let me have five oranges and two lemons and three kilos of bananas.
7. Will you ... you know (*with motions*) ... for me?
   How do you say to do that in Vietnamese?
8. I want to buy some souvenirs for my friends.
   Where is a souvenir shop?

D 3   Check your answers for D 1 and D 2, then write a conversation of your own.

PHẦN E: TỪ VỰNG BÀI MƯỜI TÁM

By now you should have mastered all the patterns in Section B of Lesson 18, as well as the vocabulary outlined here.

Từ   vựng

chữ	thịt	xu	... đấy = that!
người/cô bán hàng	thịt bò	hào	ấy (substitute
màu	thịt lợn/heo	cân	for word/phrase)
(cửa) hàng	nước mắm	lạng	
đồ hộp	đường = sugar	đôi	đọc thế nào
đồ lưu niệm	chuối	gói = package	bớt
bức	dứa / thơm	bao	gói = to wrap
bức tranh	xoài	hộp	đánh vần
bưu ảnh	sữa	cốc / ly	giá
máy ảnh	sữa đặc	chai	đủ
bình	nước khoáng		xấu
bát / chén	/ nước suối		quí
bát / tô			đặc
(đôi) đũa			đen
diêm / quẹt			trắng
sơn mài			đỏ
hiệu = tradename			xanh
loại			vàng
đủ loại			
mỗi			

Bao nhiêu (tiền) một cái? Hai đồng (một cái).
Cái này bao nhiêu (tiền)? (Cái này) ba trăm đồng.
Cái này giá bao nhiêu?
Trong những cái bình này có một cái quí lắm.
Cái này tiếng Việt gọi là gì?
Chữ này tiếng Việt đánh vần làm sao/thế nào?
'To wrap' tiếng Việt nói thế nào?
(Như) thế này (with gestures) tiếng Việt nói thế nào?
Tôi bán cho ông năm mươi lăm đồng.

BẢN ĐỒ MỘT KHU PHỐ Ở ĐÀ NẴNG

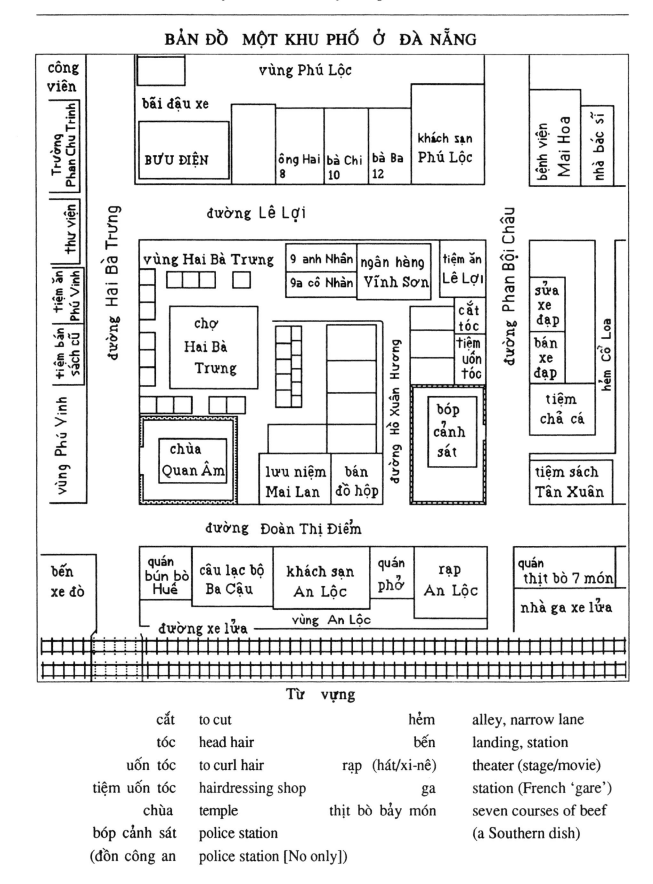

Từ vựng

cắt	to cut	hẻm	alley, narrow lane
tóc	head hair	bến	landing, station
uốn tóc	to curl hair	rạp (hát/xi-nê)	theater (stage/movie)
tiệm uốn tóc	hairdressing shop	ga	station (French 'gare')
chùa	temple	thịt bò bảy món	seven courses of beef
bóp cảnh sát	police station		(a Southern dish)
(đồn công an	police station [No only])		

BÀI MƯỜI CHÍN — LESSON NINETEEN

PHẦN A: CÂU MẪU — Patterns

Đối thoại A 1

Ông bà Brown sang Việt Nam chơi. Bà Brown là người Việt sống ở nước ngoài đã lâu rồi. Sau khi thăm gia đình bà Brown ở Hà Nội, họ đi vào miền Trung thăm Đà Nẵng. Họ ở khách sạn Phú Lộc. Bây giờ họ bàn về bữa cơm chiều.

Bà Brown	Mình đi tiệm ăn Phú Vinh nhé. Người ta nói tiệm Phú Vinh có tiếng nhất Đà Nẵng đấy!
Ông Brown	Họ có những món nào?
Bà Brown	Những món đặc biệt miền Trung, nhưng không cay lắm, rất thích hợp với người nước ngoài. Họ cũng nấu mấy món đặc sản của hai miền Nam và Bắc.
Ông Brown	Nghe hay lắm! Mình đến đó (để) ăn cho biết.

Từ vựng

bữa cơm chiều	the evening meal
người ta	people
có tiếng	be famous, talked about
món	dish (food), particular kind of food
đặc biệt	be special
cay	be spicy
thích hợp với	be suitable to
nấu	to cook
đặc sản	be a specialty
nghe	it sounds
cho biết	in order to know
có tiếng nhất Đà Nẵng đấy!	is the most famous in Danang!

Ăn cơm với cáy thì ngáy kho kho
Ăn cơm thịt bò thì lo ngay ngáy

When one eats only small crabs with rice, one can sleep soundly.
When one eats meat (diet of the rich) with rice, one worries endlessly.

245

Đối thoại A 2

Ông bà Brown đi vào tiệm ăn Phú Vinh.

Người phục vụ	Chào ông bà. Xin mời ông bà ngồi bàn này.
Bà Brown	Cám ơn anh.
Người phục vụ	Đây là thực đơn. Ông bà có muốn uống gì trước không?
Ông Brown	Có, hãy cho tôi một ly bia và cho nhà tôi một ly nước cam.
Bà Brown	Đừng! Tôi chưa muốn uống gì cả.

Từ   vựng

phục vụ	to serve, attend (to)
người/cô phục vụ	waiter/waitress
xin mời	please (More gracious than **mời** alone)
thực đơn	menu
... trước	first
nhà tôi	my spouse
có uống gì không?	drink anything?
chưa muốn uống gì cả	not yet want to drink anything

Đối thoại A 3

Người phục vụ	Dạ, ông bà dùng gì?
Ông Brown	Cho chúng tôi một bát hủ tiếu và một bát miến gà.
Bà Brown	Hôm nay có món gì đặc biệt không anh?
Người phục vụ	Dạ có, cánh gà nhồi thịt và bánh cuốn.
Ông Brown	Cho chúng tôi một đĩa bánh cuốn nhé.
	Còn – các món bò – món nào ngon, anh?
Người phục vụ	Dạ, bò xào xả ớt ngon lắm. Nhưng hôm nay chúng tôi có nấm tươi. Ông bà nên dùng thử bò xào nấm xem.

Từ   vựng

dùng	to use, have (as in eating)
dùng gì	What will you have?
	(More polite than **ăn gì**)
hủ tiếu	a variety of rice noodle soup
(thịt) gà	(flesh of) chicken
miến	thin mung bean noodles, vermicelli
miến gà	mung bean noodle soup with chicken
cánh	wing, branch

nhồi	to stuff (with)
cánh gà nhồi thịt	chicken wing stuffed with meat
đĩa	plate, serving
xào	to stir fry
xả	lemon grass
ớt	chili peppers
bò xào xả ớt	beef fried with lemon grass and chilies
nấm	mushroom
tươi	be fresh
VERB thử	to try (out) VERB
Có món gì đặc biệt không?	Do you have any special dishes?
Các món bò (này) món nào ngon?	Of these beef dishes which one is good?
Bà nên dùng thử món này xem.	You should try this dish to see (how it is).

Đối thoại A 4

Ông Brown	Anh ơi!
Người phục vụ	Dạ, xin chờ một chút, tôi lại ngay bây giờ.

Một lát nữa người phục vụ trở lại bàn ông bà Brown.

Ông Brown	Anh tính tiền đi.
Người phục vụ	Vâng.

Từ vựng

ngay	immediately
PERIOD OF TIME nữa	PERIOD OF TIME later
trở lại	to return
tính	to compute, figure out
Tôi lại ngay bây giờ.	I'll be with you right away.

Ăn ít ngon nhiều

The less one eats the more delicious the food tastes.

Ăn ít no lâu, ăn nhiều chóng đói

To eat a little is to be satisfied a long time,
to eat much is to be quickly hungry:
The more voracious one is the less one will be satisfied.

Đối thoại A 5

Hôm sau, ông bà Brown lại nhà một người bạn dùng cơm.

Chị Hoàng Oanh	À, ông bà đến rồi, mời hai ông bà vào nhà ngồi chơi xơi nước.
Bà Brown	Cám ơn chị đã mời chúng tôi đến đây dùng cơm.
Một lát sau —	
Chị Hoàng Oanh	Thức ăn sẵn rồi, xin mời ông bà ngồi vào bàn xơi cơm.

Từ vựng

hôm sau	the next day
xơi	to eat, drink (Polite, for other people)
mời xơi	(Polite way to invite guests to drink/eat)
thức ăn	food
sẵn	be ready, prepared

PHẦN B: CHÚ THÍCH — Notes on Patterns

B 1

please	PERSON	ACTIVITY
Xin mời	ông bà	lại bàn này.
	ông bà	ngồi chơi xơi nước.
	anh chị	đi lối này.
	cô Dung	ngồi đợi một chút.
	bà	ngồi bên tay phải.
	ông	ăn thử hủ tiếu Mỹ Tho.
	các bà	ăn bún bò.
	các anh	chờ ở đây.

Từ vựng

lối	way
hủ tiếu Mỹ Tho	(Well known from the southern delta town)
bún	small round rice noodles
bún bò	beef with rice noodles, soup or 'dry'
bún bò Huế	spicy beef noodle soup (Specialty of Hue)

B 2

PERSON	have	MODE	ACT	anything	first	or not
Ông bà	có	(muốn)	uống	gì	(trước)	không?
Anh ấy		(muốn)	nói			
Cô		(cần)	làm			
Cô Thu			mua			
Anh Thi			dùng			
Chị			nấu			

PERSON	not	MODE	ACT	anything	first
Tôi	không		uống	gì	(trước).
Anh ấy		(nên)	nói		
Tôi		(định)	nấu		
Cô ấy		(muốn)	mua		
Bà ấy		(định)	bán		
Tôi			ăn		

B 3

	TIME	have	any ITEM	ADJECTIVE	or not
	Hôm nay	có	(món) gì	đặc biệt	không?
	Hôm qua		(cái) gì	ngon	
	Chiều nay		phim gì	hay	
			việc gì	mới	
			chuyện gì	lạ	
			món gì	cay	

Từ vựng

chuyện	matter, substance for talk
lạ	be strange, new, different

B 4

PLURAL	OBJECT	this	OBJECT	which	ADJECTIVE
Các	món bò	này	món	nào	ngon?
	gà		món		đặc biệt?
	lợn		món		mới?
Các	quyển sách nấu ăn		quyển		tốt?
Mấy	quyển sách		quyển		hay?
Hai	người		người		giỏi hơn?

sách nấu ăn   cookbook

B 5

PROPOSITION	in order to know
Tôi muốn ăn thử món gỏi gà tôm thịt	cho biết.
Tôi muốn đi bằng tàu thủy một lần	
Tôi phải nghe bài hát mới của Trịnh Nam Sơn	
Anh ấy đi xem phim *Điện Biên Phủ*	
Cô ấy đi chơi Việt Nam một lần	
Chị nên đi xem triển lãm đó	

Từ vựng

gỏi	Vietnamese salad with fresh vegetables
tôm	shrimp, prawn
gỏi gà (tôm thịt)	salad with chicken (and shrimp and pork)

B 6

PERSON	should	ACT	try	OBJECT	to see
Ông bà	nên	dùng	thử	bò xào nấm	xem.
Anh chị		ăn		tôm lăn bột	
Bà		nấu		món đó	
Bà		nấu		gà xào xả ớt	
Cô		mua		loại cam này	
Anh		làm		việc đó	

Từ vựng

bột	flour
lăn	to roll in/over
tôm lăn bột	shrimp/prawn fritters

B 7

people	say	TOPIC	ADJECTIVE
Người ta	nói	tiệm Phú Vinh	ngon lắm.
		bánh cuốn ở đó	ngon hơn hết.
		sinh viên ấy	thông minh nhất.
		em của cô ấy	dễ thương lắm.
		nhân viên Bộ Di trú	khó chịu.
		ở với họ	dễ chịu.
		nấu miến gà	dễ lắm.
		xem phim ấy	sợ lắm.
		đi thẳng lối này	gần hơn.

hơn hết	more than all/anywhere else
thông minh	be intelligent
thương	to love, be fond of
dễ thương	be lovable, charming
nhân viên	personnel
chịu	to withstand, tolerate
khó chịu	be unbearable, hard to bear
dễ chịu	be comfortable, agreeable, easy to bear

Có tiền mua tiên cũng được

If one has money one can even buy Paradise.

PHẦN C: BÀI TẬP — Exercises

C 1   Using the map of Danang in this lesson, ask each other what places are good to go to and for what, where such places are and how to get there. Ask each other if you've ever been to a particular restaurant and have ever eaten certain dishes.

C 2   A politely invite B to do something.

THÍ DỤ

	go this way
B:	Xin mời chị đi lối này.

1. take a seat here
2. wait for a while
3. come to this table
4. try this dish
5. read this newspaper
6. go over to the lounge room

C 3   Give five sentences using **cho biết**.

C 4   A ask B a question, B answer in the negative; then A ask the same question, referring instead to the previous time, and B answer in the affirmative, supplying a longer answer if desired.

THÍ DỤ

A:	Hôm nay có gì đặc biệt không?
B:	Không.
A:	Thế hôm qua có gì đặc biệt không?
B:	Có.

1. Tuần này có gì mới không?
2. Tối nay có gì lạ không?
3. Năm nay có gì vui không?
4. Chiều nay có gì ngon không?
5. Tối thứ bảy có gì đặc biệt không?
6. Sáng chủ nhật có gì hay không?

C 5   A make a statement about a group of things and B ask which one in the group has the
       quality stated in brackets. A make up answer.

THÍ DỤ

A:	Tôi có hai quyển từ điển.	(tốt)
B:	Hai quyển từ điển đó, quyển nào tốt?	

1.   Ở phố có năm quán cà-phê.   (ngon)

2.   Tôi mới mua ba bài hát.   (hay)

3.   Ở lớp này có tám sinh viên.   (thông minh)

4.   Trên bàn có bốn tờ báo.   (mới)

5.   Anh Thụy mới mua hai cuốn băng.   (đặc biệt)

6.   Bà Thủy mới gửi cho tôi hai bức tranh.   (đẹp)

C 6   A ask B if B has (ever) done something yet. B hasn't yet done it. A urge B to try it.

THÍ DỤ

	ăn phở (bao giờ)
A:	Chị ăn phở (bao giờ) chưa?
B:	Dạ chưa.
A:	Chị nên ăn thử phở xem.

1.   nghe cuốn băng này

2.   đọc bài này

3.   làm việc đó

4.   ăn bò xào xả ớt bao giờ

5.   nấu hủ tiếu bao giờ

6.   uống chè Thái Nguyên bao giờ

C 7   A ask B's advice and B advise to try the one given in brackets.

THÍ DỤ

	hai quyển này, hay	(đọc, quyển Saigon)
A:	(Theo cô) hai quyển này, quyển nào hay?	
B:	Anh đọc thử quyển Saigon xem.	

1.   mấy món gà này, ngon   (ăn, gà xào nấm)

2.   hai cuốn băng này, hay?   (nghe, cuốn Lệ Thu)

3.   hai bức tranh này, đẹp?   (mua, bức chùa (temple) Một Cột)

4.   mấy quán cà-phê đó, ngon?   (đến, quán Khánh Ly)

5.   hai khách sạn này, tốt?   (ở, khách sạn Phú Lộc)

6.   mấy hiệu chè này, ngon?   (uống, chè Thanh Hương)

C 8   Give Vietnamese equivalents.

1. People say the Que Viet restaurant is the most famous here.
   They have specialty dishes from the three regions, North, Central, and South.
   Let's go to the Que Viet to find out.

2. Please (you couple) sit at this table.
   What will you have to eat tonight?
   Please give us one plate of steamed spring rolls and one plate of chicken fried with lemon grass and chilies.
   Do you want to drink anything first?
   No, I don't want anything to drink.
   Do you have any special dish today?
   Please figure out the bill.

3. Please come in and sit down and have something to drink.
   Thank you for inviting us to come and eat.
   The food is ready, please sit down. I invite you to eat.

C 9   Bài tập đọc   Có bạn

dựa theo một truyện cười dân gian Việt Nam

Kèo gặp Cột ngoài phố. Cả hai đều đang đói bụng. Cột nói:

— Ta đi ăn cơm đi.

— Ăn quán nào bây giờ? – Kèo hỏi.

— Ta đến quán Bà Béo đi.

— Ừ, phải đấy. Nhưng... anh có bao nhiêu tiền?   – Kèo hỏi.

Cột lục túi mãi mới được ba đồng, nói:

— Tôi có ba đồng thôi, còn anh có mấy đồng?

Sau khi đã lục tất cả các túi quần, túi áo, Kèo ngập ngừng nói:

— Tôi chẳng có đồng nào cả.

— Thôi được, – Cột nói –   số tiền của tôi đủ gọi một món ăn và hai bát cơm. Ta cứ đi ăn, đừng lo.

Hai người đến quán Bà Béo, ngồi vào bàn. Kèo hỏi:

— Hôm nay có món gì đặc biệt không bà?

— Dạ, có bánh cuốn Thanh Trì, hủ tiếu Mỹ Tho... À, hôm nay tôi có tôm tươi. Hai cậu ăn thử tôm lăn bột xem.

— Vâng, – Kèo nói – Bà cho chúng tôi hai đĩa tôm lăn bột và ...

— Ấy, ấy – Cột vội nói – hôm nay tôi... không đói lắm. Có lẽ, bà cho chúng tôi một đĩa tôm lăn bột và hai bát cơm thôi.

Bà Béo đem đến một đĩa bốn con tôm và hai bát cơm. Kèo đói quá, ngồi ăn một mạch hết ba con. Ngừng lên, thấy còn một con tôm mà Cột vẫn ngồi im không gắp, Kèo ngạc nhiên:

— Kìa, sao anh không ăn đi?

— Thôi, còn một con, anh ăn nốt đi, cho nó có bạn.

Từ vựng

dựa theo	based on
truyện	story, tale
cười	to laugh, smile
truyện cười	humorous story, anecdote
dân gian	folklore
đều	each one equally, all
cả hai đều	both equally
phải đấy	that's right
lục	to search
túi	pocket
VERB mãi	keep on doing VERB
lục ... mãi mới được ...	kept searching ... and finally found ...
tất cả	all
ngập ngừng	hesitatingly
chẳng ... cả	not ... at all
thôi được	Well, that's all right.
cứ	to go ahead, continue
cậu	uncle, term of address to young men
ấy, ấy ...	hey! wait a minute/hold on/hang on
vội	hurriedly
con	animate being (Classifier for animals)
một mạch	at one go, at a stretch
ngửng (lên)	to raise one's head (up)
còn	be left, remaining
mà	but, yet
im	be quiet, unmoving
gắp	to pick up with chop-sticks
ngạc nhiên	be surprised
Kìa	Say!
nốt	to finish
cho	so that
cho nó có bạn	for that one to have company

C 10   Đọc thư

Westminster, ngày ... tháng ... năm ...

Chị Hoàng Oanh mến,

Chị khỏe không? Muốn viết thư cho chị nhiều lần rồi nhưng em quá bận với việc làm mới của em. Bây giờ em làm cho một hãng du lịch và có rất nhiều người đến hỏi mua vé máy bay đi Việt Nam.

Cách đây hai tháng, em có làm quen với một cặp vợ chồng Mỹ muốn sang Việt Nam chơi. Họ đến hãng em hỏi thăm về chuyến đi của họ và những thủ tục phải làm. Họ rất thân thiện, nên trước khi họ lên đường em có mời họ đến ăn cơm nhà em. Em nấu vài món Huế cho họ thử, nhưng em không để nhiều ớt nên thức ăn không cay lắm, hợp khẩu vị của họ. Họ rất thích cơm Việt và mong có nhiều dịp thưởng thức các món ăn đặc sản của ba miền Bắc, Trung, Nam tại Việt Nam.

Em có cho họ địa chỉ của chị để khi nào họ đến Đà Nẵng họ sẽ liên lạc với chị để làm quen. Chị có thể cho họ biết những nơi nào để đi tham quan.

Thôi, em xin ngừng đây. Mong nhận thư của chị. Chúc chị được vui vẻ và mạnh khỏe.

Mến,

Thu Nga

Từ vựng

hãng	agency, company
vé	ticket
làm quen	to make acquaintance
một cặp	a couple
hỏi thăm	to enquire
chuyến đi	journey, travel
thân thiện	friendly
lên đường	to set off
hợp khẩu vị	to suit the taste (Hue food is typically spicy.)
mong	to hope, expect
thưởng thức	to enjoy
liên lạc	to make contact, get in touch
nơi	place
tham quan	to go sightseeing
chúc	to wish (somebody)

PHẦN D: TỰ KIỂM TRA — Self-Test

D 1   Fill the blanks appropriately from the list.

1. _____ ông bà dùng cơm.   cho

2. Xin đợi một chút, tôi sẽ đến _____ .   gì

3. Hôm nay có _____ mới không?   gì

4. Cô ấy _____ nói _____ trước.   không

5. Theo cô, hai cái bình này, cái _____ đẹp?   mời

6. Chị nên mua _____ loại chè này _____ .   nào

7. Anh ấy định sang Việt Nam chơi _____ biết.   ngay

8. _____ nói ở khách sạn đó thì dễ chịu hơn.   người ta

                                                                        thử

                                                                        xem

D 2   Give Vietnamese equivalents.

1. Mr. and Mrs. Chan plan to go to the Thanh Lý Restaurant to see what it's like, because people say the food at that restaurant is very good. They walk to Phan Chu Trinh Street and go into the Thanh Ly Restaurant.
   — Hello. Please sit at this table.
   — Thank you. Could we have some orange juice first.
   — Yes. Here's the menu. Today we have two special dishes, beef fried with mushrooms and steamed spring rolls. According to me, you should try the steamed spring rolls (to see what they're like).
   — Then bring us a plate of steamed spring rolls and two bowls of phở.
2. The next day they go to Miss Lan's house to eat.
   — Ah, you've come. Please come in and sit down (and relax).
3. — Oh hello, Mr. and Mrs. Danta. Hello, Roberto. Hello, Maria. Please come this way.
   — Thank you, Lan.
   — Here's a menu. Do you want anything to drink first?
   — Yes, please bring me a glass of beer, and bring my wife a glass of orange juice. Maria will also have orange juice. And Roberto, what do you (con) want to drink?
   — I don't want anything to drink.

D 3   Check your answers for D 1 and D 2, then write a conversation.

PHẦN E: TỪ VỰNG BÀI MƯỜI CHÍN

By now you should have mastered all the patterns in Section B of Lesson 19, as well as the vocabulary outlined here.

Từ   vựng

(thịt) gà	người ta	xin mời	hơn hết
cánh	người phục vụ	cho biết	... trước
tôm	nhà tôi = spouse	VERB thử	... nữa = later
miến	nhân viên	trở lại	ngay
bún	hôm sau	phục vụ	
nấm	lối	nghe = it sounds	có tiếng
xả	chuyện	tính	lạ
ớt	sách nấu ăn	chịu	tươi
bột	thực đơn	thương	cay
gỏi	đĩa	dùng	đặc biệt
miến gà	thức ăn	xơi	đặc sản
bún bò	bữa cơm (chiều)	xơi nước	sẵn
bún bò Huế	món	xơi cơm	thích hợp với
hủ tiếu	món đặc sản	nấu	thông minh
hủ tiếu Mỹ Tho		xào	dễ thương
bò xào xả ớt		lăn	dễ chịu
gà xào xả ớt		nhồi	khó chịu
bò xào nấm			
gỏi gà (tôm thịt)			
cánh gà nhồi thịt			
tôm lăn bột			
thịt bò bảy món			

có (muốn) uống gì (trước) không?
không (muốn) uống gì (trước)
có món gì đặc biệt không?
Các món bò này món nào ngon?
Cô nên dùng thử món này xem.
Anh ăn thử cho biết.
Tôi lại ngay bây giờ.
Người ta nói đi thẳng lối này (thì) gần hơn.

bản đồ Đà Nẵng:
cắt
tóc
(tiệm) uốn tóc
chùa
bóp (cảnh sát)
đồn công an
rạp (hát/xi-nê)
bến
nhà ga
hẻm

BÀI HAI MƯƠI — LESSON TWENTY

REVIEW EXERCISES: LESSONS 16 – 19

Bài tập 1

A and B are good friends. A wants something from some place and says so to B. B replies that when B goes to that place B will buy it for A.

THÍ DỤ

> A: Tôi muốn có một cái đồng hồ của Nhật.
> B: Khi nào đi Nhật, tôi sẽ mua cho cô một cái đồng hồ.

1. Tôi muốn mua một cái bình của Hồng Kông.
2. Tôi muốn có một cái xe đạp của Pháp.
3. Tôi muốn có một bộ (set) tem của Tonga.
4. Tôi muốn mua một cái máy ảnh của Đức.
5. Tôi muốn mua một chiếc xe hơi trắng của Anh.
6. Tôi muốn mua một bức tranh của Việt Nam.

Bài tập 2

Supply the right classifier noun.

1. Cho tôi mua mười _____ tem, mười _____ phong bì và năm _____ bưu ảnh.
2. Mượn cho tôi một _____ từ điển và hai _____ sách nhé.
3. Trên bàn có năm _____ cam, bốn _____ chuối, hai _____ nước chanh, một _____ rượu và một _____ thuốc lá.
4. Người phục vụ đem ra một _____ gà xào nấm, một _____ heo xào xả ớt và hai _____ hủ tiếu.
5. Mua cho tôi một _____ đường, hai _____ chè, một _____ thịt bò, ba _____ sữa đặc, và hai _____ bia.
6. Cô ấy gửi cho anh một _____ thư, một _____ bình màu xanh, một _____ tranh đẹp và hai _____ báo mới.

Gái có chồng như gông đeo cổ
Trai có vợ như nhợ buộc chân

To have a husband is like having a yoke around the neck;
To have a wife is like having a rope tied to the leg.

259

Bài tập 3   A wants to buy something. A say so to salesperson B. Pointing to a particular one, A ask how much it costs. B make up answer.

THÍ DỤ
> cái áo đỏ
> A: Cho tôi mua một cái áo đỏ. Cái áo này bao nhiêu (tiền), chị?
> B: Dạ, (cái này) 55.000 đồng.

1. cái bình màu vàng

2. bức tranh lớn

3. chiếc xe đạp tốt

4. chai rượu đỏ

5. cuốn từ điển nhỏ

6. cái máy ảnh Đức

Bài tập 4   Same as Exercise 3 but ask price per unit.

THÍ DỤ
> 3 cân cam
> A: Tôi muốn mua ba cân cam. Bao nhiêu (tiền) một cân, ông?
> B: Dạ, 59 xu một cân.

1. 2 lạng trà

2. 5 bao thuốc lá

3. 3 cân thịt bò

4. 2 gói đường

5. 4 chai rượu

6. 10 quả chanh

Bài tập 5   A doesn't know or has forgotten a Vietnamese word. A use the English word in the sentence, then ask for its Vietnamese equivalent, then say it again, all in Vietnamese.

THÍ DỤ
> Tôi muốn gửi cho 'my friend' ít quà.
> A: Tôi muốn gửi cho 'my friend' ít quà.
>   'My friend' tiếng Việt là gì, anh?
> B: bạn tôi.
> A: Cám ơn, tôi muốn gửi cho bạn tôi ít quà.

1. Đem cho tôi ba 'bowls' phở.

2. 'At the end of' tháng này tôi sẽ đi Việt Nam.

3. 'After' tôi tốt nghiệp đại học tôi sẽ đi Paris chơi.

4. Chị tôi làm bác sĩ, anh trai tôi làm giáo viên, còn em gái tôi làm ... 'nurse'.

5. Họ 'move to' Sydney năm ngoái.

Bài tập 6   A say a sentence; B hear some new word(s) and ask for its (their) English equivalent. A answer.

THÍ DỤ

> A: Trước khi đi Sàigòn anh <u>ghé lại</u> tôi nhé.
> B: Xin lỗi, 'ghé lại' tiếng Anh là gì?
> A: Dạ, 'stop by'.

1. Ông bà nên dùng thử gà <u>xào xả ớt</u> xem.
2. Thế nào, hôm nay có gì <u>lạ</u> không?
3. Trước khi đi ngủ, anh phải uống ba <u>viên</u> thuốc.
4. Tôi đi cửa hàng bán <u>đồ lưu niệm</u> bây giờ. Anh đi không?
5. <u>Nhớ hỏi ý kiến</u> ông ấy trước khi quyết định mua.
6. Chị chuyển bức thư này cho <u>đại diện</u> Bộ Di trú Úc ở Hà Nội nhé.

Bài tập 7   Read again C 9, Reading exercise no. 2, of Lesson 16 and tick the right boxes below.

1. Ông Hulley đi ăn với một người bạn.   YES___   NO___
2. Trước khi ăn, ông Hulley muốn uống bia.   YES___   NO___
3. Ông Hulley không thích nhạc Rock.   YES___   NO___
4. Trước khi ông Hulley đến, ở tiệm ăn có một chai whisky, một chai vodka và một chai cognac.   YES___   NO___
5. Người phục vụ để rượu vào tủ lạnh.   YES___   NO___
6. Ông Hulley ăn món số năm lúc tám giờ.   YES___   NO___
7. Ông Hulley uống chai vodka lúc mười giờ.   YES___   NO___
8. Ông ấy ăn món số mười một lúc chín giờ.   YES___   NO___
9. Ông ấy muốn uống cà-phê lúc mười một giờ.   YES___   NO___
10. Người phục vụ muốn đem ông Hulley về nhà lúc mười một giờ.   YES___   NO___

Bài tập 8   Write a short story of about 100 words based on C 8, Reading exercise, of Lesson 17. The character's name is John, and here are some suggestions.

1. John thường đi học bằng gì?
2. John thường để xe ở đâu?
3. John mất xe từ bao giờ?
4. John đến bóp cảnh sát để làm gì?
5. Người cảnh sát hỏi những gì?
6. John muốn người cảnh sát làm gì? Và người cảnh sát muốn John làm gì?

Bài tập 9   Retell the story in C 7, Reading exercise, of Lesson 18 in about 50 words, using the following questions as your outline.

1. Anh Joe đến nhà ai chơi?

2. Anh ấy đi bằng gì?

3. Anh ấy đâm vào một chiếc xe đạp phải không?

4. Anh Joe có bị làm sao không?

5. Xe anh Joe bị làm sao? (how affected?)

6. Tại sao anh Joe nói, 'Thế là may cho tôi đấy'?

Bài tập 10   Read again the story in C 9, Reading exercise, of Lesson 19 and answer the questions below.

1. Kèo và Cột đến quán nào để ăn?

2. Ai có nhiều tiền hơn?

3. Kèo có bao nhiêu tiền?

4. Hôm nay ở quán Bà Béo có những món gì đặc biệt?

5. Kèo ăn mấy con tôm?

6. Còn Cột ăn mấy con tôm? Và nói gì với Kèo?

Bài tập 11   Give Vietnamese equivalents. (Be sure to have the right tone marks for the proper names.)

(Anh Giang và chị Carolyn nói chuyện điện thoại.)

Giang	So you're going downtown eh?
Carolyn	Yes, I intend to buy some Vietnamese souvenirs. I want to send a few gifts to my parents.
Giang	What are you going to do after that?
Carolyn	I'm going to the post office. I need to buy some stamps, then after that I'm going to the library.
Giang	Oh, before you go, stop by my place, O.K.?
Carolyn	What's up?
Giang	I want to ask you to return one or two books to the library. Can you?
Carolyn	Sure I can. Oh, where is the Tan Xuan Bookshop? Do you know?
Giang	Yes. It's not far from the souvenir shop, on the corner (góc) of Doan Thi Diem Street and Phan Boi Chau Street. Go straight down Doan Thi Diem Street and cross Phan Boi Chau Street, and the bookshop is on the left. You're going to buy some books, are you?
Carolyn	No, I'm not going to buy anything, I'm only going to look at a Vietnamese cookbook. I'll come by your place in a little bit.

Bài tập 12   Give Vietnamese equivalents (writing out the numbers).

(Ở cửa hàng bán đồ lưu niệm Việt Nam ở Mỹ.)

Linda   This is very pretty. What do you call this in Vietnamese?

Salesperson   (*Polite*) This is a picture.

Linda   How much is this picture?

Salesperson   (*Polite*) $55.

Linda   And this red vase?

Salesperson $22.

Linda   That's a little expensive. Could you reduce it a little?

Salesperson   This vase is very pretty, very precious, and comes from (belongs to) France, but for you I'll sell it for $19; is that all right, Miss?

Linda   Yes. And these blue ricebowls, which kind is the least expensive?

Salesperson   These. They're 30¢ a piece.

Linda   But those over there are prettier. How much are they?

Salesperson   45¢ a piece. They're from Hong Kong.

Linda   I'll buy the red vase and could I have four of the Hong Kong bowls. Could you ... (*makes motion of wrapping*) ... for me? How do you say that in Vietnamese?

Salesperson   'Wrap'. Yes, I'll wrap them for you.

Linda   Thank you. Here, I'll pay you $20.80.

Salesperson   Yes. You speak Vietnamese very well. Whenever you're free, stop by here and chat for fun, O.K.?

Bài tập 13   Check which meaning of **cho** is correct for each of these sentences.

	give	to	for	allow
1. Hôm qua mẹ tôi mua cho tôi rất nhiều quà.				
2. Tuần sau mẹ tôi sẽ cho tôi nhiều quà nữa.				
3. Anh làm cái này cho tôi, được không?				
4. Ông ấy bán cho tôi hai cái bình lớn.				
5. Cho tôi mua bức tranh này.				
6. Anh cho tôi cái tem này, được không?				
7. Chị cho tôi mượn xe đạp, được không?				
8. Khi nào chị trả tiền cho tôi?				
9. À! Anh đem một cốc bia cho tôi nhé!				
10. Anh mua một cái bưu ảnh cho tôi nhé!				

Bài tập 14

Read the conversation, practice it with each other, then retell it briefly, first in English, then in Vietnamese.

Robert	Hôm nay là thứ mấy rồi, chị Sally?
Sally	Hôm qua là… thứ tư, vậy hôm nay là thứ năm.
Robert	Ồ, thế hôm nay chúng ta đi ăn cơm ở hiệu ăn Việt Nam à?
Sally	Vâng.
Robert	Vui quá nhỉ? Thế chúng ta đi hiệu ăn nào?
Sally	Có lẽ sẽ đi hiệu Quê Việt. Người ta nói bánh cuốn Quê Việt ngon lắm.
Robert	Hiệu Quê Việt ở đâu? Có xa không?
Sally	Không xa lắm. Hiệu đó ở đường Pine, bên cạnh rạp Capitol.
Robert	Thế chúng ta đi bằng gì?
Sally	Chị Mary mời chúng ta đi xe của chị.
Robert	Ồ, thích quá! Mấy giờ chúng ta đi?
Sally	Khoảng 12 giờ.
Robert	Bây giờ là mấy giờ rồi?
Sally	Chín rưỡi.
Robert	Trời ơi! Còn những gần ba giờ nữa! Tôi bắt đầu thấy đói bụng rồi.
Sally	Thế sáng nay anh không ăn gì hả?
Robert	Có chứ! Nhưng tôi chỉ ăn có một con gà, hai miếng bí-tết, và năm quả trứng thôi.

Từ vựng

nhỉ	right? think so?
ồ thích quá	oh, that's great!
trời ơi	oh heavens!
những gần	almost all of (Emphatic)
chỉ VERB có NOUN thôi	only VERB NOUN – that's all
con gà	a (whole) chicken
miếng	piece
bí-tết	beefsteak
quả trứng	egg

Tập viết

From the sentences in the conversation write these sentences in Vietnamese. (Can you write them all without looking?)

1.   We (you & I) are going to eat at a Vietnamese restaurant today.

   _____

2.   So what restaurant are we going to?

   _____

3.   People say that the Que Viet steamed spring rolls are very good.

   _____

4.   The Que Viet Restaurant isn't very far.

   _____

5.   It's on Pine Street next to the Capitol Theater.

   _____

6.   So how are we going?

   _____

7.   Mary has asked us to go in her car.

   _____

8.   Oh great! So what time are we going?   About 12:00.

   _____

9.   Oh heavens, it's still almost (all of) three hours more!

   _____

10.   I'm beginning to feel hungry already.

   _____

11.   So didn't you eat anything for breakfast?

   _____

12.   Of course, but only a piece of beefsteak and three eggs.

   _____

Bài tập 15

Read the story, do the exercises below, and tell the story in English.

Hôm nay là thứ năm. Giáo viên và sinh viên lớp tiếng Việt đi ăn cơm ở hiệu ăn Việt Nam. Tất cả lớp đi được. Chỉ có chị Greta không đi được vì chị bị đau.

Ở phố có nhiều hiệu ăn sắc tộc: hiệu ăn Tàu, hiệu ăn Nhật, hiệu ăn Thái, hiệu ăn Pháp, hiệu ăn Ý,... Nhưng hôm nay sinh viên lớp tiếng Việt muốn đi ăn cơm Việt vì họ muốn có dịp tìm hiểu văn hóa Việt Nam.

Khoảng một giờ trưa họ đến hiệu ăn Quê Việt. Hiệu Quê Việt ở cách trường không xa. Món ăn ở đây ngon và rẻ.

Họ ăn phở, chả giò, bánh cuốn, bánh xèo, và gà xào xả ớt. Đó là những món đặc biệt Việt Nam. Anh Robert và chị Mary không cầm được đũa, nhưng chị Sally và anh John cầm đũa giỏi lắm. Anh Greg cầm đũa cũng giỏi. Anh gắp chả giò, chấm vào nước mắm, rồi ăn và khen: 'ngon lắm'.

Từ vựng

tất cả	all	bánh xèo	meat crepe
chỉ có	there is only	cầm	to hold
sắc tộc	ethnic, national	gắp	to pick up with chopsticks
có dịp	to have opportunity	chấm	to dip
tìm hiểu	to learn	khen	to praise

Học chữ mới

Use the new vocabulary in these sentences.

1. Hà Nội không có nhiều hiệu ăn _____ .
2. Vì thế chị Hải không _____ ăn cơm Thái,
3. và _____ văn hóa Thái.
4. _____ lớp tiếng Việt thích học văn hóa Việt Nam.
5. _____ anh John đi xe đạp đến hiệu ăn.

Câu hỏi và trả lời

Answer in complete sentences these questions about the story.

1. Sao sinh viên lớp tiếng Việt muốn đi ăn cơm Việt Nam?
2. Ai trong lớp không đi ăn cơm Việt được?
3. Tại sao sinh viên thích đi tiệm Quê Việt?
4. Ai cầm đũa giỏi?
5. Sinh viên lớp tiếng Việt ăn món gì?

Bài tập 16

Fill in with the appropriate words.

Anh Quang là người Việt Nam. Năm nay anh ấy đến Montreal học khoa học ở trường đại học McGill. Hôm nay là ngày mồng chín tháng tư. Anh ấy gặp chị Sara ở nhà sách Co-op. Anh ấy chào chị Sara.

Quang	_____ _____ .
Sara	_____ _____ . Anh _____ người Việt Nam mới đến, _____ _____ ?
Quang	Dạ _____ _____ , tôi ở Montreal gần bảy tháng _____ .
Sara	Thế à? Anh đến Montreal hồi _____ ?
Quang	Dạ, tôi đến _____ mười lăm _____ mười _____ ngoái.
	Còn _____ , _____ là người Montreal à?
Sara	Dạ không . Tôi sinh _____ Toronto, và trước _____ ở Montreal tôi ở
	Calgary ở tỉnh Alberta.
Quang	Chị thích ở Montreal không?
Sara	Dạ _____ . Montreal vui lắm. Có nhiều nhà sách, nhiều hàng _____
	quần _____ , nhiều _____ hát, _____ xinê, và đủ loại tiệm ăn.
Quang	Chị thích đi _____ phim Việt Nam _____ ?
Sara	Dạ, tôi chưa có dịp _____ _____ Việt Nam.
Quang	À, tối mai ở trường có phim *Hai Buổi Chiều Vàng*. _____ nên xem
	_____ phim đó để tìm hiểu văn hóa _____ _____ . Tôi _____ chị đi
	_____ tôi. Có chỗ nào chị _____ hiểu, tôi sẽ dịch _____ chị.
Sara	Cám ơn anh. Chắc phim đó hay _____ .
	Bây giờ anh có mua _____ ở đây không?
Quang	Tôi _____ mua _____ cả. Còn chị _____ _____ không?
Sara	Tôi _____ mua một _____ vở để đem vào lớp.

Từ vựng

khoa học	science
nhà sách	bookshop
có dịp	to have opportunity
tìm hiểu	to learn
tiếng	spoken word
dịch	to translate
chắc	surely

Bài tập 17
Read the story and answer the questions.

Anh Sean đang học tiếng Việt ở trường Đại học Quốc gia Ôx-tra-li-a. Anh là người Melbourne, nhưng bây giờ đến Canberra làm việc và học tiếng Việt. Anh thấy Canberra yên tĩnh hơn Melbourne và vui hơn vì dễ gặp được bàn bè một cách thường xuyên.

Anh đang làm việc ở Bộ Di trú. Sáng thứ hai, thứ tư và thứ sáu anh đến trường học tiếng Việt, rồi đi làm lúc mười rưỡi sáng. Ba ngày ấy anh chỉ có nửa giờ để ăn trưa. Hôm thứ ba và thứ năm anh đến sở lúc tám rưỡi và làm việc từ tám rưỡi sáng đến mười hai rưỡi trưa, anh nghỉ được một tiếng, rồi trở lại làm việc từ một rưỡi đến năm rưỡi chiều. Buổi trưa hai ngày ấy anh thường thích đi ăn phở rồi đi ngắm cửa hàng hoặc đi thư viện đại học để đọc sách tiếng Việt.

Hiện nay anh nói tiếng Việt rất giỏi. Anh có thể nói chuyện với người Việt Nam một cách dễ dàng.

Từ vựng

trường đại học (tổng hợp) quốc gia	national university		
bạn bè	(group of) friends	trở lại	to return
một cách	in a manner	ngắm cửa hàng	to window shop
thường xuyên	regularly	hiện nay	at the present time
chỉ có	to only have	dễ dàng	be easy

Câu hỏi và tập viết
Answer these questions in Vietnamese (full sentences not needed).

1. Where does Sean live now?

2. What does he do there (and where)?

3. Why does he like Canberra?

4. What days and time of day does he study Vietnamese, before or after work?

5. What hours does he work on Tuesdays and Thursdays?

6. What does he do during lunch hour on Tuesdays and Thursdays?

7. Can Sean read Vietnamese?

8. Does working full time prevent Sean from doing well in Vietnamese?

Bài tập 18

Read the following text and do the comprehension test below.

Tên cô ấy là Carla.

Carla sinh năm 1966 ở Napoli, một thành phố ở miền nam nước Ý. Năm 1983 Carla học tiếng Anh ở Roma và tháng mười năm 1985 cô đi Ca-na-đa.

Sau đó ít lâu Carla dọn đi San Francisco vì Montreal lạnh quá. Mùa đông ở San Francisco cũng lạnh nhưng không lạnh lắm; còn mùa xuân và mùa hè trời nắng, ấm như ở Napoli. Hơn nữa San Francisco đẹp hơn Montreal.

Ở San Francisco Carla học ngôn ngữ học và tiếng Tây-ban-nha. Sau khi tốt nghiệp trường đại học California ở San Francisco năm 1989, Carla đến sống và làm việc ở Dallas. Dallas là thành phố lớn ở tiểu bang Texas. Khi nào rảnh Carla thích đi du lịch ở Texas. Texas rộng mênh mông, đi chơi xa được. Carla thích đi San Antonio nhất. San Antonio đẹp và có nhiều nơi và cảnh độc đáo.

Tháng bảy năm 1992 Carla về thăm gia đình ở Ý. Carla rất mừng và bố mẹ cô cũng rất sung sướng. Bố Carla già rồi nhưng vẫn khỏe. Mẹ Carla bị ốm tháng trước, nhưng tháng này bà cũng khỏe rồi. Có lẽ năm tới họ sẽ đi Mỹ ở cùng nhà với Carla.

Từ vựng

ít lâu	a short while	độc đáo	be unique
trời nắng, ấm	it's sunny and warm	mừng	be pleased, happy
rộng mênh mông	vast, boundless	sung sướng	be happy
nơi	place	vẫn	still, continue to
cảnh	scene, site		

Tick the right box.

1. Carla sinh năm một chín sáu mươi lăm.	YES___	NO___
2. Carla đi Ca-na-đa năm một chín tám mươi ba.	YES___	NO___
3. Carla ở Montreal ít lâu thì dọn đi San Francisco.	YES___	NO___
4. Bây giờ Carla sống và làm việc ở Dallas.	YES___	NO___
5. Năm 1992 Carla đi Ý thăm người bạn.	YES___	NO___
6. Mẹ Carla vẫn bị ốm.	YES___	NO___
7. Có lẽ năm tới bố mẹ Carla sẽ đi Dallas.	YES___	NO___

Bài tập 19

Complete the letter below.

Los Angeles, ng. 19 th. 5

Chị Lệ mến,

   Tuần trước tôi _____ *San Diego, ghé lại vùng Linda Vista thăm chị, nhưng chị* _____ *có nhà — buồn quá.*

   Hôm qua _____ *nhận được thư* _____ *gia đình* _____ *tiểu bang Ohio. Mẹ tôi gửi lời thăm chị. Sau* _____ *đọc thư xong tôi* _____ *bưu điện để* _____ *ít đồ* _____ *gia đình. Ở đấy* _____ *gặp anh Minh. Anh nói tuần trước* _____ *đi New York, nhưng bây giờ đã trở lại San Diego* _____ *. Ở New York* _____ *vui* _____ *? Khi nào chị* _____ *đến Los Angeles?*

   Tôi mua được một _____ *từ điển Việt-Anh rồi, nên chị* _____ *phải mua cho tôi nữa. Tôi* _____ *mua được một* _____ *từ điển Anh-Việt* _____ *bây giờ tôi* _____ *phải đi thư viện học* _____ *. Tôi học* _____ *nhà và chỉ đến thư viện* _____ *báo hay mượn* _____ *. Tôi cũng mua một* _____ *sách nấu* _____ *Việt Nam và đang tập* _____ *mấy món. Khi nào chị* _____ *thăm tôi, tôi sẽ nấu hai ba món* _____ *chị ăn* _____ *. Thêm nữa chúng ta sẽ có nhiều thì giờ đi* _____ *phố với nhau. Chúng ta có thể* _____ *quần áo mới và video Việt Nam, và tôi sẽ đưa chị đến* _____ *tiệm ăn Việt Nam mới ở vùng Gardiner. Tiệm đó xa* _____ *món ăn ở đó* _____ *lắm.*

   Cuối tuần này về Los Angeles nhé! Mong gặp chị.

                                        Bạn thân của chị,
                                        Linda Martin

Từ vựng

mến	dear	thì giờ	time
nhận	to receive	với nhau	together (with each other)
gửi lời thăm	to send greetings to	mong	to hope, expect
chỉ	only	thân	be dear, affectionate

Bài tập 20

Write a first letter to a pen friend telling about yourself. (Feel free to invent!)

APPENDIX I

TRANSLATION OF DIALOGS

Following are English translations of the dialogs in Part A and the reading exercise in Part C of Lessons 1–4, 6–9, 11–14, and 16–19. In some cases sentences from Part B of these lessons are included.

Lesson 1

A 1

Mr. Ba	Hello (Madam). Excuse me, what is your name?
Mrs. Ha	My name is Ha. And how about you, what is your name?
Mr. Ba	My name is Ba.

A 2

Huy	This is (Miss) Tam, and this is (sister) My.
Joe	Hello, (Miss) Tam. Hello, My. And who is that over there, Huy?
Huy	Oh, that's Pierre.

A 3

Miss Hoa	You're Vietnamese, aren't you? (Isn't that so?)
Nam	Yes, I'm Vietnamese. I'm a Southerner.
	And you're also Vietnamese, aren't you?
Miss Hoa	Yes, I'm also Vietnamese. I'm a Northerner.

A 4

Phuong	Mr. Sims is Australian, isn't he?
Mr. Rose	No, he's not Australian. He's American.
Phuong	Oh, so who is Australian?
Mr. Rose	Oh, Betty is Australian.

A 5

Sue	Where are you from? (What is your native country?)
Huy	I'm from Vietnam. (I'm Vietnamese.)
Sue	So which region are you from?
Huy	I'm from Central Vietnam. And where are you from?
Sue	I'm English.

1 C 11

Mr. Ba	Hello (madam). My name is Ba.
Mrs. Ha	Hello (sir). My name is Ha.
Mr. Ba	Allow me to introduce (you). This is Mr. Sunaryo and this is Miss Tam.
Mr. Sunaryo and Miss Tam	Hello (madam).
Mr. Ba	And this is Mr. Sims.
Mrs. Ha	Hello, Mr. Sims. I'm pleased to meet you. You're American, aren't you?
Mr. Sims	Yes, I'm an American. I'm pleased to meet you.
Mr. Ba	Oh! There's Mr. Harris (over there).
Mrs. Ha	Mr. Harris is a Canadian, isn't he?
Mr. Sims	No, he's not a Canadian. He's an Australian.
	Miss Tam, where are you from?
Miss Tam	I'm from Vietnam.
Mr. Sims	Mr. Sunaryo, you're Vietnamese too, aren't you?
Mr. Sunaryo	No, I'm Indonesian.
Mr. Sims	(shaking hands) I'm pleased to meet you.
Mr. Sunaryo	I'm also very pleased to meet you.

271

Lesson 2

A 1a

| Dung | What time (is it), Phong? |
| Phong | 3:00 (already). |

A 1b

Dung	What time is it now?
Phong	3:00 (already).
Dung	What time are you going to Saigon?
Phong	I'm going at 4:00.

A 1c

Mr. Hai	Excuse me (madam), what time is it now?
Mrs. Cuc	7:00.
Mr. Hai	Thank you.
Mrs. Cuc	That's all right. (It's nothing.)

A 2

Linda	Where are you living now?
Minh	I live in Los Angeles. And you, where are you living now?
Linda	I live in Los Angeles, too. So which suburb in Los Angeles do you live in?
Minh	In Westminster.
Linda	What street in Westminster do you live on?
Minh	Clinton Street.
Linda	What number on Clinton Street do you live at?
Minh	Number 12.

A 3

Minh	You live in Los Angeles, too; so what's your address?
Linda	I live at 19 Manchester Street in Inglewood.
	Before, I lived in Hawthorn.
Minh	Oh, is that so?

A 4

Carlos	Where do you study?
Susan	I study at Cornell. And where do you study?
Carlos	I've graduated already.
	Right now I'm working at the Dept. of Foreign Affairs/State Dept.

2 C 10

Ron	Hello (sister). My name is Ron.
Anne	Hello (brother). My name is Anne.
Ron	What country are you from, Anne?
Anne	I was born in France. I was French before, but now I'm an American.
	And you, you're Australian, aren't you?
Ron	Yes, I'm an Australian now, but I was born in London.
Anne	Where are you living now?
Ron	I live in Sydney now. And you, where do you live now?
Anne	I lived in New York before, but now I'm living in Sydney, too.
Ron	You work in Sydney, don't you?
Anne	Yes, I teach at Macquarie University.
	And how about you, you're a public servant, aren't you?

Ron	Yes, I'm a public servant, but I'm also a student.
Anne	Oh, really? Which school do you study at?
Ron	I study at the University of New South Wales.
Anne	So where do you work?
Ron	I work at the Department of Immigration.
	In which suburb in Sydney do you live?
Anne	I live in Ultimo. And which suburb do you live in?
Ron	I live in Bankstown. Excuse me, Anne, what time is it now?
Anne	6:00.
Ron	Thank you.
Anne	That's all right. What time do you go to class?
Ron	I'm going right now. So see you, OK?
Anne	Yes. Goodbye, Ron.

Lesson 3

A 1

Lan	Where are you going there?
Henry	I'm going to the Department of Finance.
Van	You work there, do you?
Henry	Yes. And where are you girls going (now)?
Lan & Van	We're going to school/class.

A 2

Jenny	What are you doing now, Sau?
Sau	I'm (working as) an engineer now. And you, what are you doing now?
Jenny	I'm a teacher at Tran Hung Dao School, but I'm also a (tertiary) student.

A 3

Kim	You're a nurse, aren't you?
Gail	Yes, I work at the Vietnamese-French hospital, but I'm also a student.
Kim	You're also a student, are you? So what are you studying?
Gail	I'm studying Vietnamese language.
Kim	So what class/level are you studying?
Gail	I'm studying first-year Vietnamese language.

3 C 7   Lan and John meet each other at a social club.

Lan	Hello (brother). My name is Lan.
John	Hello, Lan. My name is John. I am pleased to meet you.
Lan	I'm also very pleased to meet you. You're Canadian, aren't you?
John	No, I'm American. And you're Vietnamese, aren't you?
Lan	Yes. Excuse me, where do you work?
John	I work at the National Library.
Lan	You work at the National Library, do you?
John	Yes. And you, what do you do?
Lan	I'm a (tertiary) student.
John	You're a student, are you? So what do you study?
Lan	I study English language, linguistics, history, and political science.
John	What are you going to do when you graduate?
Lan	I'll apply to work as a public servant.
John	Let's go have some coffee now, all right?

Lesson 4

A 1

Nam	What day (of the week) is today?
Paula	Yesterday was Wednesday, so today is Thursday.
Nam	What's the date today?
Paula	Yesterday was the 10th, so today is the 11th.

A 2

Hanh	When did you come to Vietnam from Canada?
Bob	I came on 21 November 1991.
Hanh	When are you leaving Vietnam and returning to Canada?
Bob	I'll go back about April the year 2002.
Hanh	And when did you come to Vietnam, Rosa?
Rosa	I came last month, and this week I'll be returning to Canada.

A 3

Bob	What time did you come yesterday?
Hai	I came at 8:30 at night.
Bob	When are you going back/home?
Hai	I'm going back at a quarter to nine tomorrow morning.

4 C 8

Sue	Hello (you two), where are you two going (now)? I haven't seen you (both) for a very long time.
Rob	Hello (Sue). We're going to the Department of Health.
Sue	You work there, do you?
Greg	No, I work at the Department of Immigration, and Rob teaches French at Erindale School.
Sue	You're a teacher are you, Rob?
Rob	Yes, but I'm also a student.
Sue	Oh really? What do you study?
Rob	Greg and I are studying Indonesian now. Greg's about to go to Jakarta.
Sue	When are you going, Greg?
Greg	About the end of this year. And you, what are you doing now?
Sue	I'm working at Foreign Affairs. I'm also about to go to Bangkok.
Rob	When are you going?
Sue	I'm going at the beginning of next month.
Greg	Really? We haven't seen each other for a long time. Tomorrow night you and Rob come to my house for fun/for a get-together/for a visit, all right?
Sue	Tomorrow night, eh? All right. About what time, Greg?
Greg	7:00 or 7:30, O.K.?
Sue	All right. Thank you. Well, I have to go now. Goodbye (you two).
Greg & Rob	O.K. Goodbye (Sue).

Lesson 6

A 1

Lan	Hello, John. How are you today? (Are you well today?)
John	Yes, thank you, I'm very well. And how about you?
Lan	Thank you, I'm fine too. Oh, how about Betty, John?
John	Betty was sick last week, but now she is well (already).

A2

Son	Did you go to school yesterday?
Hien	No, I didn't go to school yesterday.
Son	Why didn't you go to school?
Hien	Because I was tired. Our class began studying Lesson 26, is that right?
Son	Yes, the teacher began to explain the lesson. Let's go into class now, all right?

A 3

Hien	How long were you in Bangkok last year?
Son	I was (there) only six months.
Hien	Was it fun? / Did you have fun/enjoy it?
Son	Oh yes, very much.
Hien	Next year how long will you be in Singapore?
Son	I'll be (there) about three months, something like that.

6 B 4

Did you see the film *Indochine*?
Did you eat Chinese food?
Do you girls know Italian?
Does she understand Vietnamese?
Did teacher Ly speak in English?
Did you meet Mr. Duong?

6 B 7

For how long did she go to Vietnam? / How long was she in Vietnam?
How long did you do research in India?
For how long have you been back here?
For how long has he worked there?
How long have you been doing research in history?
How long have you girls studied English?
How long did you two girls rest?
How long did you sit in the class(room)?
We (have) rested for two hours (already).
We rested for only ten minutes.

6 C 9

Lien	Hello, Ed. How goes it? Are you well?
Ed	Hello (sister). Thanks, I'm very well. And how about you?
Lien	I was tired yesterday, but now I'm fine. It's very cold!
	Denver is always cold like this, isn't it?
Ed	Yes, but today it's sunny and warm, don't you think?
Lien	Yes, it's sunny and warm, but I still feel cold.
Ed	Where were you born?
Lien	I was born in Nhatrang. Northern Vietnam is also cold like this,
	but Nhatrang is in the south and it's usually hot.
Ed	Yes, I've been in Nhatrang already, so I know.
Lien	Really? When were you in Nhatrang?
Ed	I came (there) in May of 1987.
Lien	What do you think of Nhatrang?
Ed	Oh, very pretty. Nhatrang is very beautiful. The weather is beautiful,
	the sea is beautiful, and the girls are also very beautiful.

Lien   Thank you (but) you give too much praise!
                Oh, so when did you return to America?
Ed   I came back on the 15th of July 1989. And you, when did you come
                to the United States? I didn't expect to meet a Nhatrang girl in Denver.
Lien   I've been in America for nine months already. Perhaps next year I'll move to San
                Antonio because here it's very cold.

Lesson 7

A 1   (In the Vietnamese history classroom at the University of Hanoi.)
Van   You speak Vietnamese very well. So where do you study it?
Pam   I'm studying at this university.
Van   Is (studying) Vietnamese difficult?
Pam   Yes, rather difficult.
A 2
Pam   Did Huong come early today?
Van   She came very early.
Pam   And Minh?
Van   He usually comes very late because he usually studies until late at night.
A 3
Pam   When did Mai go to Saigon?
Van   She just went last week.
Pam   When will she return to Hanoi?
Van   She won't return until next month.

7   B 5.1
He just came yesterday.
Thi just went to Cantho last week.
Miss Chau just went to Dalat in September.
She just went to the market this morning.
Those ladies just returned to Hanoi last year.
They just returned last year.
We just ate at 6:00.
Minh just did it on Monday.
Teacher Lan just went to teach (began teaching) this year.
Jo and Jane just went (started) to school this month.
Those children just began studying at 7:00.
The bank just opened (its doors) at 9:30 a.m.
That shop just closed (its doors) at 5:30 p.m.
7   B 5.2
He didn't come until yesterday. (Yesterday he only then came.)
Thi won't go downtown until tomorrow morning.
Miss Chau didn't go to Dalat until September.
        Miss Chau won't go to Dalat until September.
She didn't go to the market until this afternoon.
Those ladies didn't return to Hanoi until last year.
They won't return until 1999.
We didn't eat until 6:00 in the evening.
        We won't eat until 6:00 in the evening.
Minh won't do it until Monday next week.
Teacher Lan didn't start teaching until this year.
        Teacher Lan won't start teaching until this year.

Jo and Jane won't start/go to school until next month.
We didn't begin studying until 10:00 a.m.
                    We won't begin studying until 10:00 a.m.
The bank didn't open until 9:30 a.m.
                    The bank won't open until 9:30 a.m.
That shop didn't close until 5:30 p.m.
                    That shop won't close until 5:30 p.m.

7 C 7

Colin	Where are you working now?
Maria	I'm working at the Department of Immigration.
Colin	How long have you been working there?
Maria	I've been working (there) three years already.
Colin	I often go to the Department of Immigration. Why haven't I met you (there)?
Maria	Oh, because I went to Vietnam.
Colin	Oh really? So how long were you there? (So you went for how long?)
Maria	I went for about eighteen months.
Colin	When did you return to Australia?
Maria	I just came back last month.
Colin	Oh say, do you know Binh?
Maria	Which Binh?
Colin	Why, the Binh who works at the Australian Embassy in Hanoi, that one.
Maria	Oh, Binh the cultural attaché. His English name is Ben Williams. I know him very well.
Colin	Really? Does he speak Vietnamese well?
Maria	Oh, he speaks very well.
Colin	Where did he study Vietnamese, do you know?
Maria	I haven't asked, but maybe he studied at Point Cook.
Colin	What school is Point Cook?
Maria	That's a foreign language school of the military in Melbourne.
Colin	When will Binh return to Australia, do you know?
Maria	Perhaps he won't return until April next year.

Lesson 8

A 1

Myoko	Do you have a dictionary?
Jim	Yes (I have).
Myoko	How many (dictionaries) do you have?
Jim	I have two (dictionaries), one big one and one small one.

A 2

Myoko	How many students are there in the first-year Vietnamese language class?
Jim	The class has fifteen students and two student researchers.
Myoko	And how many teachers are there?
Jim	There are two Vietnamese teachers and one Canadian teacher.
Myoko	Are there Vietnamese students in the class?
Jim	No, Vietnamese persons don't study in first-year Vietnamese language.

A 3

Marie	Oh, Phong, how many people are there in your family?
Phong	There are seven people in my family: my parents, an older brother, an older sister, myself, one younger brother and one younger sister.

A 4

Phong	Do you know my older brother Giang?
Marie	Yes, I know him. So is he married yet? (Does he have a family yet?)
Phong	Yes, he has a wife already.
Marie	How many children does he have?
Phong	He has two (children): one boy and one girl.
Marie	How old is the boy?
Phong	Eight or 9 years old, something like that.
Marie	Where does Giang live now, Phong?
Phong	Near his parents-in-law (his children's maternal grandparents). The place he lives is very convenient because opposite is the school where the children study and behind the house is the market. From here to their house is not very far.

8 C 8

Lan	How many people are in your family?
Kim	There are six people in my family.
Lan	Who are the six people?
Kim	My grandparents (my mother's parents), my parents, myself and my husband.
Lan	You don't have children yet?
Kim	Not yet. I just got married three months ago.
Lan	Do you have brothers and sisters?
Kim	Yes, but they live separately (away from home already).
Lan	How many brothers and sisters do you have?
Kim	I have one older brother, two older sisters, three younger brothers and four younger sisters.
Lan	Are your younger brothers and sisters already married too, then?
Kim	No, not yet, but they live with my older brother's family because his house is large and is near the school.

Lesson 9

A 1   Vu and Uyen are studying at a university in Texas.

Vu	Do you want to go to the library with me?
Uyen	No, I have to go to the post office now.
Vu	What are you going to the post office for? (You are going to the post office [in order] to do what?)
Uyen	I want to buy a few stamps and envelopes. So you're going to the library, huh?
Vu	Yes, I'm going (in order) to read the paper. I don't have a Vietnamese newspaper at home, so I have to go to the library (in order) to read one.

A 2

Uyen	How are you going to the library? (You are going to the library by what means?)
Vu	I'm going by car. And you, how are you going to the post office?
Uyen	The post office is near here not far, so I'm going to walk; it takes only five minutes.

A 3   Anna has just come to Hanoi and lives in a guest house. She goes to rent a bicycle to go to school. Now she wants to return to the guest house but does not know the way. She asks someone (on the street).

Anna	Excuse me, do you know where the guest house is?
Hoa	Yes, the guest house is near the Law School.
Anna	How do I go?

Hoa   By bicycle, you go straight from here. When you get to Cao Ba Quat Street turn
                    right. The Law School is on the right of the library and on the left of the public
                    park. The guest house is behind the Law School, and next to the guest house is a
                    parking lot.

9 C 8

Asking the way to go: Son comes out of the used-book shop. He wants to get a hair cut. He
asks a person crossing the street (the way to go).
  —   Is there a barber in this area?
  —   Yes, there is. There's a barber shop on Phan Boi Chau Street.
  —   Unfortunately, I don't have a map. Could you show me the way to get there?
  —   Here. You're on Hai Ba Trung Street now. Go left to the three-way intersection and
        turn right. Follow Le Loi Street to the four-way intersection and turn right onto Phan
        Boi Chau Street. The barber shop is next to the restaurant; opposite is a bicycle repair
        shop. Can you remember?
  —   Ah, turn right on Le Loi Street, go straight, then turn right on Phan Boi Chau Street.
        Is that right?
  —   Right! By bicycle it takes only one or two minutes.
  —   Very lucky! I also need to get my bicycle repaired. Thanks very much!

Lesson 11

A 1
Chris   What do you think of Perth? (How do you find Perth?)
Phu   Perth is pretty and very peaceful.
Chris   Do you have a house in Perth?
Phu   Yes.
Chris   What is your house like?
Phu   My house is not very big. On the ground floor there is a lounge/living room,
                    a bathroom, a laundry, a kitchen. Upstairs there are two bedrooms.
                    In front of the house there is a place to park the car. Behind the house
                    there is a small garden, and around the house are many trees.

A 2   (In the Polytechnic Institute guest house)

Foreign student   I need to rent a room.
Receptionist   Do you want a room with a private bath or one with the common bath?
For. stu.   I'd like a room with a private bath. Like that will cost how much a day?
Recep.   Seven U.S. dollars a day.
For. stu.   That's all right. I'll take the room.
Recep.   Your room is on the third floor. On the ground floor we have a dining room
                    which is open from 12:00 to 2:00 at noon and from 5:30 to 7:00 in the evening.

A 3
John   Let's go to Little Saigon this week. Can you girls go?
Nan   Yes, I can go.
John   And you, Sue and Alice, how about it? Can you go?
Sue   I can go but Alice can't go.
John   When can you two go?
Nan(to Sue) Can you go Saturday?
Sue   Yes, I can go Saturday.
Nan   And you, John, can you go Saturday?
John   Certainly. Let's go 7:30 in the morning.

11 C 8

Alex	Where are you planning to go on vacation next year?
Jill	I intend to go to Vietnam.
Alex	Why don't you go to Europe?
Jill	I don't have enough money, so I can't go to Europe yet.
Alex	How do you plan to go to Vietnam?
Jill	I'll go by plane to Bangkok then to Saigon. I don't know yet how I'll go from Saigon to Hanoi. According to you, should I go by train or interurban bus?
Alex	From Saigon to Hanoi is very far. Going by bus is very tiring. I think you should go by train.
Jill	Yes, maybe I'll go by train to Hue, then I'll go by bus from Hue to Hanoi.
Alex	How long do you plan to stay in Hue?
Jill	I plan to stay there only two days.
Alex	According to me, you should stay at least a week. Hue is an old Vietnamese capital. The last kings of Vietnam lived there. At present there are still quite a few tombs and the vestiges of some palaces and an ancient citadel. You should stay at the university guest house because it's very inexpensive.

11 C 9

Anh	How long have you been in Hanoi?
Bev	I just came only three weeks ago.
Anh	What do you think of Hanoi?
Bev	Hanoi is a small and old city, but there are many historical monuments and scenic spots.
Anh	What places have you been already?
Bev	I've just gone to Ngoc Son Temple and Hoan Kiem Lake only. How many temples and pagodas are there in Hanoi, Anh?
Anh	Oh, very many. I myself don't/can't know all (of them), but there are a number that are pretty and famous, for example, Quan Su Temple, the One-Pillar Temple, Hai Ba Trung Temple, Quan Thanh Temple.
Bev	Where is Quan Thanh Temple?
Anh	On the Co Ngu road. West Lake is in front of the temple, and on the right side of the temple is Truc Bach Lake.
Bev	Really? I'm staying in Thang Loi Hotel beside West Lake. Perhaps some day when I'm free, I'll go visit Quan Thanh Temple.

Lesson 12

A 1

Marie	Have you had breakfast yet?
Pam	Not yet, I haven't had breakfast yet because I got up late and was afraid I wouldn't get to class on time. Let's go have coffee!
Marie	Have you ever been to the Trang Tien cafe?
Pam	Yes. The coffee there is very good, and that cafe is also very near here. We can walk.
Marie	So then let's go to that cafe!

A 2

Marie	Bob, have you ever gone to Ha Long Bay?
Bob	Yes, I've gone to Ha Long Bay already.
Marie	How many times have you gone?
Bob	I've gone three or four times, something like that, but I want to go again. And you, have you ever gone to Ha Long Bay?

Marie	Yes, I went only one time. Going to Ha Long Bay is very pretty but very tiring. Oh say! (Since in Vietnam) have you seen the water puppet show yet?
Bob	Not yet.
Marie	So can you go see the water puppet show with me and Pam tonight?
Bob	Yes (I can).

A 3

Pam	Marie, would you like to go to Vung Tau?
Marie	Yes, I would. Have you ever been to Vung Tau?
Pam	Not yet, I've never been there (at all), but I, too, would very much like to go.
Marie	Let's go to Vung Tau this summer!

A 4 Two sisters are talking together.

Big Sister	Little Sister! I want to go to the post office to send this package to Australia. Go with me, Little Sister, all right?
Little Sister	Don't go now! The post office is very crowded at this hour.
Big Sister	So let's go in two more hours!
Little Sister	Don't, Big Sister! Wait until tomorrow morning! We'll go early!

12 C 8

Anne	Have you ever gone to Bali?
Bob	Yes, I've gone there already.
Anne	When did you go there?
Bob	I went last year. And have you ever gone to Bali?
Anne	I've never been, but I'm about to go.
Bob	When are you going?
Anne	Maybe next month. How did you go to Bali last year?
Bob	I went by airplane from Danang to Singapore, then I went by ship from Singapore to Bali. And how do you plan to go?
Anne	I plan to go by bus/coach down to Saigon, fly from Saigon over to Singapore, then from there I'll take a ship over to Bali.
Bob	Do you intend to go to Kuala Lumpur?
Anne	I've never been to Kuala Lumpur, so I also want to visit there for a few days. But maybe I'll go to Jakarta first, then stop by Kuala Lumpur on the way back.

Lesson 13

A 1 Rob answers the telephone.

Jane	Hello! Is that Rob? This is Jane. / Jane here.
Rob	Oh, hello, Jane.
Jane	Do you plan to go anywhere tonight?
Rob	I haven't planned to go anywhere at all tonight. Do you want to go somewhere?
Jane	I planned to invite you to go to dinner with me.
Rob	Oh, that's nice! What time do you intend to go?
Jane	Come pick me up at 7:00, all right?
Rob	O.K., I'll come at 7:00.

A 2 Hien answers the telephone in his and Nam's house.

Kim	Hello! I want to speak to Nam.
Hien	Nam isn't at home. He just left about half an hour ago. Perhaps he won't be home until 5:00. Excuse me, who is speaking?
Kim	I'm Kim. I work in the same office with Nam.

Hien	Oh, is that so. Do you want to leave a message?
Kim	I'll call back after 5:00 then – well, I have a date with him tonight to go see a film, but I have some work to do tonight so can't go.
Hien	I'll tell him that. What's your telephone number?
Kim	It's 76504.

13 A 3   Again, Hien answers the telephone.

Kim	Hello! I want to speak to Nam.
Hien	Just a moment, all right?
Nam	Hello, this is Nam. / Nam here. Who's that?
Kim	This is Kim. Nam! I'm busy tonight so can't go to the movie. Can we go tomorrow night?
Nam	Sure. Tomorrow night then.

A 4

Secretary	Hello. 'Around the World' Travel Company. May I help you?
Tuan	Hello. I want to discuss with Miss Loan about procedures for going to Vietnam.
Secretary	I don't see Miss Loan in the office. Can you wait? – let me see where she is. Ah, she just came in, I'll let you talk with her (now).
Tuan	Hello, Miss Loan. Tran Quoc Tuan here! Ma'm, what's happening to my visa application?
Miss Loan	Oh, hello, Tuan. I just returned from the Embassy. It's only by going through the procedures that we know how difficult they are! I have to go back and forth, back and forth many times already. I need to add some more details from you. Please come to the office to follow up/discuss further. What day can you come?
Tuan	I'm at the post office right now. Let me go back to my office to check my calendar, then I'll know what hour I can meet you.
Miss Loan	All right. So call me afterward.

13   C 7

Thi	Hello. I want to speak with Hoa.
Ha	I'm sorry, Hoa went downtown and hasn't returned yet. Do you want to leave a message?
Thi	When will she be back?
Ha	I'm not quite sure. She left three hours ago, perhaps she's about to return.
Thi	I invited her to go see a film at 7:30 tonight. (Now) it's 7:20 already.
Ha	Have you bought the tickets yet?
Thi	Yes, I bought two tickets already.
Ha	Oh, what a nuisance! Oh-h, lucky! Hoa's back already. (speaking to Hoa) Telephone for you.
Hoa	Hello. This is Hoa.
Thi	Oh, Hoa (you're there are you)? It's 7:20 already. Why haven't you picked me up?
Hoa	Pick who up? Excuse me, what are you saying? I don't understand.
Thi	This is Thi. You made a date to pick me up at 7:15 to go to a movie.
Hoa	Excuse me, I don't know anyone named Thi, and I didn't make a date to pick up anyone to go to a movie. Perhaps you have the wrong number.
Thi	Oh-h! Isn't that 473741?
Hoa	No, it's 472741.
Thi	Oh so! Please excuse me! Excuse me for bothering you!
Hoa	Oh, no problem.

Lesson 14

A 1

Jenny	Saigon is bigger than Hanoi, isn't it?
Sau	Yes, Saigon is a little bigger than Hanoi.
Jenny	Do you like to live in Saigon or Hanoi?
Sau	I don't like crowded cities so I prefer to live in Cantho. Cantho is a relatively smaller city, it's newer and more tranquil. Moreover, it has the University of Cantho.

14 A 2

Jenny	I need to use a dictionary to read a Vietnamese book / books in Vietnamese. According to you, which dictionary should I buy?
Sau	It's up to you, but I think you should buy this one. This one is smaller, but it's thicker, and it has more words and more examples. Because of that, it's better.
Jenny	You speak so fast, I don't understand yet. Please speak more slowly.

A 3

Brian	Which river is the longest in Indochina?
Jenny	The Mekong (Nine Dragons River) is the longest river in Indochina.
Brian	What's the biggest city in Vietnam?
Jenny	Saigon, of course.
Brian	So which region has the prettiest girls in Vietnam?
Jenny	How would I know?! That's up to you men, surely.

14 C8

Sue	I'm about to go to Vietnam for a few weeks. According to you, what hotel should I stay at?
Greg	Do you intend to stay in Hanoi or Saigon?
Sue	I'll stay in Hanoi about a week, then go down to Saigon.
Greg	According to me, in Hanoi you should stay at the Thong Nhat Hotel.
Sue	I hear that the Thang Loi Hotel is newer, bigger, and because it's on the banks of West Lake the scenery is more beautiful.
Greg	That's right, the Thang Loi is newer, more spacious and has prettier scenery, but it's farther from the center of town. Public communication in Hanoi is not very good, and because of that it's more convenient to stay at the Thong Nhat. Moreover, the food at the Thong Nhat is better.
Sue	Yeah, maybe I'll stay at the Thong Nhat. So what hotel in Saigon do you think is best?
Greg	Saigon has quite a few good hotels. But I like to stay at the Quoc Te Hotel best. That's the biggest and prettiest hotel in Saigon.
Sue	But it's also the most expensive, isn't it, Greg?
Greg	Naturally, but the food and wine there are the best, and the waitresses there are the prettiest.
Sue	I'm going to Saigon with my husband; maybe we'll stay at another cheaper hotel.

Lesson 16

A 1

Lan	You're going downtown, eh?
Thi	Yeah, I plan to send a few things to my family, then go over to the bookshop. Do you need anything?
Lan	Can you buy a book for me?
Thi	Sure, what book do you want to buy?
Lan	*Vietnamese Culture* by Phan Mai Hoa.

A 2   Thi goes into the bookshop.
Thi   May I see *Vietnamese Culture* by Phan Mai Hoa?
Book seller   Yes. Here, please have a look.
Thi   Thank you. (Thi looks at the book.) Yes. I want to buy this. How much does it
                     cost?
Book seller   60,000 piasters.
A 3
Lan   Your bicycle is *very nice*. So where did you buy it?
Thi   Oh, my father gave it to me for my birthday.
Lan   Really, so what did your mother give you?
Thi   My mother gave me a watch.
Lan   And did your sister give you anything?
Thi   Yes, my sister gave me a song book.

16 C 8

I still have relatives in Vietnam. Sometimes I write a letter to them. Last year, on my birthday, my cousin gave me a lacquer painting. He sent it by mail. A few months later, I sent him a few gifts from America. My cousin is grown already and has three children. He lets/makes them study English. For Vietnamese people, English is very important now. He asked me to let them practice English with me when I go to Vietnam to visit. I'll take some English language books to them for a gift.

16 C 9

Waiter   Hello, sir, please come in. How many people are with you?
Mr. Hulley   I'm by myself. Let me have a small table, all right?
Waiter   Yes, sir, please come this way. Here, please sit here.
Mr. Hulley   Thank you. Bring me a menu and a bottle of beer, all right?
Waiter   Yes. Here is a menu. I'll bring a beer for you right away.
Mr. Hulley   Good. Play a rock tape for me, O.K.? Oh, do you have liquor here?
Waiter   No, but there's a liquor store next door.
Mr. Hulley   Good. (Can you) go over and buy me a bottle of vodka, a bottle of whiskey, and
                     a bottle of cognac.
Waiter   Yes, sir. (The waiter goes to buy the liquor. Mr. Hulley sits and reads the menu.
                     A few minutes later the waiter returns with the liquor.)
Mr. Hulley   Put the liquor in the refrigerator for me and let me order three dishes: No. 5,
                     No. 11, and No. 29.
Waiter   Yes, sir.
Mr. Hulley   At 8:00, bring me No. 5 and the bottle of whiskey. At 9:00, bring out No. 11
                     and the bottle of vodka. At 10:00, bring out No. 29 and the bottle of cognac.
                     At 11:00 —
Waiter   Then take you home, sir?
Mr. Hulley   No. At 11:00, bring me coffee, and at 12:00, call a taxi for me.

Lesson 17

A 1   Thi and Tom are sitting in the classroom talking.
Thi   What do you usually do when you're free?
Tom   Whenever I'm free, I usually go to see an exhibition or play some sport. And
                     you, what do you like to do when you're free?
Thi   When I'm free, I like to work in the garden.
A 2
Marie   When are you going to Saigon?
Dung   About the end of this month.
Marie   Before you go, remember to come by my place for a moment, all right?

| Dung | So what's up? |
| Marie | Oh, I want to ask you to take a letter to the French Immigration representative in Saigon. |

A 3

Myoko	What do you intend to do after you graduate?
Jim	I'll travel around the world for a while.
Myoko	What places do you plan to go to?
Jim	First of all, I want to visit a few Asian countries, like Vietnam, Thailand, Cambodia. After that, I'll go over to Europe, but I haven't decided which countries to go to.
Myoko	That's great, isn't it! After your travels, then what?
Jim	After that, I'll apply to take the examination to work at Foreign Affairs.

17 C 8

I usually go to school by bicycle. When I get to the school I usually put my bike under a tree in the yard. Today after I went to the library it was raining, so when I went to class I had to put my bike under the stairs. After class, I went out to the stairs but didn't see my bike there (any more). I went out to the yard and looked everywhere but still didn't see it. I had no choice but to walk home.

On the way home I stopped by a police station to report losing my bicycle, hoping they would help me find it. Seeing me come in, a policeman asked:

— What's the matter?
— I lost my bicycle, I answered.
— Really? When did you lose it?
— Maybe about an hour ago, after my class.
— Where did you put it?
— I parked it at school. I usually put it under a tree in the school yard, but today I put it under the stairs because it was raining.
— Before going to class did you go anywhere?
— Yes, before going to class I went to the library.
— And before going to the library what did you do?
— Before going to the library I was at home.

The policeman conscientiously wrote down my answers on a paper, at the same time murmuring:

— After being at home he went to the library.
After going to the library he went to class.
Before going to class he put his bicycle under the stairs.
After class he couldn't find his bicycle (he saw he lost his bicycle).

Then suddenly the policeman asked me:

— So, – after losing your bicycle, did you see it anywhere?

Before I could understand his question in order to answer, he continued:

— When you find the bicycle somewhere, remember to report to us right away, all right?

17 C 9 An interview with the singer Huong Giang

Interviewer	Thank you for allowing us to come interview you. Please tell us what you did before you became a singer.
Miss Huong Giang	I worked as a public servant, but before that I studied at the university for a while.
Interviewer	We'd like to know about your hobbies. When you're feeling happy, what do you like to do?
H. Giang	When I'm happy, I like to invite my friends to come over to eat and drink. After the meal, we listen to music or sing. After that, we go walk around town together at night; sometimes we go into an ice cream shop for ice cream and coffee.

Interviewer	When you're sad, what do you usually do?
H. Giang	When I'm sad, I usually go to a painting exhibition. I like to see the new work of the young artists. After that, sometimes I go to the lakeside and look at the scenery, sometimes I wander about town.
Interviewer	When free, what do you like to do?
H. Giang	When free, I go practice sports, (I) go swimming or play tennis.
Interviewer	What do you like most?
H. Giang	I like to travel in Europe.
Interviewer	What do you hate most?
H. Giang	Being interviewed.

Lesson 18

A 1   (In a Vietnamese food shop in America; the salesman is neither young nor old.)

Salesman	What do you want to buy, Miss?
Anna	Do you have fish sauce, and what brands do you have?
Salesman	Yes, ma'm, we have many varieties. Look over here.
Anna	Let me buy this kind. How much does it cost a bottle?
Salesman	$2.49.

A 2

Anna	Oh, you sell those (*rice bowls*) too, do you? What are they called in Vietnamese?
Salesman	These are 'bat'.
Anna	How much is one ... bat?
Salesman	80¢ for one.
Anna	Yes, I'll buy four. Oh, do you have chopsticks?
Salesman	Yes, here. Each package has six pairs – very cheap. Buy these, Miss!
Anna	Yes, but ... Do you have lacquer chopsticks?
Salesman	No, you can go to an Asian souvenir shop to buy those.

A 3   Anna goes into the Asian souvenir shop.

Anna	Excuse me, do you have lacquer chopsticks?
Saleswoman	Yes, we have. We have many kinds. Please come over here to see.
Anna	This red kind are pretty. How much are they a pair?
Saleswoman	This kind is $2.50 for two pairs.
Anna	Yes. I'd like to buy four pairs, please. Oh, in these pairs there's one pair that's damaged/not good.
Saleswoman	Oh really? That pair over there is better. Take that pair.

A 4

Anna	Excuse me, how much is this painting?
Saleswoman	$156.
Anna	And how about this vase?
Saleswoman	This is $45.
Anna	It seems a little expensive. Can you reduce it?
Saleswoman	This vase is pretty and very valuable. But/Wait, I'll let you have it for $35.
Anna	Yes, I'll take it. Would you – you know – for me? How do you say ... this (*motions*) ... in Vietnamese?
Saleswoman	To wrap. Yes, I'll wrap it for you.

18 C 7

Huy	Oh Joe, you're here. I waited a long time for you, thought you weren't coming.
Joe	Of course I was coming. I left early but my car nearly ... you know ... a bicycle.

Huy	What? What are you saying?
Joe	*(making collision motions)* How do you say this in Vietnamese?
Huy	Oh, collide, collide with.
Joe	Yeah, I nearly ... collided with ... a bicycle.
Huy	Oh so? What happened?
Joe	Luckily I just missed the bike, but I collided with a ... whatsit *(upright)*.
Huy	A tree, eh?
Joe	No, let me borrow a pen. (...) What do you call this in Vietnamese?
Huy	Oh, an electric pole. Heavens! You ran into an electric pole, eh? Did anything happen to you?
Joe	My chest collided with the steering wheel but only lightly – no problem. Did I say that right? 'my chest collided with'
Huy	That's all right, I understand what you want to say. But the word 'hit' is better than 'collide'. And what about the car?
Joe	My engine got broken. I had to walk here.
Huy	What a pity! What is today that you're so unlucky?
Joe	What's unlucky?! That was lucky for me!
Huy	Are you crazy?!
Joe	My car was old already. I bought it for $1000. Now I want to sell it for $200, but nobody will buy it. Now, the insurance will pay enough for me to buy another car.

18   C 8

Vietnam, day __ month __ year __

Dear Giang,

I've been here two and a half weeks already. I won't start my research topic for another half month. I still have a lot of free time to go about the town and opportunity to study the way of life of Vietnamese people, and especially opportunity to speak in Vietnamese with them. I hope my Vietnamese will improve a great deal.

The place where I live doesn't have cooking facilities, so every day I go out to eat. I like that better because there's no lack of restaurants and dishes. Throughout the day there are always people eating on the street or in cafes.

I notice Vietnamese people don't eat like Westerners. Their breakfast is a bowl of beef noodle soup, perhaps, or a plate of steamed rolls, and so on, and maybe they eat these dishes many times during the day instead of a cup of coffee or tea and a sweet roll, the way Westerners do in their breaks. But that doesn't mean Vietnamese don't know or like to drink coffee; on the contrary, they like it very much. The coffee in Vietnam is absolutely delicious, especially ice coffee with milk.

I'll still have many chances to write you. So, until the next letter, wishing you always well.   Affectionately, Stephen

Lesson 19

A 1   Mr. and Mrs. Brown go as tourists to Vietnam. Mrs. Brown is a Vietnamese who has lived abroad a long time. After visiting Mrs. Brown's family in Hanoi, they go down to Central Vietnam to visit Danang. They stay at the Phu Loc Hotel. Now they are discussing their evening meal.

Mrs. Brown	Let's go to Phu Vinh Restaurant, all right? People say the Phu Vinh is the most famous in Danang.
Mr. Brown	What dishes do they have?
Mrs. Brown	The special dishes of the Center, but not very hot, very suitable for foreigners. They also cook some specialties of the South and the North.
Mr. Brown	It sounds good! Let's go there and see.

A 2   Mr. and Mrs. Brown enter the Phu Vinh Restaurant.
Waiter   Hello, Sir, Madam. Please sit here (at this table).
Mrs. Brown   Thank you.
Waiter   Here's the menu. Do you want anything to drink first?
Mr. Brown   Yes. Bring me a glass of beer, and bring a glass of orange juice for my wife.
Mrs. Brown   No! I don't want anything to drink yet.

19 A 3
Waiter   What will you have?
Mr. Brown   Let us have a bowl of hu tieu and a bowl of mien ga.
Mrs. Brown   Do you have anything special today?
Waiter   Yes, stuffed chicken wings and steamed spring rolls.
Mr. Brown   Bring us a plate of steamed rolls, all right? And, of the beef dishes, which is good?
Waiter   The lemon beef is very good. But today we have fresh mushrooms. You should try the beef stir-fried with mushrooms to see what it's like.

A 4
Mr. Brown   Say, waiter!
Waiter   Wait a moment, I'll be right with you. (In a few minutes the waiter returns.)
Mr. Brown   Will you make out our bill?
Waiter   Yes.

A 5   The next day Mr. and Mrs. Brown come to the home of a friend to eat.
Hoang Oanh   Ah, you've come! Please come in and sit down and have something to drink.
Mrs. Brown   Thank you for inviting us to come and eat. (After a while –)
Hoang Oanh   The food is ready. Please come sit at the table to eat.

19 C 9
Keo meets Cot out in town. Both of them are hungry. Cot says:
—   Let's go eat!
—   At what cafe? Keo asks.
—   Let's go to Mrs. Beo's!
—   O.K., that's good. But – how much money do you have? Keo asks.
Cot searches and searches his pockets and comes up with three piasters, and says:
—   I have only three piasters, and how much do you have?
After searching in all his pants pockets and shirt pockets, Keo hesitatingly says:
—   I don't have any money at all.
—   Nevermind, Cot says, my money is enough to order one dish and two bowls of rice. Let's go eat, don't worry.
The two go to Mrs. Beo's cafe and sit at a table. Keo asks:
—   Do you have anything special today?
—   We have Thanh Tri steamed rolls and My Tho noodle soup. Oh, today we have fresh shrimp. Try shrimp fritters and see how good they are.
—   All right, Keo says, bring us two plates of shrimp fritters and –
—   Hey! Hey! Cot says hurriedly, today I'm – not very hungry. Perhaps you could bring us just one plate of shrimp fritters and two bowls of rice.
Mrs. Beo brings a plate of four shrimp and two bowls of rice. Keo is very hungry; he sits and eats three shrimp at a go. Looking up, he sees there's still one shrimp but Cot continues to sit quietly without picking up the shrimp. Keo is surprised:
—   Say, why don't you eat?
—   No, – there's just one shrimp; you go ahead and eat it so it will have friends (the other three shrimp).

APPENDIX II

PHẦN GIẢI ĐÁP — ANSWER SECTION

The Vietnamese equivalents for the C translation sections of Lessons 1–4, 6–9, 11–14, and 16–19 and the answers for the D (Self Test) sections are given here. Also given are the answers for some exercises in Review Lessons 5, 10, 15, and 20.

Slashes (/) between words indicate options: either ___ or ___. Parentheses indicate optional presence of a word or phrase: with or without ___; however, answers should be given as they would be said, either with or without the optional words, that is, without parenthetical words.

The oft-used anh/chị/..., and its second-speaker chị/anh/..., in the answers stands for anh/chị/cô/ông/bà, meaning that any of those choices would be correct in the given instance.

BÀI 1
C 10

1. Hello (Mrs.). Excuse me, what's your name?

   Chào bà. Xin lỗi bà, tên bà là gì?
   My name is Hoa. And what is yours (Sir)?

   Dạ, tên tôi là Hoa. Còn ông, tên ông là gì?
   My name is John.

   Tên tôi là John.

2. This is Miss Hoa, and this is Mrs. Jones.

   Đây là cô Hoa và đây là bà Jones.
   And who is that over there?

   Còn kia là ai?
   Oh, that's Peter.

   À, kia là anh Peter.

3. Excuse me, Mrs. Jones. You're an American, aren't you?

   Xin lỗi bà Jones, bà là người Mỹ, phải không?
   Yes, I'm an American.

   Dạ vâng, tôi là người Mỹ.
   Margarete is an American too, isn't she?

   Chị Margarete cũng là người Mỹ, phải không?
   No, she's not an American. She's a Canadian.

   Dạ không, chị ấy không phải là người Mỹ. Chị ấy là người Ca-na-đa.
   And how about Miss Hoa? Where is she from?

   Còn cô Hoa, cô ấy là người nước nào?
   Miss Hoa is from Vietnam. She's a Northerner.

   Cô Hoa là người Việt, cô ấy là người (miền) Bắc.

4. Excuse me, where do you come from?

   Xin lỗi (anh/chị/...), anh/chị/... là người nước nào?

289

I come from Thailand. How about you? Where are you from?

Dạ, tôi là người Thái. Còn chị/anh/... là người nước nào?

I come from Japan.

Dạ, tôi là người Nhật.

Mr. Đức is also from Japan, isn't he?

Ông Đức cũng là người Nhật, phải không?

No, Mr. Đức is not from Japan. He's from Vietnam.

Không, ông Đức không phải là người Nhật, ông ấy là người Việt.

1 D 1

		ấy
1.	Chào ông. Tên tôi <u>là</u> Lân. Chào anh Lân.	còn
2.	Tên chị ấy là <u>gì</u> ? Tên chị ấy là Lan.	cũng
3.	Ông Bic là <u>người</u> Pháp,	đây
	<u>còn</u> ông Bích là người nước nào?	gì
4.	Ông ấy là người Việt, <u>phải không</u> ?	là
5.	<u>Vâng</u> , ông Bích là người Việt.	là
	Ông ấy là người <u>miền</u> Nam.	miền
6.	Cô Lệ <u>cũng</u> là người Việt.	người
	Cô <u>ấy</u> là người Trung.	phải
7.	Anh cũng là người Trung, <u>phải không</u> ?	phải không
8.	Không, tôi không <u>phải</u> là người Trung,	phải không
	Tôi <u>là</u> người Bắc.	và
9.	<u>Đây</u> là chị Jane <u>và</u> kia là chị Jill.	vâng

D 2

1. Hello, I'm Mary. (to an older man)
   Chào ông, tôi là Mary.
2. Hello, (Miss) Mary. My name is An.
   Chào cô Mary. Tên tôi là An.
3. Mr. An, this is Mr. Kelly, and over there is Mrs. Kelly.
   Ông An, đây là ông Kelly và kia là bà Kelly.
4. Hello, Mr. Kelly. It's nice to meet you.
   Chào ông Kelly. (Tôi) hân hạnh được gặp ông.
   You're an Australian, aren't you?
   Ông là người Úc, phải không?
5. No, I'm a Canadian.
   Dạ không, tôi là người Ca-na-đa.
6. How about Mrs. Kelly? She's Canadian too, isn't she?
   Còn bà Kelly, (bà ấy) cũng là người Ca-na-đa, phải không?
7. No, she's English.
   Dạ không, bà ấy là người Anh.

BÀI 2

C 9

1. What time is it?   It's 3:00.
    Mấy giờ rồi?   Ba giờ rồi.

2. What time is it now?   It's 6:00.
    Bây giờ là mấy giờ (rồi)?   (Bây giờ là) sáu giờ (rồi).
    What time are you going to Cantho?   I'm going at 7:00.
    Mấy giờ anh/chị/... đi Cần Thơ?   Bảy giờ tôi đi.

3. Excuse me, what time is it now?
    Xin lỗi anh/chị/..., bây giờ là mấy giờ (rồi)?
    It's 4:00.
    (Bây giờ là) bốn giờ (rồi).
    Thank you.   That's all right.
    Cám ơn anh/chị/....   Dạ, không có gì.

4   Where do you live now?   I live in Montreal.
    Bây giờ anh/chị/... ở đâu?   (Dạ,) tôi ở Montreal.
    And you, where are you living now?
    Còn chị/anh/..., bây giờ chị/anh/... ở đâu?
    I live in Toronto.
    Dạ, ở Toronto.

5. You're living in Saigon, aren't you?
    Bây giờ anh/chị/... ở Sàigòn, phải không?
    Yes, I am.
    Dạ vâng/phải (tôi ở Sàigòn).
    In what suburb in Saigon?   Tan Dinh.
    Anh/Chị/... ở vùng nào ở Sàigòn?   Dạ, (tôi ở) vùng Tân Định.
    In what street in Tan Dinh?
    Anh/Chị/... ở phố/đường nào ở Tân Định?
    In Hai Ba Trung Street.
    Dạ, (tôi ở) phố/đường Hai Bà Trưng.
    What number?
    (Anh/Chị/... ở) số mấy (phố/đường Hai Bà Trưng)?
    Twelve.
    Dạ, số mười hai.

6. Where are you studying?   I'm studying at Harvard.
    Anh/Chị/... học ở đâu?   Tôi học ở trường Harvard.
    And you, where are you studying?   I've graduated from school.
    Còn chị/anh/..., chị/anh/... học ở đâu?   Tôi ra trường rồi.
    I'm working in the Department of Education.
    Tôi làm ở Bộ Giáo dục.

2 D 1

		bây giờ
1.	<u>Mấy</u> giờ anh về?	đi
2.	Bây giờ là <u>sáu</u> giờ.	học
3.	Chị ấy làm <u>ở</u> đâu?	mấy
4.	Anh ấy <u>học</u> ở trường Vạn Hạnh, <u>phải không</u>?	mấy giờ
5.	<u>Xin lỗi</u> anh, bây giờ mấy giờ rồi?	ở
6.	Tôi ở <u>số</u> mười một phố King.	phải không
7.	<u>Mấy giờ</u> bà đi Hà Nội? Tám giờ tôi <u>đi</u>.	sáu
8.	<u>Bây giờ</u> ông ở vùng nào? Bây giờ tôi ở tỉnh Hà Tây.	số
	<u>Trước</u> tôi ở tỉnh Hà Bắc.	trước
		xin lỗi

D 2

1. What time is it now?   It's 4:00.
    Bây giờ là mấy giờ (rồi)?   (Bây giờ là) bốn giờ rồi.
2. What time are you coming back? I'll return at 6:00.
    Mấy giờ anh/chị/... về?   Sáu giờ tôi về.
3. Where do you live?
    Anh/Chị/... ở đâu?
    I live on Miller Street in Hayward suburb.
    Tôi ở phố/đường Miller ở vùng Hayward.
4. What is your address?   I live at 12 Miller Street.
    Địa chỉ anh/chị/... là gì?   Tôi ở số mười hai phố/đường Miller.
5. In what school are you studying? In Monash.
    Anh/Chị/... học ở trường nào?   Dạ, ở trường Monash.
6. And you, where are you studying? At Yale.
    Còn anh/chị/..., anh/chị/... học ở đâu? Dạ, (tôi học) ở trường Yale.
7. Phong has finished school already. He's working in the Immigration Dept.
    Anh Phong ra trường rồi.   Anh ấy làm ở Bộ Di trú.
8. Thank you. (to an older woman, formal) Oh, it's nothing.
    Cám ơn bà.   Dạ, không có gì.

BÀI 3
C 6

1. Where are you going (right now)?   I'm going to the Dept. of Education.
    Anh/Chị/... đi đâu đấy/đó?   Tôi đi Bộ Giáo dục.
    You work there, eh?
    Anh/Chị/... làm ở đó à?
    Yes, I do. And where are you (Plural) going?
    Dạ vâng (tôi làm ở đó). Còn các chị/anh/... đi đâu đấy/đó?
    We're going to class.
    Chúng tôi đi học.

2.   What are you doing now, Hung?   I'm a businessman.

    Bây giờ anh làm gì, anh Hùng?   Dạ, tôi làm/là thương gia.
   How about you? What are you doing now?

    Còn chị/anh/..., bây giờ chị/anh/... làm gì?
   I'm a public servant in the Dept. of Social Welfare, but I'm a student, too.

    Tôi làm viên/công chức ở Bộ Xã hội, nhưng tôi cũng là sinh viên.

3.   You are a high school teacher, aren't you?

    Anh/Chị/... là giáo viên/sư, phải không?
   Yes, I teach at Phan Chu Trinh School, but I'm a student, too.

    Vâng, tôi dạy ở trường Phan Chu Trinh, nhưng tôi cũng là sinh viên.
   You're also a student, eh? So what are you studying?

    Anh/Chị/... cũng là sinh viên à?   Thế anh/chị/... học gì?
   I'm studying French.

    Tôi học tiếng Pháp.
   So what level are you studying?   I'm studying first-year French.

    Thế anh/chị/... học lớp mấy?   Tôi học tiếng Pháp năm thứ nhất.
   Where are you studying?

    Anh/Chị/... học ở đâu?
   I'm studying at the French Library.

    Tôi học ở thư viện Pháp.

4.   Where are you going now?   I'm going to the Club Hoan Kiem.

    Bây giờ anh/chị/... đi đâu?   Tôi đi Câu lạc bộ Hoàn Kiếm.
   What are you going to do there?

    Anh/Chị/... làm gì ở đó?
   I'm going to meet friends and drink coffee.

    Tôi gặp bạn và uống cà-phê.

3 D 1

1.	Chào chị. Chị đi đâu <u>đấy</u> ?	à
2.	Tôi đi <u>đến</u> trường.	cũng
3.	Chị học ở đó <u>à</u> ?	dạy
4.	Dạ không, tôi <u>dạy</u> ở đó.	đấy
5.	Chị dạy <u>gì</u> ?	đến
6.	Tôi dạy <u>tiếng Việt</u> .	gì
	Còn anh, anh <u>cũng</u> đi đến trường à?	giáo viên
	Anh cũng là <u>giáo viên</u> , phải không?	học
7.	Dạ không, bây giờ tôi là <u>sinh viên</u> .	sinh viên
	Tôi <u>học</u> kinh tế năm <u>thứ</u> nhất.	thứ
		tiếng Việt

3 D 2

1. What are you doing now, John?

    Bây giờ anh làm gì, anh John?
    I'm working at the Department of Foreign Affairs.

    Tôi làm ở Bộ Ngoại giao.
    And you, Jane, what are you doing now?

    Còn chị Jane, bây giờ chị làm gì?
    I'm working as a teacher, but I'm also a student.

    Tôi làm/là giáo viên/sư, nhưng tôi cũng là sinh viên.
    You are also a student, are you? So what are you studying?

    Chị cũng là sinh viên à? Thế chị học gì?
    I'm studying law and Spanish.

    Tôi học luật và tiếng Tây-ban-nha.
    You're going to Spain, are you?

    Chị (sẽ) đi Tây-ban-nha à?
    No, I'm not going to Spain, I'm going to Mexico.

    Không, tôi không đi Tây-ban-nha, tôi đi Mễ-tây-cơ.

2. Where are you going (right now)? (young woman to three young men)

    Các anh đi đâu đấy/đó?
    We're going to the hospital.

    Chúng tôi đi bệnh viện.
    You work there, do you?

    Các anh làm ở đó à?
    Yes, we work there. And you, where are you going now?

    Vâng, chúng tôi làm ở đó. Còn chị, chị đi đâu đấy/đó?
    I'm going to the club to drink coffee.

    Tôi đi câu lạc bộ uống cà-phê.

BÀI 4

C 7

1. What day is today?

    Hôm nay là thứ mấy?
    Yesterday was Sunday, so today is Monday.

    Hôm qua là chủ nhật, vậy hôm nay là thứ hai.
    What is the date today?

    Hôm nay là ngày mấy?
    Yesterday was the tenth, so today is the eleventh.

    Hôm qua là (ngày) mồng mười, vậy hôm nay là (ngày) mười một.

2. When did you arrive in the United States from France?

    Anh/Chị/... ở/từ Pháp đến Mỹ (từ) bao giờ?
    I arrived on the 24th of January 1989.   Tôi đến hôm hai mươi bốn tháng
        giêng năm một nghìn chín trăm tám mươi chín.

When will you go back to France?

    Bao giờ anh/chị/... về Pháp?

I'll go back about March next year.

    Khoảng tháng ba năm tới tôi (sẽ) về.

As for me, I'll go back in the year 2003.

    Còn tôi, năm hai nghìn linh/lẻ ba tôi về.

3.   What time did you go home from the club yesterday?

    Hôm qua anh/chị/... ở/từ câu lạc bộ về nhà lúc mấy giờ?

I went home at half past seven.

    Tôi về lúc bảy (giờ) rưỡi.

When are you leaving here to go to Nhatrang?

    Bao giờ anh/chị/... từ/ở đây đi Nha Trang?

I'm going tomorrow morning at 9:00.

    Chín giờ sáng mai tôi (sẽ) đi.

4 D 1

		hồi nào
1.	Hôm nay là thứ <u>tư</u>	kém
	vậy trưa nay tôi sẽ đi bưu điện.	lúc
2.	Anh <u>ở</u> Việt Nam đến Nhật <u>hồi nào</u> ?	mồng
3.	Tôi đến ngày <u>mồng</u> chín tháng <u>trước</u>.	mươi
4.	Khoảng ngày hai <u>mươi</u> mốt tháng <u>sau</u> tôi về.	ở
5.	Hôm nay chị đến <u>lúc</u> mấy giờ?	rưỡi
6.	Tôi đến tám giờ <u>kém</u> hai mươi.	sau
7.	Bốn giờ <u>rưỡi</u> chiều chị sẽ về, phải không?	trước
8.	Vâng, hôm nay tôi làm <u>từ</u> 8 giờ đến 4 giờ 15.	tư
		từ

D 2

1.   What day (of the week) is today?

    Hôm nay là thứ mấy?

Yesterday was Friday, so today is Saturday.

    Hôm qua là thứ sáu, vậy hôm nay là thứ bảy.

What's the date today?

    Hôm nay là ngày mấy?

Today is the 25th of January, 1999.   Hôm nay là (ngày) hai mươi lăm

    tháng giêng năm một nghìn chín trăm chín mươi chín.

2.   When did you come to Vietnam from Bangkok?

    Anh/Chị/... ở/từ Băng Cốc đến Việt Nam (từ) bao giờ ?

I came on the 9th of this month.

    Tôi đến hôm/ngày mồng chín tháng này.

When are you returning to Canada?

Bao giờ anh/chị/... về Ca-na-đa?

I'll return about the 15th of next month.

Khoảng (ngày) mười lăm tháng sau/tới tôi về.

3. What time did you go to the library today?

Hôm nay anh/chị/... đi thư viện lúc mấy giờ ?

I went at 1:00. I was in the library from 1:00 to 5:00 but I didn't meet Mr. Hai.

Tôi đi lúc một giờ. Tôi ở thư viện từ một giờ đến năm giờ nhưng tôi không gặp ông Hai.

When will you meet Mr. Hai?

Bao giờ anh/chị/... (sẽ) gặp ông Hai?

I'll meet him tomorrow about 3:30 in the afternoon.

Khoảng ba (giờ) rưỡi chiều mai tôi (sẽ) gặp ông ấy.

4. When did Phan Chu Trinh go to Japan from Vietnam?

Phan Chu Trinh ở Việt Nam sang Nhật (từ) bao giờ?

He went in 1906. He met Phan Bội Châu in Japan. Ông ấy đi năm một nghìn chín trăm linh sáu. Ông ấy gặp Phan Bội Châu ở Nhật.

BÀI 5
BT 1

1.1 Tám & Bảy

Chào ông. Chào ông.

Xin lỗi ông, tên ông là gì?

Dạ, tên tôi là Tám.

Dạ, tên tôi là Bảy.

Dạ, bây giờ là mười một giờ rồi, ông.

Dạ, không có gì.

Sáu

Chào bà, chào cô.

Dạ, tên tôi là Sáu. Còn bà, tên bà là gì?

Còn cô, tên cô là gì?

Xin lỗi bà, bây giờ là mấy giờ rồi?

Cám ơn bà.

1.2 Bây giờ là hai giờ rồi.

Bây giờ là ba giờ rồi.

Bây giờ là bốn giờ rồi.

Bây giờ là năm giờ rồi.

Bây giờ là chín giờ rồi.

5 BT 3

1. Chị làm gì ?
2. Cô làm ở bộ nào ?
3. Anh học gì ở trường Oxford?
4. Bây giờ bà sống ở tiểu bang nào ?
5. Chủ nhật này chị đi câu lạc bộ nào ?
6. Xin lỗi, cô uống gì bây giờ?
7. Chị dạy ở trường nào ?
8. Tháng nào các cô ấy ra trường?
9. Mai anh đi bác sĩ nào ?
10. Cô ấy viết gì đấy?

5   BT 4

1. <u>Tên</u>   anh ấy là Nam.
2. Tên <u>chị ấy</u> là Lan.
3. Ông Ba là người <u>miền</u> Bắc.
4. Chị Helen <u>là người</u> Anh.
5. Bà Brown <u>cũng</u> là người Anh.
6. <u>Đây</u> là anh Minh và <u>kia</u> là chị Kim.

5   BT 5

1. Bây giờ là <u>bảy</u> giờ.
2. <u>Chín</u> giờ tôi đi.
3. <u>Tám giờ</u> ông Khanh đến.
4. <u>Bây giờ</u> anh ấy ở số <u>mười một</u> đường Quang Trung.
5. <u>Trước</u> anh ấy ở số <u>bốn trăm ba mươi mốt</u> đường Lý Thường Kiệt.
6. Cô Maria <u>sinh</u> ở Mễ-tây-cơ.
7. Bây giờ cô ấy <u>sống</u> ở Los Angeles.
8. Anh Andrew ở <u>thành phố</u> nào?

5   BT 6

1. <u>Thầy</u> đi đâu đấy?
2. Tôi đi <u>đến nhà bạn</u> tôi .
3. Bây giờ anh làm gì, <u>anh</u> Trung?
4. Bây giờ tôi làm <u>thương gia</u> .
5. Anh đến Việt Nam <u>hồi nào</u> ?
6. Tôi đến <u>tháng trước</u> .
7. <u>Bao giờ</u> anh về Băng Cốc?
8. <u>Thứ hai tuần tới</u> tôi về.

5   BT 7

<u>Cô Mai</u> là người Việt.	<u>Ai</u> là người Việt?
Cô ấy là người Bắc.	Cô ấy là người <u>miền nào</u> ?
Cô sinh ở <u>Hà Nội</u>	Cô (ấy) sinh ở <u>đâu</u> / thành phố nào ?
nhưng sống ở miền <u>Nam</u>, ở <u>Sài gòn</u>.	Cô (ấy) sống ở miền <u>nào</u> ?
Cô đến Mỹ <u>năm 1975</u>	Cô đến Mỹ <u>(từ)</u> bao giờ/hồi nào ?
và học <u>tiếng Anh</u> ở Los Angeles.	Cô (ấy) học <u>gì</u> ở Los Angeles?
Năm 1977 cô <u>đi học</u> ở Trường Đại học Tiểu bang Ca-li.	Năm 1977 cô <u>làm gì</u> ?
Cô ra trường <u>năm 1981</u>	Cô ra trường năm nào/ hồi nào/ bao giờ ?
xin làm ở Bộ Xã hội ở tiểu bang <u>Texas</u>.	Cô xin làm ở Bộ Xã hội ở tiểu bang <u>nào</u> ?
Nhưng năm 1990 cô ấy về <u>Ca-li</u>	Năm 1990 cô ấy về <u>đâu</u> ?
bây giờ làm ở <u>Bộ Di trú</u> ở Los Angeles.	Bây giờ cô (ấy) làm ở <u>đâu</u> ?
<u>Năm trước</u> cô Mai về Việt Nam	Cô Mai về Việt Nam <u>(từ)</u> bao giờ/hồi nào?
thăm <u>gia đình</u> cô.	Cô (ấy) về Việt Nam thăm <u>ai</u> ?

5 BT 8

1. Mrs. Ha is the hostess.   YES____ NO _X_

2. Derek is an Englishman.   YES _X_ NO____

3. Mr. Harris is an American.   YES____ NO _X_

4. Mr. Sunaryo is a Japanese.   YES____ NO _X_

5. There are three women.   YES____ NO _X_

6. There are four men.   YES _X_ NO____

5 BT 9

1. John làm ở Bộ Ngoại giao.   YES____ NO _X_

2. Tối thứ bảy John cũng làm ở Câu Lạc Bộ.   YES _X_ NO____

3. Mary dạy ở Khoa Nghiên cứu Châu Á.   YES____ NO _X_

4. Mary học tiếng In-đô-nê-xi-a.   YES _X_ NO____

5. Năm tới Mary đi In-đô-nê-xi-a.   YES _X_ NO____

6. Mary học chính trị học.   YES____ NO _X_

7. John học lịch sử Đông Nam Á.   YES _X_ NO____

8. Năm tới John cũng đi In-đô-nê-xi-a.   YES____ NO _X_

5 BT 10

1. Cô Vân và chị Lệ là người Việt, phải không?
    Vâng/Phải, cô ấy và chị ấy là người Việt.

2. Hai người ấy (those two people) là người Bắc, phải không?
    Không, (hai người ấy không phải là người Bắc). Cô Vân là người Trung và
    chị Lệ là người Nam.

3. Trước họ (they) ở đâu?
    Trước cô Vân ở Huế và/còn chị Lệ ở Cần Thơ.

4. Còn ở Mỹ họ ở đâu?
    Ở Mỹ họ/hai người ấy ở vùng Gardena, Los Angeles.

5. Bây giờ hai người ấy đến thăm ông Ba, phải không?
    Vâng, (bây giờ) hai người ấy đến thăm ông Ba.

6. Bây giờ ông Ba ở đâu?
    Bây giờ ông ấy ở San Diego.

7. Trước, ông ấy ở Việt Nam, phải không?
    Vâng, trước ông ấy ở Việt Nam.

8. Ở thành phố nào?
    (Ông ấy) ở (thành phố) Hà Nội.

9. Ông Ba là người miền nào?
    Ông ấy là người (miền) Bắc.

10. Còn anh Nam là người miền nào?
    Anh Nam là người (miền) Nam.
11. Bây giờ hai người ấy ở đâu?
    Bây giờ hai người ấy ở San Diego.
12. Chị Mary đến thăm ai?
    Chị Mary đến thăm ông Ba.
13. Bây giờ chị ấy làm ở đâu?
    Bây giờ chị ấy làm ở San Diego.
14. Trước chị ấy ở đâu?
    Trước chị ấy ở Melbourne (ở Úc).
15. Chị(ấy) là người nước nào?
    Chị (ấy) là người Úc.
16. Ai là bạn ông Ba?
    Anh Nam, cô Vân, chị Lệ, anh Robert, chị Sally và chị Mary là bạn ông Ba.

5 BT 11

1.	your name (Miss)	tên cô
2.	my name	tên tôi
3.	Lan's house	nhà Lan
4.	No. 4 Pye Street	số bốn phố/đường Pye
5.	what number?	số mấy?
6.	which street?	phố/đường nào?
7.	which suburb?	vùng nào?
8.	which region?	miền nào?
9.	which country?	nước nào?
10.	businessman/woman	thương gia
11.	commerce	thương mại
12.	work where?	làm ở đâu?
13.	do what work?	làm gì?
14.	the fourth day	hôm thứ tư
15.	what day?	ngày nào?
16.	what time?	mấy giờ?
17.	friend	bạn
18.	lawyer	luật sư
19.	(medical) doctor	bác sĩ
20.	nurse	y tá
21.	social club	câu lạc bộ
22.	post office	bưu điện
23.	(work) office	sở làm
24.	Dept. of Education	Bộ Giáo dục
25.	eleven, twenty-one	mười một, hai mươi mốt

26.	tomorrow afternoon	chiều mai
27.	next week	tuần sau/tới
28.	go next week	tuần sau/tới đi
29.	go last week	đi tuần trước
30.	meet him	gặp ông/anh ấy
31.	drink coffee	uống cà-phê
32.	teach Vietnamese history	dạy lịch sử Việt Nam
33.	write French language	viết tiếng Pháp
34.	work as a public servant	làm viên/công chức
35.	eat Vietnamese food	ăn cơm Việt
36.	eat Vietnamese noodle soup	ăn phở
37.	go visit our professor	đi thăm giáo sư chúng ta/tôi
38.	go to the cinema	đi xem phim
39.	come to visit me	đến thăm tôi
40.	go to school (occupation)	đi học
41.	go to the school (place)	(đi) đến trường
42.	come back from the library	từ/ở thư viện về
43.	arrive from Nha Trang	từ/ở Nha Trang đến
44.	go to Singapore from Vietnam	từ/ở Việt Nam đi Sin-ga-po
45.	what kind of person (country of origin)	người nước nào

5 BT 12

What are you doing there (brother) Nam?

    Anh làm gì đấy/đó, anh Nam?

I'm studying Lesson Five.

    Tôi đang học bài Năm.

When will you read Lesson Six?

    Bao giờ anh đọc bài Sáu?

I'll read Lesson Six tomorrow morning.

    Sáng mai tôi (sẽ) đọc bài Sáu.

And how about you (sister), when are you going to read Lesson Six?

    Còn chị (thế nào), bao giờ chị đọc bài Sáu?

I read Lesson Six last night.

    Tôi đọc bài Sáu tối hôm qua.

Really? Where are you going now?

    Thế à? Bây giờ chị đi đâu?

I'm going to visit Lan.

    Tôi đi thăm chị Lan.

When did Lan come back from Hanoi?

    Chị Lan ở/từ Hà Nội về (từ) bao giờ/ hồi nào?

She came back last week.

   Chị ấy về tuần trước.
What are you girls going to do?

   Hai chị (sẽ) làm gì?
We're going to the Cafe Lisa to have tea.

   Chúng tôi (sẽ) đi Cafe Lisa uống chè/trà.

5   BT 19

Alice:	Xin lỗi, anh <u>là sinh viên, phải không?</u>
Thi:	Dạ phải, tôi là sinh viên.
Alice:	Anh <u>là người nước nào?</u>
Thi:	Dạ, tôi là người Việt Nam.
Alice:	Trước, ở Việt Nam anh <u>làm gì?</u>
Thi:	Dạ, trước, tôi làm giáo viên trường trung học.
Alice:	Trường trung học ấy <u>ở đâu / ở thành phố nào?</u>
Thi:	Dạ, ở Sàigòn.
Alice:	Bây giờ ở Los Angeles <u>anh làm gì?</u>
Thi:	Tôi học tiếng Anh.
Alice:	Anh học tiếng Anh <u>ở đâu / ở trường nào?</u>
Thi:	Dạ, ở một trường ở Gardena.
	Còn chị, chị làm <u>gì?</u>
Alice:	Tôi làm ở Bộ Xã hội.
Thi:	Vậy chị là <u>viên chức à?</u>
Alice:	Dạ, tôi là viên chức nhưng tôi cũng là sinh viên.
Thi:	<u>Chị cũng là sinh viên à? Thế chị học gì?</u>
Alice:	Tôi học tiếng Việt ở trường USC.

BÀI 6
C 8

1.   Hello, Lan. How are you today?

   Chào chị Lan. Hôm nay chị có khỏe không?
I'm very well, thank you. And how about you?

   (Dạ) cám ơn, tôi khỏe lắm. Còn anh/chị, thế nào?
I'm all right too, thank you. Oh, how is Thi?

   (Dạ) cám ơn, tôi cũng khỏe. À, anh Thi thế nào (chị)?
He was sick last week, but he is fine now.

   Tuần trước anh ấy/Thi bị ốm, nhưng bây giờ (anh ấy) khỏe rồi.

2.   Did you go to school yesterday?

   Hôm qua anh/chị (có) đi học không?
No, I didn't go to school yesterday.

   Không, hôm qua tôi không đi học.

Why didn't you?

    (Tại) sao anh/chị không đi học?

Because I was sick. Our class started studying Lesson 7, isn't that right?

    (Tại) vì tôi bị ốm. Lớp chúng ta bắt đầu học bài Bảy, phải không?

Right. The (female) teacher began to explain the lesson already.

    Phải, cô giáo bắt đầu giảng bài đó rồi.

3.   How long were you in Saigon last year?

    Năm ngoái anh/chị/... ở Sàigòn (được) bao lâu?

I was there for only two months.

    Tôi ở (đó/Sàigòn) (được) hai tháng thôi.

How long will you stay in Hanoi next year?

    Sang năm anh/chị/... (sẽ) đi Hà Nội (được) bao lâu?

I'll stay there for about three weeks, something like that.

    Tôi sẽ đi/ở khoảng ba tuần gì đó.

6 D 1

1. Chào chị, hôm nay chị <u>có</u> khỏe <u>không</u>?	ba tháng
2. Cám ơn anh, tôi khỏe <u>lắm</u>.	bao lâu
<u>Còn</u> anh, thế nào?	bắt đầu
3. Hôm qua tôi <u>bị</u> ốm.	bị
Nhưng bây giờ khỏe <u>rồi</u>.	biết
4. Anh ở Việt Nam được <u>bao lâu</u> rồi?	có
5. Tôi ở được hai năm <u>rồi</u>. Còn chị?	còn
6. Tôi ở được một tháng <u>thôi</u>.	giàu
Tuần sau tôi <u>bắt đầu</u> học lịch sử Việt Nam.	không
7. Chị có <u>biết</u> bà Quế không? Bà ấy <u>giàu</u> lắm.	lắm
Sang năm bà ấy sẽ đi Ý <u>ba tháng</u>.	rồi
	rồi
	thôi

D 2

1.   Hello, Carl. How are you today?

    Chào anh Carl. Hôm nay anh có khỏe không?

2.   I am fine, thank you, Nam. And you, how goes it?

    Dạ, cám ơn anh Nam, tôi khỏe lắm. Còn anh, thế nào?

3.   I'm well too, thanks. How long have you been in Vietnam?

    Dạ, cám ơn, tôi cũng khỏe. Anh ở Việt Nam (được) bao lâu rồi?

4.   I've been here for six months.

    (Dạ) tôi ở đây (được) sáu tháng rồi.

5. Are you studying Vietnamese economics?

    Anh (có) học kinh tế Việt Nam không?

6. No, I'm not studying economics because it's very difficult.

    Không, tôi không học kinh tế vì khó lắm.

    I've been studying Vietnamese language for five months

    Tôi học tiếng Việt (được) năm tháng rồi,

    and next month I'll begin studying Vietnamese history.

    và tháng sau/tới tôi (sẽ) bắt đầu học lịch sử Việt Nam.

7. How long did you study Vietnamese language in America?

    Anh học tiếng Việt ở Mỹ (được) bao lâu?

8. I studied for two years.

    Tôi học (được) hai năm.

BÀI 7
C 6

1. You speak French very well. Where did you learn it, then?

    Anh/Chị/... nói tiếng Pháp giỏi lắm. Anh/Chị/... học ở đâu thế/vậy.

    I am studying it at Snowy Mountain School.

    Tôi đang học ở trường Núi Tuyết.

    Is it difficult to learn French?

    Học tiếng Pháp có khó không?

    Yes, it is somewhat difficult.

    Dạ, cũng hơi khó.

2. Did Lan come early this morning?

    Sáng nay chị Lan đến (có) sớm không?

    Yes, she came very early.

    Có, chị ấy đến sớm lắm.

    How about Minh?

    Còn anh Minh (thế nào)?

    He came very late.

    Anh ấy đến rất muộn/trễ // muộn/trễ lắm.

    Why did he come late?

    (Tại) sao anh ấy đến muộn/trễ?

    Because he studied late last night.

    (Tại) vì tối hôm qua anh ấy học đến khuya.

3. When will Mrs. Thu return to London?

    Bao giờ bà Thu về Luân-đôn?

    She won't return until next month.

    Tháng sau/tới bà ấy mới về.

When did she go to Vietnam?

    Bà ấy đi Việt Nam (từ) bao giờ/hồi nào?

She just went last week.

    Bà ấy (vừa) mới đi tuần trước.

And you, when are you going to Vietnam?

    Còn anh/chị/..., bao giờ anh/chị/... đi Việt Nam?

I won't go until next year.

    Sang năm tôi mới đi.

7 D 1

1.	Tony <u>vừa mới</u> học tiếng Thái hồi tháng ba, nhưng bây giờ anh ấy nói <u>giỏi</u> lắm rồi.	đang giỏi
2.	Tôi đợi cô ấy <u>lâu</u> lắm. Chín giờ tối cô ấy <u>mới</u> về.	không lâu
3.	Hôm nay tôi đi học <u>muộn</u> quá. Chín giờ rưỡi tôi <u>mới</u> đến trường.	mới mới
4.	Chị ấy <u>vừa mới</u> đến lúc ba giờ. Hôm qua chị ấy đến có <u>sớm</u> không?	mới muộn
5.	Hôm qua mười giờ các anh <u>mới</u> về, phải không? Đi chơi có <u>vui</u> không?	sớm vui
6.	Anh ấy <u>đang</u> làm việc có mệt không? <u>Không</u> mệt lắm.	vừa mới vừa mới

D 2

1. You have written this lesson very well. Is the lesson easy?

    Anh/Chị/... viết bài này giỏi lắm. Bài có dễ không?

No, it's very difficult because I just started studying French last month.

    Không, khó lắm vì tôi mới bắt đầu học tiếng Pháp tháng trước.

Lan speaks French very well. She has studied it for a long time, hasn't she?

    Chị Lan nói tiếng Pháp giỏi lắm. Chị ấy học lâu lắm rồi, phải không?

Yes, she has studied for three years already.

    Vâng, chị ấy học (được) ba năm rồi.

2. How long have you been in Honolulu?

    Anh/Chị/... ở Honolulu (được) bao lâu rồi?

I just came last week.

    Tôi mới đến tuần trước.

When are you going back home?

    Bao giờ anh/chị/... về?

I'm not going back until next month.

    Tháng sau/tới tôi mới về.

3. What were you doing yesterday evening?

    Tối hôm qua anh/chị/... làm gì?

I was writing the Lesson Seven exercises until late at night.

  Tôi viết bài tập bài Bảy đến khuya.

5.   Jan didn't come until 2:30.

  Hai (giờ) rưỡi chị Jan mới đến.

How about Tom? Did he come early?

  Còn anh Tom (thế nào)? Anh ấy đến có sớm không?

Yes, he came very early.

  Có, anh ấy đến sớm lắm.

6.   Did you wait a long time?

  Anh/Chị/... đợi có lâu không?

No, I didn't wait very long.

  Không, tôi đợi không lâu (lắm).

BÀI 8
C 7

1.   Do you have a textbook?   Yes, I do.

  Anh/Chị/... có sách học không?   Có, tôi có sách học.

2.   How many notebooks do you have?

  Anh/Chị/... có mấy quyển/cuốn vở?

I have three, two large ones and one small one.

  Tôi có ba quyển/cuốn, hai quyển/cuốn lớn, một quyển/cuốn nhỏ.

3.   In the economics class are there any student researchers?

  Ở lớp kinh tế có nghiên cứu sinh không?

Yes, there are four.

  Có, có bốn nghiên cứu sinh.

Are there any Japanese student researchers?

  Có nghiên cứu sinh Nhật không?

No, there aren't any Japanese student researchers.

  Không, không có nghiên cứu sinh Nhật.

4.   How many people are there in your family?

  Gia đình anh/chị/... có mấy người?

There are six of us: my parents, my older sister, my older brother, myself and my
    younger brother.

  Gia đình tôi có sáu người, bố mẹ/ba má tôi, chị gái tôi, anh trai tôi, tôi và em
    trai tôi.

5.   Is your sister married yet?

  Chị anh/chị/... có gia đình chưa?

No, she's not married yet, but my brother is married already.

  Chưa, chị ấy/tôi chưa có gia đình, nhưng anh tôi có gia đình rồi.

How many children does he have?

  Anh ấy có mấy đứa con?

He has three: one boy and two girls.

  Anh (ấy) có ba đứa con, một đứa con trai và hai đứa con gái.

How old is the boy?   Around 7 years old.

     Đứa con trai mấy tuổi?   Bảy tuổi gì đó.

6.   Where does your brother live?

     Anh anh/chị/... ở đâu?

He lives with (our) paternal grandparents, near the market, behind the bank.

     Anh (ấy) ở với ông bà nội, gần chợ và đằng sau ngân hàng.

8   D 1

1.   Chị có <u>mấy</u> quyển vở?   có

     Tôi có hai <u>quyển</u> .   em

2.   Gia đình chị <u>có</u> mấy người?   gái

     Gia đình tôi có năm người: bố mẹ tôi, tôi,   gần

     một <u>em</u> trai và một em <u>gái</u> .   gia đình

3.   Chị Hoa có <u>gia đình</u> chưa?   mấy

     Chị ấy có chồng <u>rồi</u> .   ông bà

4.   <u>Ông bà</u> ngoại anh Thi ở đâu?   quyển

     Họ ở <u>gần</u> nhà anh ấy.   rồi

D 2

1.   How many people are there in your family?

     Gia đình anh/chị/... có mấy người?

There are nine people in my family.

     Gia đình tôi có chín người.

Are you married yet?

     Anh/Chị/... có gia đình chưa?

Yes, I'm married already.

     Rồi, tôi có gia đình rồi.

How many children do you have?

     Anh/Chị/... có mấy đứa con?

I have three.

     Tôi có ba đứa (con).

How old is the son?

     Con trai mấy tuổi?

Two years old.

     Hai tuổi.

2.   How many textbooks do you have? I have four.

     Anh/Chị/... có mấy/bao nhiêu quyển/cuốn sách? Tôi có bốn quyển/cuốn.

Do you have a dictionary? Yes, I have. I have a new one.

     Anh/Chị/... có từ điển không? Có, tôi có. Tôi có một quyển/cuốn mới.

Do you have a notebook yet? No, not yet. I don't have a notebook yet.

     Anh/Chị/... có vở chưa? Chưa, chưa có. Tôi chưa có vở.

Did you go downtown yet? No, I didn't go yet.

     Anh/Chị/... đi phố chưa? Chưa, tôi chưa đi.

Let's go this afternoon, all right?

　　Chiều nay (chúng) ta đi nhé.

3.　Do you understand that lesson yet?

　　Anh/Chị/... (đã) hiểu bài đó chưa?

Yes, I understand it already. That lesson is very interesting.

　　Rồi, (tôi) hiểu rồi. Bài đó hay lắm.

4.　Do you live near the post office?

　　Anh/Chị/... ở gần bưu điện không?

No, I live behind the university, near the market.

　　Không, tôi ở đằng sau trường đại học gần chợ.

BÀI 9
C 7

1.　Would you like to go to the bookshop?

　　Anh/Chị/... (có) muốn đi hiệu/tiệm sách không?

No, I have to go to the library to read newspapers.

　　Không, tôi phải đi thư viện (để) đọc báo.

Why do you have to go to the library to read newspapers?

　　(Tại) sao anh/chị/... phải đi thư viện (để) đọc báo?

I don't have French newspapers at home so I have to go to the library to read them.

　　Ở nhà tôi không có báo Pháp nên (tôi) phải đi thư viện đọc.

And what are you going to the bookshop for?

　　Còn chị/anh/... đi hiệu/tiệm sách (để) làm gì?

To buy a map of the city.

　　Đi/Để mua một bản đồ thành phố.

2.　How are we going to the restaurant?

　　(Chúng) ta đi tiệm/hiệu ăn bằng gì?

You and I are going by car, but Pedro will walk and Alicia will go by bike; as for Maria and Juan, they'll come by bus.

　　Anh/Chị/... và tôi đi bằng xe hơi nhưng anh Pedro (sẽ) đi bộ và chị Alicia (sẽ)

　　đi (bằng) xe đạp. Còn chị Maria và anh Juan (họ) (sẽ) đi xe (ô-tô) buýt đến.

Do you know where the Que Viet restaurant is?

　　Anh/Chị/... (có) biết tiệm/hiệu ăn Quê Việt ở đâu không?

Yes. It's near the Science School, next to the car parking lot.

　　Biết/Có. Tiệm/Hiệu đó/Quê Việt ở gần trường Khoa học, bên cạnh bãi đậu xe.

We have to go to Mesa Street and turn left, then go straight until the parking lot. The restaurant is on the right side.

　　(Chúng) ta phải đến phố/đường Mesa thì rẽ/quẹo tay trái, rồi đi thẳng đến bãi

　　đậu xe. Tiệm/Hiệu ăn ở bên tay mặt/phải.

3.　Sophie, are you going to the restaurant with us?

　　Chị Sophie à, chị (có) đi tiệm/hiệu ăn với chúng tôi không?

No. This afternoon at 4:00 I'm taking the interurban bus across to Tijuana, so I'm not going to the restaurant.

    Không. Bốn giờ chiều nay tôi đi xe đò sang Tijuana, nên tôi không đi tiệm/hiệu ăn.

9 D 1

1.   Cô có <u>biết</u> ngân hàng <u>ở đâu</u> không?
    Biết, ở <u>trước mặt / bên cạnh</u> nhà khách Phú Lộc,
    <u>bên cạnh / trước mặt</u> có một bãi đậu xe.

2.   Anh định về Hà Nội <u>để làm</u> gì?
    Tôi <u>phải/muốn</u> về thăm gia đình.

3.   Chị định đi Hongkong <u>bằng</u> gì?
    Tôi định đi máy bay <u>đến</u> Hongkong.

4.   Hôm nay tôi mệt lắm <u>nên</u> tôi không đi <u>bộ</u> đến đó,
    tôi sẽ đi <u>bằng</u> xe buýt.

5.   Đi thư viện, chị phải <u>đi thẳng</u>,
    rồi rẽ <u>tay trái</u>.

6.   Anh <u>muốn/cần</u> gặp ông Green để làm gì?
    Tôi <u>cần/muốn/phải</u> nói chuyện với ông ấy.

Word list: bằng, bằng, bên cạnh, biết, bộ, cần, để, đến, đi thẳng, làm, muốn, nên, ở đâu, phải, tay trái, trước mặt

D 2

1.   What are you going to the Department of Immigration for?
    Anh/Chị/... đi Bộ Di trú (để) làm gì?

2.   Why do you have to go to the hospital?
    (Tại) sao anh/chị/... phải đi bệnh viện?

3.   How did you get home last night?
    Tối hôm qua anh/chị/... về nhà bằng gì?

4.   I want to go to the book store to buy a map of Hanoi.
    Tôi muốn đi hiệu/tiệm sách (để) mua một bản đồ Hà Nội.

5.   Sunday I'll fly to London, and on Monday I'll go to Liverpool by bus.
    Ngày chủ nhật tôi đi máy bay sang Luân-đôn và thứ hai sẽ đi L bằng xe đò.

6.   I decided to go to Vietnam next year, therefore I need to learn Vietnamese.
    Sang năm tôi định đi Việt Nam nên tôi cần học tiếng Việt.

7.   Do you know when Alan is going to Vietnam?
    Anh/Chị/... (có) biết bao giờ anh Alan đi Việt Nam không?

8.   I do not know the way to the guest house.
    Tôi không biết đường đi đến nhà khách.

9   Do you know the way to the guest house?
    Anh/Chị/... (có) biết đường đi nhà khách không?

10.   I want to know what time he will be back.
    Tôi muốn biết mấy giờ anh/ông ấy (sẽ) về.

BÀI 10

BT 1

John	Chị đi đâu đó, chị Sue?
Sue	Tôi đi đến trường đại học Lê Lợi.
John	Chị làm gì ở đó thế ?
Sue	Tôi học tiếng Thái.
John	Thế à? Ở lớp tiếng Thái có nhiều sinh viên không?
Sue	Không nhiều lắm, có khoảng mười bốn sinh viên.
John	Và có bao nhiêu giáo sư?
Sue	Có một giáo sư người Thái, một giáo sư người Việt và một giáo sư người Canađa.
John	Giáo sư người Canađa nói tiếng Thái có giỏi không?
Sue	Có, ông ấy nói giỏi lắm.
John	Trường Lê Lợi có mấy thư viện?
Sue	Có bốn, năm thư viện.
John	Ở thư viện có nhiều sách tiếng Thái không?
Sue	Có, ở thư viện có nhiều sách tiếng Thái lắm.

10 BT 2

1. Anh có từ điển không?   Có.   Anh có mấy quyển/cuốn ?
2. Bà có đồng hồ không?   Có.   Bà có mấy cái ?
3. Chị có ti-vi không?   Có.   Chị có mấy cái ?
4. Chị có vở không?   Có.   Chị có mấy quyển/cuốn ?
5. Anh có bút không?   Có.   Anh có bao nhiêu cái ?
6. Chị có con chưa?   Rồi.   Chị có mấy đứa ?
7. Nhà ấy có bao nhiêu cái bàn?   Nhà ấy có hai cái .
8. Và có bao nhiêu cái ghế?   Dạ, (có) chín cái .
9. Gia đình cô có bao nhiêu người ?   Gia đình tôi có bảy người .
10. Anh có bao nhiêu quyển/cuốn sách tiếng Việt?
    Tôi có khoảng mười lăm quyển/cuốn .

10 BT 3

1. what day (of the week)?   hôm thứ mấy?
2. what time (in the past)?   lúc nào / lúc mấy giờ?
3. today's lesson   bài hôm nay
4. an easy lesson   một bài học dễ
5. tasty phở   phở ngon
6. a new table   một cái bàn mới
7. went to Hong Kong when?   đi Hồng Kông (từ) bao giờ/hồi nào?

8.	going to Saigon when?	bao giờ đi Sàigòn?
9.	start early	bắt đầu sớm
10.	explain the lesson	giảng bài
11.	walk to school	đi bộ đến trường
12.	go by bike to the market	đi xe đạp đến chợ / đi chợ bằng xe đạp
13.	want to borrow	muốn mượn
14.	have to send	phải gửi
15.	need to buy some food	cần mua đồ ăn
16.	like to go to town	thích đi phố
17.	intend to go to bookshop to buy new books	định đi hiệu/tiệm sách (để) mua sách
18.	Let's go visit Miss Thu, all right?	(Chúng) ta đi thăm cô Thu nhé.
19.	She (Miss Thu) is a lot of fun.	Cô ấy vui lắm.
20.	Is going to the restaurant fun?	Đi tiệm/hiệu ăn có vui không?
21.	Was it fun? Was it difficult ?	Có vui không? Có khó không?
22.	Has Nam come yet?	Anh Nam (đã) đến chưa?
23.	No, he hasn't come yet.	Chưa, anh ấy chưa đến.
24.	Yes, he's come already.	Rồi, anh ấy đến rồi.
25.	What are you going to the club for?	Anh/Chị/... đi câu lạc bộ (để) làm gì?
26.	How are you (Mrs.) going home?	Bà về bằng gì? / đi bằng gì về nhà?
27.	He (teacher) is going over to Japan by plane.	Thầy ấy sang Nhật bằng máy bay.
28.	I came to the park by bus.	Tôi đến công viên bằng xe (ô-tô) buýt.
29.	go straight ahead	đi thẳng
30.	get to Le Loi Street turn right	đến phố/đường LêLợi rẽ/queọ tay mặt
31.	She just went at 3:00.	Chị/cô/bà ấy mới đi lúc ba giờ.
32.	She didn't go until 3:00.	Ba giờ chị/cô/bà ấy mới đi.
33.	She won't go until 3:00.	Ba giờ chị/cô/bà ấy mới đi.
34.	I slept soundly last night.	Đêm qua tôi ngủ ngon.
35.	How long did you (Mr.) study English?	Ông học tiếng Anh (được) bao lâu?
36.	How long has he (anh) been working there?	Anh ấy làm ở đó (được) bao lâu rồi?
37.	How long will you do research?	Anh/Chị/.. sẽ làm nghiên cứu bao lâu?

38. Her house is behind the bank near the park.
    Nhà chị/cô/bà ấy ở đằng sau ngân hàng gần công viên.

39. Did you (anh) go over to his (Mr.) house yet? Anh (đã) (đi) qua nhà ông ấy chưa?

40. I don't know the way to his house.
    Tôi không biết đường đi đến nhà ông ấy.

41. Do you know the way to the guest house?
    Anh/Chị/... biết đường đến nhà khách không?

42. He went out (for fun) until late last night.
    Tối hôm qua anh/ông ấy đi chơi đến khuya.

43. I don't have a newspaper; therefore, I have to go to the library to read one.
    Tôi không có báo nên (tôi) phải đi thư viện (để) đọc (báo).

10 BT 5

Oanh	Anh <u>nói tiếng Pháp</u> giỏi lắm.
	Anh học <u>ở đâu</u> vậy?
Sam	<u>Tôi đang học ở</u> trường đại học này.
Oanh	Anh <u>học bao lâu</u> rồi?
Sam	Tôi học <u>được sáu tháng rồi</u>.
Oanh	Thế à! Anh học <u>sáu tháng</u> nhưng <u>nói giỏi</u> thế!
Sam	Cám ơn chị. Tôi <u>rất thích học</u>.
	À này (Say!), chị <u>ở</u> Dallas được <u>bao lâu</u> rồi?
Oanh	Tôi <u>ở đây</u> được <u>một năm rồi</u>.
Sam	Trước, <u>chị ở đâu</u>?
Oanh	Tôi <u>ở</u> Toronto được <u>bốn năm</u>.
Sam	Chị <u>sinh ở</u> Việt Nam à?
Oanh	Không, tôi <u>sinh ở Pháp</u>.
Sam	Chị ở <u>Pháp bao lâu</u>?
Oanh	Tôi ở Marseille <u>hai mươi năm</u>, sau đó <u>đi</u> Pari.
Sam	Chị ở Pari <u>có lâu</u> không?
Oanh	Không, tôi ở <u>ba năm thôi</u> rồi <u>đi sang</u> Toronto.
Sam	Chị có <u>gia định chưa</u>?
Oanh	<u>Rồi</u>, tôi có <u>chồng</u> và hai <u>đứa con</u>, một <u>đứa trai</u> ba <u>tuổi</u>, một <u>đứa gái</u> hai <u>tuổi</u>.

1. Oanh là người Việt sinh ở nước nào?   (Oanh sinh) ở Pháp.
2. Bây giờ Oanh ở đâu?   (Bây giờ chị) ở Dallas.
3. Sam học tiếng Pháp được bao lâu rồi?   (Sam) học được sáu tháng rồi.
4. Sam học ở trường đại học, phải không?   Vâng. (Anh ấy học ở trường đại học).
5. Sam nói tiếng Pháp có giỏi không?   Có, (anh ấy nói) giỏi lắm.
6. Oanh có mấy đứa con?   (Chị ấy) có hai đứa (con).
7. Hai đứa sinh ở đâu?   (Hai đứa chị Oanh) sinh ở Toronto.
8. Oanh ở Pari bao lâu?   Oanh ở Pari ba năm.
9. Và ở Toronto bao lâu?   Chị ấy ở Toronto được bốn năm.
10. Thế chị Oanh bao nhiêu tuổi?   Chị ấy hai mươi tám tuổi.

10 BT 6

Robert	Chào chị Mary, chị đi <u>đâu</u> đấy?
Mary	Tôi đi bưu điện. Còn anh <u>đi đâu đấy/đó</u>?
Robert	Tôi đi <u>đến/lại</u> ngân hàng. Trưa hôm qua các sinh viên và giáo viên lớp tiếng Việt đi <u>ăn</u> cơm Việt. Sao chị không <u>đi</u>?
Mary	Hôm qua tôi <u>không đi</u> vì tôi bị ốm. Hôm qua <u>có</u> vui <u>không</u>, anh?
Robert	Ồ, vui <u>lắm</u>.
Mary	Hôm qua các anh chị đi ăn tiệm <u>nào</u>?
Robert	<u>Chúng tôi</u> đi ăn ở tiệm Quê-Việt.

Mary	Các anh chị ăn gì ?
Robert	Chúng tôi ăn phở và chả giò.
Mary	Phở có ngon không ?
Robert	Phở ngon lắm , chả giò cũng/không ngon lắm.
Mary	Và các anh chị uống gì ?
Robert	Chúng tôi uống trà Việt Nam.
Mary	Ở tiệm ăn các anh chị nói tiếng Anh hay (or) tiếng Việt?
Robert	Chúng tôi nói tiếng Anh. Nhưng chúng tôi cũng nói tiếng Việt.
Mary	Hôm qua các anh chị đi ăn lúc mấy giờ?
Robert	Lúc khoảng mười hai giờ rưỡi.
Mary	Mấy giờ mới về?
Robert	Khoảng ba rưỡi chúng tôi mới về .
Mary	Tuần tới/sau lớp chúng ta đi ăn ở tiệm Kim Phương nhé!
Robert	Tiệm Kim Phương có xa không?
Mary	Hơi/không xa, thế chúng ta sẽ đi bằng gì ?
Robert	Đi xe đạp vậy.

10 BT 7

1. Ken học tiếng In-đô-nê-xi-a ở Jakarta bảy tháng.   YES____ NO _X_

2. Margaret học tiếng In-đô-nê-xi-a ở Ha-oai sáu tháng.   YES____ NO _X_

3. Ken nói tiếng In-đô-nê-xi-a không giỏi lắm.   YES _X_ NO____

4. Margaret làm ở sứ quán In-đô-nê-xi-a ở Mỹ.   YES____ NO _X_

5. Ken và Margaret ở chơi Bali một tuần.   YES _X_ NO____

6. Tháng mười một năm tới Margaret sẽ về Mỹ.   YES _X_ NO____

10 BT 8

1. Tôi có hai anh trai và một em gái.   YES____ NO _X_

2. Ba tôi làm ở xưởng chế tạo xe hơi ở Philadelphia.   YES____ NO _X_

3. Anh trai tôi là bác sĩ ở Philadelphia.   YES _X_ NO____

4. Chồng chị tôi là viên chức ở Bộ Ngoại giao.   YES _X_ NO____

5. Em gái tôi biết nói tiếng Việt.   YES _X_ NO____

6. Chúng tôi thường đi Philadelphia.   YES____ NO _X_

7. Tôi là người Mỹ.   YES _X_ NO____

10   BT 9

Gia đình tôi có <u>tám người</u>   Gia đình cô Lee có <u>mấy người</u>?
<u>Ba</u> tôi là thợ máy   <u>Ai</u> là thợ máy?
Anh trai tôi là <u>bác sĩ</u>.   Anh trai cô ấy <u>là/làm gì</u>?
Anh ấy <u>có vợ rồi</u>.   Anh ấy <u>có gia đình chưa</u>?
Hai vợ chồng làm việc ở thành phố <u>Philadelphia</u>.
  Hai vợ chồng (anh trai cô ấy) làm việc ở thành phố <u>nào</u>?
Anh chị ấy có <u>hai đứa con</u>   Và (anh chị ấy) có <u>mấy đứa con</u>?
<u>Chị</u> tôi làm luật sư.   <u>Ai</u> làm luật sư?
Chồng chị ấy làm việc ở Bộ <u>Ngoại giao</u>.   Chồng chị cô Lee làm ở bộ <u>nào</u>?
Hiện nay hai vợ chồng và ba đứa con đang ở <u>Việt Nam</u>.
  Hiện nay hai vợ chồng / gia đình ấy ở <u>đâu</u>?
Tôi đang học <u>nghiên cứu châu Á</u> ở trường Đại học Tổng hợp Ohio State
  Cô Lee học <u>gì</u> ở trường đại học?
Tôi đang học...ở trường Đại học Tổng hợp Ohio State, ở <u>Columbus</u>.
  Trường Đại học Ohio State ở <u>đâu</u> / <u>thành phố nào</u>?
  // Cô ấy học ở trường đại học ở <u>thành phố nào</u>?
Tôi học tiếng Việt <u>năm thứ hai</u>.   Cô ấy học tiếng Việt <u>lớp mấy</u>?
Tôi <u>chưa có gia đình</u>.   Cô ấy cô gia đình chưa?
Các em...tôi...ở cùng một nhà với <u>ba má tôi</u>   Các em cô Lee ở với <u>ai</u>?
<u>Em gái tôi</u> có nhiều bạn Việt Nam...nên <u>nó</u> cũng biết nói tiếng Việt.
  <u>Ai</u> có nhiều bạn Việt Nam? Và <u>ai</u> cũng biết nói tiếng Việt?
<u>Những ngày nghỉ</u> anh & chị tôi & tôi thường về <u>Cleveland</u> thăm ba má và các em tôi.
  1 <u>Những ngày nào / Bao giờ</u> các anh chị cô Lee và cô (Lee) về Cleveland?
  2 Những ngày nghỉ các anh chị cô Lee và cô (Lee) về <u>đâu</u>?
  3 Họ về Cleveland <u>(để)</u> làm gì?

10   BT 11

The four places where George's Vietnamese is more like English:

1.	<u>tôi học nó ở ...</u>	<u>tôi học ở ...</u>
2.	<u>ở USC trường</u>	<u>ở trường USC</u>
3.	<u>tiếng Việt là ... dễ/khó</u>	<u>tiếng Việt dễ/khó</u>
4.	<u>very, very dễ/khó</u>	<u>dễ/khó lắm</u>

Con mèo, con mèo, con mèo
Muốn ăn thịt chuột phải leo xà nhà

Oh, little cat, if you want to eat mice, you must climb to the roof of the house!

BÀI 11

C 7

1. What is your house like? Is it big?

    Nhà anh/chị/... như thế nào?   Có lớn không?

Not very big. My house has two bedrooms and one bathroom.

    Không lớn lắm.   Nhà tôi có hai phòng/buồng ngủ và một phòng/buồng tắm.

Is your house pretty?

    Nhà (anh/chị/...) có đẹp không?

Yes, it's very pretty because there are many trees around it, and behind there is a small and pretty garden.

    Có, (nhà) đẹp lắm vì xung quanh (nhà) có nhiều cây và đằng sau/sau nhà có một cái vườn nhỏ và đẹp.

2. I want a room with a private bathroom. Like so, how much a day is a room?

    Tôi muốn một căn phòng/buồng có phòng/buồng tắm riêng. Như thế thì tiền phòng/buồng bao nhiêu một ngày?

It's 8 U.S. dollars a day.

    (Dạ) tám đồng Mỹ một ngày.

Does the guest house have a diningroom?

    Nhà khách có phòng/buồng ăn (uống) không?

Yes. It's open from 5:00 to 7:00 in the evening.

    Có. Buổi chiều (phòng ăn) mở cửa từ năm giờ đến bảy giờ. //

    Có. (Phòng ăn) mở cửa từ năm giờ đến bảy giờ chiều.

3. Bob — Let's go to the park tomorrow. Can you go, Sue?

    Bob – Ngày mai chúng ta đi công viên nhé. Chị Sue đi được không?

Sue — Yes, I can.

    Sue – Được, tôi đi được.

Bob — How about Joe and Nancy, can you go?

    Bob – Còn anh Joe và chị Nancy thế nào, đi được không?

Joe — I can go, but Nancy can't go.

    Joe – Tôi đi được nhưng chị Nancy không đi được.

Bob — Oh Sue, can you make (some) spring rolls to bring along (đem theo)?

    Bob – À, chị Sue làm chả giò đem theo được không?

Sue — Yes, I can.

    Sue – Được.

11 D 1

		bị
1.	Cô <u>thấy</u> cái áo này thế nào? Đẹp lắm hả?	chỗ
2.	Tôi cần <u>thuê</u> một căn phòng.	được
	<u>Tiền</u> phòng bao nhiêu một <u>ngày</u>?	được không
3.	Cháu đang chơi <u>ngoài</u> sân.	ngày

4.   <u>Trong</u> vườn có nhiều cây và một <u>chỗ</u> để xe.   ngoài
5.   Tôi đi <u>với</u> anh <u>được</u> không ?   thấy
6.   Tôi không đi học <u>được</u> vì tôi <u>bị</u> ốm.   thuê
                                                                                            tiền
                                                                                            trong
                                                                                            với

11 D 2

1.   What is his house like?

     Nhà anh/ông ấy như thế nào?

It's very small. It has only one bedroom, the lounge/front room is small, and there's no place to put his car.

     Nhỏ lắm, có một phòng ngủ thôi, phòng khách nhỏ và nhà (anh ấy) không có chỗ để/đậu xe.

2.   I need to rent a room. I'd like one on the 2nd floor with a private bath.

     Tôi cần thuê/mướn một căn phòng/buồng. Tôi muốn có một căn (phòng/buồng) có phòng/buồng tắm riêng ở tầng thứ hai.

The rooms with private bath are on the third floor.

     Phòng/Buồng có phòng/buồng tắm riêng (thì) ở tầng thứ ba.

3.   How do you find San Antonio?

     Anh/Chị/... thấy San Antonio (như) thế nào?

San Antonio is very pretty, but it's very big so it's not quiet.

     San Antonio đẹp lắm nhưng lớn lắm nên không yên tĩnh.

And how about you, how do you find Tokyo?

     Còn chị/anh/... thế nào, thấy Tokyo (như) thế nào?

I think Tokyo is very cold.

     Tôi thấy Tokyo lạnh lắm.

4.   Let's go to a Vietnamese restaurant tonight. Can you go?

     Tối nay chúng ta đi tiệm/hiệu ăn Việt nhé. (Anh/Chị/...) đi được không?

No, I can't because I'm very busy tonight.

     Không, tôi không đi được vì tối nay (tôi) bận lắm.

Mary, can James and you go?

     Chị Mary à, anh James và chị đi được không?

Yes, we both can go.

     Được, hai chúng tôi đi được.

What time can you (two) go?

     Mấy giờ (hai) anh chị đi được?

6:00 in the evening is all right.

     Sáu giờ chúng tôi đi được.

5.   Behind the club is a bank, opposite the bank is a post office, and there are parking places around the post office.

     (Đằng) sau câu lạc bộ có (một) ngân hàng, trước mặt ngân hàng có (một) bưu điện và xung quanh bưu điện có chỗ đậu xe.

BÀI 12

C 7

1. Have you had lunch yet?

    Anh/Chị/... (đã) ăn trưa chưa?
    Not yet. Let's go and have lunch.

    Chưa. (Chúng) ta đi ăn trưa đi.
    Have you ever been to the Huong Giang restaurant?

    Anh/Chị/... (đã) đi/đến tiệm/hiệu ăn Hương Giang bao giờ/lần nào chưa?
    Yes, I have. The sour soup there is very nice, but the Huong Giang is very far
    and I'm afraid we won't return to the office in time.

    Rồi. Canh chua ở đó ngon lắm, nhưng tiệm/hiệu Hương Giang xa lắm và tôi
    sợ về sở không kịp.

2. Have you ever been to see the water puppet show?

    Anh/Chị/... (đã) đi xem múa rối nước bao giờ/lần nào chưa?
    No, I've never been to see it. Have you been to see it?

    Chưa, tôi chưa đi xem bao giờ/lần nào (cả). Chị/Anh/... (đã) đi xem bao giờ/
    lần nào chưa?
    Yes, I like to go see it because it's very good.

    Rồi, tôi thích đi xem vì hay lắm.
    How many times have you been there?

    Chị/Anh/... đi (xem) mấy lần rồi?
    Four or five times or something like that. So can you go with me tomorrow night?

    Bốn năm lần gì đó. Thế thì tối mai anh/chị/... đi với tôi được không?

3. Jim, would you like to go to Ha Long Bay?

    Anh Jim à, anh thích đi Vịnh Hạ Long không?
    Yes, I would. Have you ever been to Ha Long Bay?

    Thích, tôi thích (đi). Anh/Chị/... (đã) đi Vịnh Hạ Long bao giờ/lần nào chưa?
    No, I have never been there at all, but I'd very much like to go too.

    Chưa, tôi chưa đi (đó) bao giờ/lần nào cả, nhưng tôi cũng rất thích đi.
    Don't go in winter, – in Ha Long Bay winter is very cold.

    Anh/Chị/... đừng đi vào mùa đông, – ở Vịnh Hạ Long mùa đông lạnh lắm.
    Let's go to Ha Long Bay this summer.

    (Mùa) hè này (chúng) ta/mình đi Vịnh Hạ Long đi!

Gái mà chi, trai mà chi
Sinh ra có nghĩa, có nghì là hơn

What does it matter whether it's a girl or a boy?
Having been born, what matters is a child's good behavior and gratitude.

12 D 1

1. Cô <u>đã</u> đến Tahiti bao giờ <u>chưa</u> ?

    Chưa, tôi <u>chưa</u> đến đó bao giờ <u>cả</u> .

    Thế anh đã đến đó <u>lần nào</u> chưa?

    Rồi, tôi đến hai ba lần <u>rồi</u> .

2. Chị đã đi Ấn-độ <u>lần nào chưa</u> ?

    Chưa, tôi chưa đi Ấn-độ <u>lần nào cả</u> .

    Tháng sau chị có <u>định</u> đi Ấn-độ <u>không</u> ?

    Có, tháng sau mình <u>đi</u> Ấn-độ chơi <u>đi</u> .

3. Anh đi xem xiếc <u>mấy</u> lần rồi?

    Tôi chưa xem xiếc lần nào <u>cả</u> , nhưng

    tôi đã xem kịch hai, ba lần <u>gì đó</u> rồi.

cả
cả
chưa
chưa
đã
đi
đi
định
không
gì đó
lần nào
lần nào cả
lần nào chưa
mấy
rồi

12 D 2

1. Have you ever read that book? No, I've never read that book.

    Anh/Chị/... đọc quyển/cuốn sách đó bao giờ/lần nào chưa?   Chưa, tôi chưa đọc quyển/cuốn sách đó bao giờ/lần nào (cả).

2. How often have you been to Paris? I've been many times.

    Anh/Chị/... đi Pari mấy lần rồi?   Tôi đi nhiều lần rồi.

3. Let's go over to France this autumn. Let's go to Lyons and have some wine.

    (Mùa) thu này (chúng) ta sang Pháp đi. (Chúng) ta đi Lyons uống rượu nhé.

4. I've never yet gone to see a play.

    Tôi chưa đi xem kịch bao giờ/lần nào (cả).

5. In three more weeks I'll go to Vietnam to do economic research.

    Ba tuần nữa tôi đi (sang) Việt Nam nghiên cứu kinh tế.

6. Say! Have you ever visited Washington in spring?

    À này, anh/chị/... đi Washington vào mùa xuân bao giờ/lần nào chưa?

7. Don't wait a long time for Mr. Quang.

    Đừng đợi ông Quang lâu.

8. Saigon is very crowded, so we shouldn't (don't) go to Saigon.

    Sàigòn đông (người) lắm nên chúng ta đừng đi Sàigòn.
    Let's go to Can Tho!

    (Chúng) ta đi Cần Thơ đi!

9. How many times did Phan Chu Trinh go to Japan in order to meet Phan Boi Chau?
    He went only once.

    Phan Chu Trinh đi (sang) Nhật để gặp Phan Bội Châu mấy lần?

    (Ông ấy đi) một lần thôi.

BÀI 13

C 6

1. Hello. Is that Peter? Jan speaking.

    Alô! Anh Peter đấy/đó à? Jan đây.
    Oh, hi, Jan.

    À, chào chị Jan.
    Are you going to go anywhere tonight?

    Tối nay anh (có) (định) đi đâu không?
    No, I'm not going anywhere tonight. Do you want to go somewhere?

    Không, tối nay tôi không đi đâu (cả). Chị (có) muốn đi đâu không?
    I'd like to invite you to go out for dinner.

    Tôi muốn mời anh đi ăn cơm chiều.
    Would you? That's good! What time do you want to go?

    Thế à? Hay lắm. Mấy giờ chị muốn đi?
    Can you come and pick me up at 6:30?

    Sáu (giờ) rưỡi anh đến đón tôi được không?
    O.K., I'll come at 6:30.

    Ừ/Được, sáu (giờ) rưỡi tôi đến.

2. Hello, I'd like to speak to Hoang.

    Alô, tôi muốn nói chuyện với anh Hoàng.
    Oh, he's not home. He just left about 10 minutes ago.

    À/Dạ, anh ấy không có (ở) nhà. Anh ấy vừa đi cách đây khoảng mười phút.
    Excuse me, who's speaking?

    Xin lỗi, anh là ai vậy?
    My name is John. I study in the same class with Hoang.

    Tên tôi là John. Tôi học cùng lớp với anh Hoàng.
    Oh, do you? Do you want to leave a message?

    Thế ạ? Anh dặn gì không?
    I asked him to go out tonight, but I have some other things to do,

    Tôi mời anh ấy tối nay đi chơi, nhưng tôi có chút việc,
    so I won't be able to go out with him.

    nên tôi sẽ không đi với anh ấy được.
    I'll let him know. Does he know your telephone number?

    Tôi sẽ nói lại với anh ấy vậy. Anh Hoàng biết số điện thoại anh không?
    Yes, he knows my telephone number already.

    Biết, anh ấy biết số điện thoại tôi rồi.

3. This is the 'Round the World' Travel Agency, hello (Polite).

    Đây là công ty du lịch 'Vòng quanh Thế giới', xin chào.
    Hello, I want to make an appointment to see the Agency Director.

    Chào anh/chị/..., tôi muốn hẹn gặp bà Giám đốc công ty.
    She's not in the office today. Let me see. ... Can you come Friday at 9:00 a.m.?

    Bà (Giám đốc) không có ở văn phòng hôm nay. Để tôi xem... Chín giờ sáng
    thứ sáu chị/anh/... đến được không?

13   D 1

1.	Hôm nay chị có phải làm gì <u>không</u> ?
2.	Chiều nay anh định đi <u>đâu</u> không?
3.	Tôi <u>chưa</u> muốn nói gì <u>cả</u> .
4.	Chị định <u>hôm nào</u> gặp bà Hà?
5.	Cô ấy có <u>hẹn</u> anh đi đâu không?
6.	Bà ấy đến Việt Nam <u>cách đây</u> ba năm.
7.	Chị ấy học <u>cùng</u> khoa với tôi.
8.	Sau tám giờ tôi <u>gọi</u> lại <u>vậy</u> .
9.	<u>Để</u> thầy Lân giảng bài.

cả
cách đây
chưa
cùng
đâu
để
gọi
hẹn
hôm nào
không
vậy

13   D 2

1. I will come and pick you up at 5:00 p.m.
   Năm giờ chiều tôi (sẽ) đến đón anh/chị/....
2. I'd like to invite Miss Hoa to my house for visiting/relaxing.
   Tôi muốn mời cô Hoa đến nhà tôi chơi.
3. She (Miss Hoa) is not going anywhere.
   Cô ấy không đi đâu.
4. Do you want to say anything?
   Anh/Chị/... muốn nói gì không?
5. Would you like to leave any message?
   Anh/Chị/... muốn dặn gì không?
6. I have something to do this Saturday, so I won't be able to come.
   Thứ bảy này tôi có chút việc nên sẽ không đến/tới được.
7. I'd like to invite you to go out to lunch. Oh, that's nice! What time do you want to go?
   Tôi muốn mời anh/chị/... đi ăn trưa.
   Ồ, hay lắm! Mấy giờ chị/anh/... muốn đi?
8. She just left about a half hour ago.
   Chị/cô/bà ấy vừa đi cách đây khoảng nửa tiếng.
9. Perhaps she won't return until 4:30.
   Có lẽ bốn (giờ) rưỡi chị/cô/bà ấy mới về.
10. I work in the same office with Susan.
    Tôi làm cùng sở với chị Susan.
11. I have a date with John tonight to go to the club.
    Tôi hẹn anh John đi câu lạc bộ tối nay. //
    Tôi hẹn anh John tối nay đi câu lạc bộ. // Tôi hẹn tối nay đi...với anh John.
12. I'll tell her that.
    Tôi sẽ nói lại với chị/cô/bà ấy như vậy/thế.
13. Go and request a visa; only then you will know how difficult it is.
    Đi xin thị thực mới biết khó khăn làm sao (ấy).

BÀI 14

C 7

1. Los Angeles is bigger than San Francisco, isn't it?

    Los Angeles lớn hơn San Francisco, phải không?

    Yes, Los Angeles is a bit bigger than San Francisco.

    Vâng, Los Angeles lớn hơn San Francisco một chút.

    Would you prefer to live in Los Angeles or San Francisco?

    Anh/Chị/... thích sống ở Los Angeles hay San Francisco?

    I'd prefer to live in San Jose because San Jose is smaller and newer.

    Tôi thích sống ở San Jose hơn vì San Jose nhỏ hơn và mới hơn.

    Furthermore, it has more Vietnamese people.

    Hơn nữa là (San Jose) có nhiều người Việt hơn.

2. So you live in Canberra do you?

    (Thế) anh/chị/... (sống) ở Canberra à?

    Yes, I live there because I work in the Ministry of Health.

    Vâng, (tôi) sống ở đó vì tôi làm ở Bộ Y tế.

    How do you like Canberra?

    Anh/Chị/... thấy Canberra thế nào?

    I like to live in Canberra because it's quieter and prettier than Sydney,
    but I like to go to Sydney for fun.

    Tôi thích ở Canberra vì Canberra yên tĩnh hơn và đẹp hơn Sydney,

    nhưng tôi thích đi Sydney chơi.

    It's lucky you like living in Canberra since you work there. As for me, I prefer to live
    in Sydney because it's more fun and the Vietnamese restaurants in Sydney are better.

    May mắn là anh/chị/... thích ở Canberra vì anh/chị/... làm (việc) ở đó. Còn
    tôi, tôi thích ở Sydney hơn vì Sydney vui hơn và tiệm/hiệu ăn Việt tại/ở
    Sydney ngon hơn.

3. According to you, what movie should I see?

    Theo anh/chị/... (thì) tôi nên xem phim nào?

    It's up to you, but I think you should see this movie. This one is shorter but newer, has
    better music, better and younger cast, and because of that it's more interesting.

    Tùy chị/anh/..., nhưng theo tôi chị/anh/... nên xem phim này. Phim này ngắn
    hơn nhưng mới hơn, có nhạc hay hơn, diễn viên giỏi hơn và trẻ hơn,
    vì thế hay hơn.

    You speak too fast. Please speak more slowly.

    Anh/Chị/... nói nhanh/mau quá. Xin anh/chị/... nói chậm hơn.

4. Which city is the biggest in Viet Nam?

    Thành phố nào lớn nhất (ở) Việt Nam?

    Saigon is the biggest city in Viet Nam.

    Sài gòn là thành phố lớn nhất (ở) Việt Nam.

    Which city is the most beautiful in Viet Nam?

    Thành phố nào đẹp nhất (ở) Việt Nam?

    Perhaps Hue is.

    Có lẽ Huế.

14 D 1

		hơn
1.	Tiếng Việt khó <u>hơn</u> tiếng In-đô-nê-xi-a, phải không?	hơn
	Không, tiếng In-đô-nê-xi-a khó <u>hơn</u> nhiều.	hơn
2.	Chị ấy thích John Jones <u>nhất</u> vì anh ấy hát hay nhất.	hơn
3.	Cái này đẹp <u>hơn</u> nhưng <u>theo</u> tôi, chị nên mua cái	nào
	kia vì cái kia <u>tốt</u> hơn.	nên
4.	Tiệm ăn <u>nào</u> ngon <u>nhất</u> ở Orange County?	nên
	Tiệm Quê Việt. Anh <u>nên</u> đi Quê Việt ăn phở.	nhanh
5.	<u>Theo</u> anh thì tôi <u>nên</u> đi bằng gì?	nhất
	<u>Tùy</u> chị, nhưng theo tôi thì chị nên đi bằng máy bay	nhất
	vì máy bay <u>nhanh</u> hơn.	theo
	<u>Hơn</u> nữa là đi máy bay thì tiện hơn.	theo
		tốt
		tùy

D 2

1. You are working too(very very) slowly. You should work more quickly.
   Anh/Chị/... làm (việc) chậm quá.   Anh/Chị/... nên làm nhanh/mau hơn.
2. This book is a bit more expensive, but I'll take it because it's better.
   Quyển/Cuốn (sách) này đắt/mắc hơn một chút, nhưng tôi sẽ mua vì tốt hơn.
3. I'd prefer to stay in this hotel because it's newer, cheaper, and nearer to the
   Doan Thi Diem Street bus/coach station.
   Tôi thích ở khách sạn này hơn vì khách sạn này mới hơn, rẻ hơn và gần
   bến xe đò đường/phố Đoàn Thì Điểm hơn.
4. Which student is the best in this class?
   Sinh viên nào giỏi nhất (ở) lớp này?
   Hoa is, because she studies harder.
   (Chị) Hoa (là sinh viên giỏi nhất) vì chị ấy học chăm chỉ hơn.
5. Which state is the largest in the U.S.A.?
   Tiểu bang nào lớn nhất (ở) Mỹ?
   Of course it's Alaska. Texas is very big, but Alaska is much bigger.
   Tất nhiên/Dĩ nhiên là Alaska.
   Texas lớn lắm nhưng Alaska lớn hơn nhiều.
6. I think he should stay home tonight.
   Theo tôi thì tối nay anh/ông ấy nên ở nhà.
   Theo tôi thì anh/ông ấy nên tối nay ở nhà.
7. According to the doctor, he should drink the new medicine.
   Theo bác sĩ thì anh/ông ấy nên uống thuốc mới.
8. Nam is taller than Minh, but the truth is, Minh is better looking.
   (Anh) Nam cao hơn (anh) Minh nhưng thật ra là Minh đẹp trai hơn.

BÀI 15
BT 1

Hương	A-lô. Xin lỗi, tôi muốn nói chuyện với chị Hoa.
Ngoc	Dạ, chị chờ một lát nhé. (Ngoc calls Hoa.)
Hoa	A-lô, Hoa đây. Ai đấy?
Hương	Hương đây.
Hoa	À, Hương đấy à. Chị về Huế hồi nào?
Hương	Tôi về hôm qua. Tối nay chị đến nhà tôi ăn cơm nhé.
Hoa	Ồ, hay lắm. Mấy giờ tôi đến?
Hương	Bảy giờ nhé.
Hoa	Bảy giờ được.
Hương	Chào chị.

15 BT 2

1. <u>Dưới</u> nhà có một phòng khách.
2. <u>Dưới</u> nhà cũng có một phòng bếp và một phòng tắm.
3. <u>Sau/Trước/Xung quanh</u> nhà có cái vườn đẹp.
4. <u>Ở/Trong</u> lớp lịch sử Việt Nam có chín sinh viên,
   nhưng <u>ở/trong</u> lớp lịch sử Pháp có nhiều sinh viên lắm.
5. <u>Trong</u> phòng cô ấy có một cái bàn lớn,
   và <u>trên</u> bàn có nhiều quyển sách mới.
6. <u>Ngoài</u> sân có nhiều cây.
7. <u>Ở/Trong</u> trường này có hai mươi mốt giáo viên.
8. <u>Ở</u> San Jose có nhiều quán phở Việt Nam.

15 BT 3

1. On the ground floor of the house [there] is a lounge/living room.
2. On the ground floor of the house [there] is also a kitchen and a bathroom.
3. Behind/In front of/Around the house [there] is a pretty garden.
4. In the Vietnamese history class there are nine students, but in the French history class there are very many students.
5. In her room [there] is a large table, and on the table [there] are many new books.
6. Outside/Out in the yard there are many trees.
7. In this school there are twenty-one teachers.
8. In San Jose there are many Vietnamese phở/noodle soup shops.

15 BT 6

1. Xe Nhật tốt hơn xe Ý, <u>nên</u> theo tôi, chị <u>nên</u> mua xe Nhật.
2. Đi máy bay nhanh hơn, <u>nên</u> anh <u>nên</u> đi bằng máy bay.
3. Bài này dài hơn nhưng dễ hơn <u>nên</u> cô <u>nên</u> làm bài này.
4. Theo tôi, bà <u>nên</u> mua cái này vì cái này đẹp hơn và rẻ hơn.
5. Tôi chưa đi Gold Coast bao giờ, <u>nên</u> hè này tôi định đến đó chơi. Theo chị, tôi <u>nên</u> đi Gold Coast bằng gì?
6. Anh ấy mới học tiếng Việt, <u>nên</u> ông không <u>nên</u> nói nhanh quá.

15 BT 7

1. Can you go with me to the guesthouse?
    Anh/Chị/... đến nhà khách với tôi được không?
2. I cannot understand the lesson.   Tôi không hiểu bài được.
3. We can help him tomorrow.   Ngày mai chúng tôi/ta giúp anh/ông ấy được.
4. Don't start singing!   Đừng bắt đầu hát!
5. Let's go to the club!   (Chúng) ta đi câu lạc bộ đi!
6. Do you know where my dictionary is?
    Anh/Chị/... biết quyển/cuốn từ điển tôi ở đâu không?
7. Your dictionary is on the table in your room.
    Quyển/Cuốn từ điển chị/anh/... ở trên bàn trong phòng chị/anh/....
8. How do you like Saigon?   Anh/Chị/... thấy Sàigòn thế nào?
9. Saigon is very big and crowded,   Sàigòn lớn lắm và đông (người) lắm
10.   so that it's a lot of fun.   nên vui lắm.
11. Let's go there one more time!   (Chúng) ta đi đấy/đó một lần nữa đi!
12. I think my room at the guest house is too small.
    Tôi thấy căn phòng tôi ở nhà khách nhỏ quá.
13. Have you ever been to France?   Anh/Chị/... đi Pháp bao giờ/lần nào chưa?
14. never yet been to France   chưa đi Pháp bao giờ/lần nào cả
15. not yet heard that tape   chưa nghe cuốn băng đó
16. How many times (have you) seen that film?   Xem phim đó mấy lần rồi?
17. seen that film several times already   xem phim đó mấy lần rồi
18. seen that film only once   xem phim đó một lần thôi
19. been over to Kim's house three or four times, something like that
                                        đi qua nhà Kim ba bốn lần gì đó
20. I've eaten phở many times.   Tôi ăn phở nhiều lần rồi.
21. Where do you intend to go?   Anh/Chị/... định đi đâu?
22. Do you intend to go anywhere?   Anh/Chị/... định đi đâu không?
23. I haven't decided to go anywhere.   Tôi không định đi đâu.
24. need to ask anything?   cần hỏi gì không?
25. want to meet anybody?   muốn gặp ai không?
26. don't want to meet anybody   không muốn gặp ai.
27. Who do you want to meet?   Anh/Chị/... muốn gặp ai?
28. work in the same place with him   làm cùng chỗ với anh/ông ấy
29. study in the same faculty with her học cùng khoa với chị/cô/bà ấy
30. won't be able to go   sẽ không đi được
31. You should talk with him.   Anh/Chị/... nên nói chuyện với anh/ông ấy.
32. bigger and taller   lớn hơn và cao hơn
33. speaks more slowly   nói chậm hơn
34. speaks Vietnamese better   nói tiếng Việt giỏi hơn
35. shorter than this lesson   ngắn hơn bài này

36.	prettier than Chicago	đẹp hơn Chicago
37.	like to live in Sydney more (rather live in Sydney) thích (sống) ở Sydney hơn	

38. like to live in Sydney more than in New York
  thích (sống) ở Sydney hơn (ở) Nữu Ước

39.	like new music the most	thích nhạc mới nhất
40.	Which doctor is the best?	Bác sĩ nào giỏi nhất?
41.	Don't, younger brother!	Đừng, em!
42.	Help me!	(Hãy) giúp tôi đi!

15 BT 8

1. Nhà tôi như nhiều nhà khác ở Việt Nam.   YES _X_   NO____

2. Nhà tôi không có phòng gia đình.   YES____   NO _X_

3. Trong phòng khách có một cái bàn làm việc.   YES____   NO _X_

4. Trong phòng ngủ có một cái tivi.   YES____   NO _X_

5. Sau nhà bếp là phòng tắm và phòng vệ sinh.   YES _X_   NO____

6. Có chỗ để xe ở đằng sau nhà.   YES____   NO _X_

7. Tôi thường đọc sách trong phòng ngủ.   YES _X_   NO____

8. Trong nhà có phòng khách,
    phòng ăn và phòng gia đình chung.   YES _X_   NO____

9. Nhà tôi ở Nha Trang.   YES____   NO _X_

10. Phòng tắm ở đằng sau nhà bếp.   YES _X_   NO____

15 BT 12

1. Năm tới chị Jill định đi đâu?
    Chị ấy định đi Việt Nam.

2. Tại sao không đi châu Âu?
    Chị ấy không có đủ tiền đi châu Âu.

3. Jill sẽ đi Việt Nam bằng gì?
    Chị ấy sẽ đi Việt Nam bằng máy bay.

4. Theo Alex, Jill nên đi từ Sàigòn đến Hà nội bằng gì? Tại sao?
    Theo Alex, Jill nên đi từ Sàigòn đến Hà nội bằng xe lửa
    vì từ Sàigòn đến Hà nội xa lắm (vậy thì đi xe đò rất mệt).

5. Jill định đi từ Sàigòn đến Hà nội bằng xe lửa, phải không?
    Không phải, chị ấy định đi xe lửa đến Huế, rồi từ Huế đi Hà Nội bằng xe đò.

6. Theo Alex, Jill nên ở Huế ít nhất là bao lâu?
    Ít nhất là một tuần.

7. Theo Alex, Jill nên ở khách sạn nào ở Huế. Tại sao?
    Theo Alex, Jill nên ở nhà khách trường đại học vì rẻ lắm.

15 BT 13

1.	Bob chưa bao giờ đi Bali cả.		YES	___	NO	_X_
2.	Anne đến Bali hồi năm ngoái.		YES	___	NO	_X_
3.	Năm ngoái Bob đi Bali bằng máy bay và tàu thủy.		YES	_X_	NO	___
4.	Anne định đi Sin-ga-po bằng tàu thủy.		YES	___	NO	_X_
5.	Anne muốn sang Kuala Lumpur chơi.		YES	_X_	NO	___
6.	Trên đường về Anne sẽ ghé lại Kuala Lumpur.		YES	_X_	NO	___

15 BT 16

1. Anh Robert và chị Helen gặp nhau ở đâu?

   (Họ/Hai người ấy) gặp (nhau) ở hiệu sách.

2. Sao họ đi đến hiệu đó?

   Họ/Hai người ấy muốn mua từ điển Việt-Anh, anh Robert cũng muốn mua một quyển từ điển Anh-Việt nữa và chị Helen cũng muốn mua hai cái viết và năm quyển vở nữa.

3. Anh Robert mua gì? Chị Helen mua gì?

   Anh ấy mua một quyển từ điển Việt-Anh lớn và một quyển Anh-Việt nhỏ.
   Chị ấy mua một quyển Việt-Anh nhỏ thôi.

4. Mua sách rồi, hai người đi đâu?

   Họ/Hai người đi quán chả cá.

5. Ai đưa chị Helen về?

   Anh Robert đưa chị (ấy) về (bằng xe gắn máy).

15 BT 17

lạ	to be strange
trên thế giới này	in this world/on this earth
sao (as in sao Hỏa)	star/planet
không ... nước nào ... cả	not any country at all

15 BT 18

Harry is a student of Vietnamese economics who studies at Yale University. During these holidays he went to Hawaii to visit a friend. He did not tell the friend beforehand. He wanted to surprise him. His friend, Jim, is also a student. Jim studies Vietnamese language at the University of Hawaii, and he also is on holiday/has a holiday.

(In Hawaii) Harry looks for Jim's address. He knocks on the door. A Vietnamese man opens the door. Harry, surprised, thinks he has the wrong house. He asks:
— Excuse me, this is Kapahulu Street, isn't it?
— Yes, — the Vietnamese person answers.
— Isn't this house No. 12?
— Yes.

Harry, pleased, asks further:
— So this is Jim's house, isn't it?
— Yes, I live with Jim, — the Vietnamese person answers.
— Is Jim at home?
— No, he isn't.
— So where has he gone?
— He went to the Mainland (already).
— He went to the Mainland!
     What did he go (to the Mainland) for, do you know?
— He's on summer vacation, so he went to the Mainland
     to visit a friend named Harry.

15 BT 19

Anh Greg đang học tiếng Việt và làm một đề tài nghiên cứu về xã hội Việt Nam ở
     Sàigòn. Bây giờ anh gặp anh Hùng ngoài phố.

Greg	A! Anh Hùng đi đâu đó?
Hùng	Dạ, tôi không đi đâu cả, đi chơi phố thôi.
Greg	Chúng ta đi quán Thanh Niên uống cà-phê đi/nhé.
Hùng	Đi quán Thanh Niên vui lắm, nhưng đi quán Minh thì gần hơn. Ta đi quán Minh đi!

Ở quán Minh hai người bạn uống cà-phê và nói chuyện.

Hùng	Anh thấy Sàigòn thế nào? Có thích không?
Greg	Thích lắm! Sàigòn vui lắm, nhưng đông người lắm, ồn ào quá.
Hùng	Bây giờ anh ở đâu?
Greg	Dạ, tôi ở khách sạn Bến Thành – đắt lắm!
Hùng	Anh nên thuê một căn phòng ở nhà khách trường đại học – rẻ hơn nhiều. Hơn nữa là ở nhà khách tiện hơn ở khách sạn vì gần trường hơn.
Greg	Người nước ngoài thuê phòng ở nhà khách được à?!
Hùng	Được chớ.
Greg	Như thế thì mai tôi sẽ đi đến nhà khách hỏi.
Hùng	Anh sẽ ở Việt Nam bao lâu nữa?
Greg	Bảy tháng sau/nữa tôi sẽ làm xong đề tài nghiên cứu, nên tám, chín tháng nữa tôi về.
Hùng	Tôi rất hy vọng anh sẽ ở lại Việt Nam lâu hơn nữa.
Greg	Xin lỗi, anh nói nhanh/mau quá, tôi chưa hiểu. Xin anh nói chậm hơn.
Hùng	Tôi . rất . hy vọng . anh . sẽ . ở lại . Việt Nam . lâu . hơn . nữa. – 'hy vọng' là 'hope'.

BÀI 16
C 7

1. You're going down town, huh?

    Anh/Chị/... đi phố hả?

    Yeah, I'm going to send a few things to my friend.

    Ừ, tôi đi gửi ít đồ cho bạn.

    Can you buy for me a book?

    Anh/Chị/... mua cho tôi một quyển/cuốn sách được không?

    Sure, what book do you want to buy?

    Được chứ/chớ, anh/chị/... muốn mua sách gì?

    English Language Textbook by David Werner.

    Quyển/Cuốn *Sách Học Tiếng Anh* của David Werner.

2. I'd like to see *English Language Textbook* by David Werner.

    Cho tôi xem quyển/cuốn *Sách Học Tiếng Anh* của David Werner.

    Yes, here you are; please have a look.

    Vâng. Đây, mời ông/bà/cô xem.

    Thank you. (Looks at the book.) Yes, I'll take it.

    Cám ơn cô/bà/ông. (Xem quyển/cuốn sách.) Vâng, cho tôi mua.

3. You have a very nice watch. Where did you buy it?

    Anh/Chị/... có một cái đồng hồ đẹp. Anh/Chị/... mua ở đâu (thế/vậy)?

    Well, my father gave it to me on my birthday.

    À, bố/ba tôi cho tôi hôm sinh nhật.

    Really? And what did your mother give you?

    Thế à? Thế mẹ/má anh/chị/... cho anh/chị/... cái gì?

    My mother gave me a raincoat.

    Mẹ/Má tôi cho tôi một cái áo mưa.

4. You're going to the post office eh?

    Anh/Chị/... đi bưu điện hả?

    Yes, I have to mail a letter. Do you want anything?

    Ừ/Vâng. Chị/Anh/... có muốn gì không?

    Can you send a telegram for me?

    Anh/Chị/... gửi cho tôi một bức điện được không?

    Yes, who do you want to send it to?

    Được. Chị/Anh/... muốn gửi cho ai?

    I want to send it to my younger brother in Nha Trang.

    Tôi muốn gửi cho em trai (tôi) ở Nha Trang.

Trọng thầy mới được làm thầy

Only when one respects teachers is one able to teach.

16 D 1

1.	Anh đến trường bây giờ <u>hả</u> ?	áo
	Ừ, tôi đi <u>trả</u> <u>cho</u> thư viện trường mấy quyển sách.	bán
		cho
2.	Cô có cái đồng hồ đẹp quá. Cô <u>mới</u> mua hay ai <u>cho</u> cô?	cho
		cho
3.	Chị mua cho tôi ít tem và phong bì <u>được</u> không?	chứ
	Được <u>chứ</u>. Anh muốn <u>mua</u> bao nhiêu cái?	được
		hả
4.	Cho tôi mua cái <u>áo</u> này.	mới
		mua
5.	Chị có tiền không? <u>Cho</u> tôi <u>mượn</u> mười đồng nhé.	mượn
		tiền
6.	Anh <u>bán</u> xe cho ai? Họ trả <u>tiền</u> chưa?	trả

D 2

1. My friends gave me a lot of gifts on my birthday.

    Hôm sinh nhật tôi, các bạn (của) tôi cho tôi nhiều (món) quà. //
    Các bạn (của) tôi cho tôi nhiều (món) quà hôm sinh nhật.
   What did your older sister give you?

    Chị anh/chị/... cho anh/chị/... cái gì?
   She gave me two new shirts.

    Chị tôi cho tôi hai cái áo mới.
2. How many shirts did you buy for your younger brother?

    Chị/Anh/... mua mấy cái áo cho em trai chị?
   I bought three, but one was too (very, very) small.

    Tôi mua ba cái, nhưng một cái nhỏ quá.
   Because of that, I gave him only two shirts.

    Vì thế, tôi cho em tôi hai cái thôi.
3. Who do you want to send this letter to?

    Anh/Chị/... muốn gửi bức thư này cho ai?
   I want to send it to my maternal grandparents.

    Tôi muốn gửi cho ông bà ngoại (của) tôi.
4. Let me call Mrs. Ba.

    Để/Cho tôi gọi (điện đến/tới) bà Ba.
   Can you give me her telephone number?

    Anh/Chị/... cho tôi số điện thoại (của) bà ấy được không?
5. They want me to eat lunch with them, but my boss won't let me go.

    Họ muốn tôi ăn trưa với họ, nhưng ông chủ (của) tôi không cho tôi đi.

6.   Has she ever let you go to see that film yet?

Chị/Cô/Bà ấy cho anh/chị/... đi xem phim đó bao giờ/lần nào chưa?
No, not yet. She has never allowed me to go.

Chưa, chị/cô/bà ấy chưa cho tôi đi bao giờ/lần nào (cả).

BÀI 17
C 7

1.   What do you usually do when you are not busy?

Khi (nào) (anh/chị/...) rảnh, anh/chị/... thường làm gì?
When I have free time I usually read books or listen to radio.

Khi (tôi) rảnh, tôi thường đọc sách hoặc/hay nghe rađiô.
How about you, what do you like to do when you're at leisure?

Còn chị/anh/... , khi (chị/anh/...) rảnh, chị/anh/... thích làm gì?
When I'm not busy I like to go down town.

Khi (nào) (tôi) rảnh/không bận, tôi thích đi phố.

2.   When will you go to Hong Kong?

Bao giờ anh/chị/... (sẽ) đi Hồng Kông?
Perhaps about the end of next month.

Có lẽ cuối tháng sau.
Can you stop by my place before you go?

Trước khi (anh/chị/...) đi, anh/chị/... ghé lại tôi được không?
What's up?

Có việc gì vậy?
Well, I want to ask you to hand a letter to the Australian Immigration Officer in Hong Kong.

À, tôi muốn nhờ anh/chị/... chuyển một bức thư cho đại diện Bộ Di trú Úc ở Hồng Kông.

3.   What will you do after you graduate from the university?

Sau khi tốt nghiệp anh/chị/... sẽ làm gì?
I will travel around the world for a while.

Tôi sẽ đi du lịch vòng quanh thế giới một thời gian.
After that, then what?

Sao đó thì sao?
After that I will apply to work in a bank.

Sau đó tôi sẽ xin vào ngân hàng làm việc.

17 D 1

1.   Chị về <u>khi nào</u> ?   khi nào
2.   <u>Khi (nào)</u> buồn tôi thường uống rượu.   khi nào
3.   <u>Trước khi</u> quyết định mua cái đó tôi sẽ hỏi ý kiến chị.   khi nào
4.   Tôi sẽ trả lời ông <u>sau khi</u> tôi suy nghĩ kỹ về việc đó.   sau

5. K<u>hi</u> (nào) rảnh tôi sẽ đến anh.   sau đó
6. Sau khi tốt nghiệp đại học tôi sẽ đi du lịch một thời gian.   sau khi

    <u>Sau</u> <u>đó</u> tôi sẽ xin vào Bộ Di trú.   trước đó
7. <u>Sau</u> bữa cơm tối, chúng ta đi xem kịch, phải không?   trước khi
8. T<u>rước</u> <u>đó</u> , ta đi uống cà-phê đi.

17 D 2

1. I'll consult you before I decide to go.

    Tôi sẽ hỏi ý kiến anh/chị/... trước khi (tôi) quyết định đi.   // [reverse phrases]
2. Stop by my place when(ever) you're not busy.

    Khi (nào) rảnh, anh/chị/... (hãy) ghé lại tôi (nhé/đi).
3. She lived in Los Angeles for some time. After that she moved to Austin.

    Chị/cô/bà ấy ở Los Angeles một thời gian. Sau đó chị/cô/bà ấy dọn đi Austin.
4. We'll discuss about that matter after you (young brother) graduate from the university.

    Sau khi em tốt nghiệp đại học chúng ta/mình sẽ bàn chuyện về việc đó. // [rev.]
5. After she stopped working in Foreign Affairs, she applied for a job in the University of Sydney.

    Sau khi (chị/cô/bà ấy) thôi việc ở Bộ Ngoại giao, chị/cô/bà ấy xin vào làm ở

    trường Đại học Sydney. // ...xin một việc làm tại/ở... // [reverse]
6. Before working as a representative of the American Immigration Department in Hanoi, he learned Vietnamese at the University of Hawaii.

    Anh/ông ấy đã học tiếng Việt tại trường Đại học Ha-oai trước khi (anh/ông

    ấy) làm đại diện Bộ Di trú Mỹ tại/ở Hà Nội. // [reverse]
7. After your trip to Europe, what do you intend to do?

    Sau chuyến đi/du lịch châu Âu, anh/chị/... định làm gì?
8. Do you intend to go anywhere when you're free tomorrow?

    Ngày mai khi rảnh, anh/chị/... (có) định đi đâu không?
9. After they have expressed their ideas, we can make a decision.

    Sau khi họ nêu ý kiến của họ, chúng ta/tôi có thể quyết định được.
10. To be able to read this book, I need to use the dictionary many times.

    Để (có thể) đọc quyển/cuốn sách này, tôi cần tra từ điển nhiều lần.

BÀI 18
C 6

1. What do you want to buy, Miss?

    Cô muốn mua gì (thưa cô)?

    Do you have lacquer chopsticks?

    Chị/Anh/... có đũa sơn mài không?

    Yes, we have plenty. Please have a look.

    Có nhiều lắm. Mời cô xem. // Cô hãy xem.

Could I buy two pairs of this kind? How much are they a pair?

    Cho tôi mua hai đôi loại này. Bao nhiêu (tiền) một đôi?

$2.50 a pair.

    Hai đồng rưỡi một đôi.

Do you have any... – How do you say 'souvenir' in Vietnamese?

    Chị/Anh/... có... – 'souvenir' tiếng Việt nói thế nào/làm sao?

Souvenir. Yes, of course we have.

    Đồ lưu niệm. Có, chúng tôi có chứ!

How much is this vase?

    Cái bình này bao nhiêu tiền? // Bao nhiêu tiền cái bình này?

It's $68.

    Sáu mươi tám đồng.

2.   How much do these cost? What do you call them in Vietnamese?

    Những cái này bao nhiêu tiền? Tiếng Việt gọi là gì?

Mango. They're 95¢ a piece.

    Xoài. Chín mươi lăm xu một quả/trái.

That seems a little expensive. Can you lower the price?

    Thấy hơi đắt đấy! Chị/Anh/... bớt được không?

I'll let you have them for 90¢ a piece. How many do you want?

    Tôi để cho cô/bà/ông chín mươi xu một quả. Cô/bà/ông muốn bao nhiêu quả?

I'll buy three. Oh! In these three there's one that's not good.

    (Tôi mua) ba quả. À/Ồ, trong ba quả này có một quả xấu/không tốt.

Really?! Take this one!

    Thế/Vậy à! Cô/bà/ông lấy quả này đi.

3.   Excuse me, how much are these bananas?

    Xin lỗi chị/anh, chuối bao nhiêu tiền?

Two dollars for one kilo.

    Hai đồng một cân.

Could I buy 2 kilos please, and a package of sugar, 100 grams of tea, and 3 bottles of beer? How much is this beef?

    Cho tôi mua hai cân, và một gói đường, (một) lạng chè/trà và ba chai bia. Bao nhiêu tiền thịt bò đây/này.

100 grams $4.

    Bốn đồng một lạng.

Give me 100 grams. Will you ... (*making motion of wrapping*) ... for me? How do you say to do that in Vietnamese?

    Cho tôi một lạng. Chị/Anh – ấy – cho tôi được không? Tiếng Việt nói thế nào/làm sao?

Wrap. Yes, I'll wrap it for you.

    Gói. Vâng, tôi sẽ gói cho cô/bà/ông.

18 D 1

1.	Tôi muốn mua 2 cân cam.	bao nhiêu
	<u>Bao nhiêu</u> tiền một cân, chị?	bao nhiêu
	Dạ, 5 <u>đồng</u> một <u>cân</u>.	bình
2.	<u>Cái này</u> tiếng Việt gọi là gì?	bức
	Dạ, cái <u>bình</u>.	cái này
	Cám ơn, thế cái bình này <u>bao nhiêu</u>, chị?	cân
	Dạ, 72 đồng.	chai
3.	Như <u>thế này</u> tiếng Việt nói <u>thế nào</u>?	đi
	Uống.	đồng
	Ừ, ta đi uống cà phê <u>đi</u>.	gói
4.	Bao nhiêu tiền một <u>gói</u> chè?	lạng
	Bao nhiêu tiền một <u>chai</u> bia?	thế này
	Bao nhiêu tiền một <u>lạng</u> thịt bò?	thế nào
	Bao nhiêu tiền một <u>tờ</u> báo?	tờ
	Bao nhiêu tiền một <u>bức</u> tranh?	

D 2

1. Excuse me, how much is this picture?

   Xin lỗi, bao nhiêu tiền bức tranh này?

   And how about these blue rice bowls – how much each?

   Còn những cái bát xanh này, bao nhiêu tiền một cái?

2. This bunch of bowls – one is broken.

   Trong những (cái) bát này có một cái bị vỡ.

3. How do you spell the word 'tranh' in Vietnamese?

   Chữ 'tranh' tiếng Việt đánh vần thế nào/làm sao?

4. What do you call this in Vietnamese?

   Cái này tiếng Việt gọi là gì?

5. This is an orange, and this is a lemon.

   Cái này là quả cam và cái này là quả chanh. // Đây là cam và đây là chanh.

   How many do you want?

   Anh/Chị/... muốn mấy quả?

6. Let me have five oranges and two lemons and three kilos of bananas.

   Cho tôi mua năm quả cam và hai quả chanh và ba cân chuối.

7. Will you ... you know (*with motions*) ... for me?

   Chị/Anh – ấy – cho tôi được không?

   How do you say to do that in Vietnamese?

   Thế này tiếng Việt nói thế nào?

8. I want to buy some souvenirs for my friends.

   Tôi muốn mua vài quà lưu niệm cho bạn tôi.

   Where is a souvenir shop?

   (Cửa) hàng bán đồ lưu niệm ở đâu?

BÀI 19

C 8

1. People say the Que Viet restaurant is the most famous here.

   Người ta nói tiệm/hiệu Quê Việt có tiếng nhất ở đây.

   They have specialty dishes from the three regions, North, Central, and South.

   Họ có những món đặc sản ba miền Bắc, Trung và Nam.

   Let's go to the Que Viet to find out.

   (Chúng) mình/ta đi đến tiệm/hiệu Quê Việt (để) ăn cho biết.

2. Please (you couple) sit at this table.

   Xin mời hai ông bà ngồi bàn này.

   What will you have to eat tonight?

   Tối nay ông bà (muốn) dùng gì?

   Please give us one plate of steamed spring rolls and one plate of chicken fried with lemon grass and chilies.

   Cho chúng tôi một đĩa bánh cuốn và một đĩa gà xào xả ớt.

   Do you want to drink anything first?

   Ông bà muốn uống gì trước không?

   No, I don't want anything to drink.

   Không, tôi không muốn uống gì cả.

   Do you have any special dish today?

   Hôm nay có món gì đặc biệt không?

   Please figure out the bill.

   Xin anh/chị tính tiền.

3. Please come in and sit down and have something to drink.

   Xin mời ông bà/anh chị/các cô/... vào ngồi chơi xơi nước.

   Thank you for inviting us to come and eat.

   Cám ơn bà/ông/cô/... đã mời chúng tôi đến dùng cơm.

   The food is ready, please sit down. I invite you to eat.

   Thức ăn sẵn rồi, mời hai ông bà/... ngồi. Mời hai ông bà/... dùng/xơi cơm.

19 D 1

1.	<u>Mời</u> ông bà dùng cơm.	cho
2.	Xin đợi một chút, tôi sẽ đến <u>ngay</u> .	gì
3.	Hôm nay có <u>gì</u> mới không?	gì
4.	Cô ấy <u>không</u> nói gì trước.	không
5.	Theo cô, hai cái bình này, cái <u>nào</u> đẹp?	mời
6.	Chị nên mua <u>thử</u> loại chè này <u>xem</u> .	nào
7.	Anh ấy định sang Việt Nam chơi <u>cho</u> biết.	ngay
8.	<u>Người ta</u> nói ở khách sạn đó thì dễ chịu hơn.	người ta
		thử
		xem

19 D 2

1. Mr. and Mrs. Chan plan to go to the Thanh Ly Restaurant to see what it's like, because people say the food at that restaurant is very good. They walk to Phan Chu Trinh Street and go into the Thanh Ly Restaurant.

    Ông bà Chan định đi ăn tiệm/hiệu Thanh Lý cho biết, vì người ta nói thức ăn ở tiệm/hiệu đó ngon lắm. Họ đi bộ đến đường Phan Chu Trinh rồi (đi) vào tiệm/hiệu ăn Thanh Lý.

    Hello. Please sit at this table.

    Chào hai ông bà. Mời ông bà ngồi bàn này.

    Thank you. Could we have some orange juice first.

    Cám ơn cô/anh/... Trước hết cho chúng tôi uống nước cam. // Cho... trước.

    Yes. Here's the menu. Today we have two special dishes, beef fried with mushrooms and steamed spring rolls. According to me, you should try the steamed spring rolls (to see what they're like).

    Vâng. Đây là thực đơn. Hôm nay chúng tôi có hai món đặc biệt, bò xào nấm và bánh cuốn. Theo tôi, ông bà nên dùng thử bánh cuốn xem/cho biết.

    Then bring us a plate of steamed spring rolls and two bowls of phở.

    Vậy (đem) cho chúng tôi một đĩa bánh cuốn và hai bát/tô phở.

2. The next day they go to Miss Lan's house to eat.

    (Ngày) hôm sau, họ đến/lại nhà cô Lan dùng cơm. // đến dùng cơm nhà cô L.

    Ah, you've come. Please come in and sit down (and relax).

    À, ông bà đến rồi. (Xin) mời (hai) ông bà vào (nhà) ngồi chơi.

3. Oh hello, Mr. and Mrs. Danta. Hello, Roberto. Hello, Maria. Please come this way.

    À/Ồ, chào ông bà Danta, chào em Roberto, chào em Maria. Xin mời đi lối này.

    Thank you, Lan.

    Cám ơn Lan/cô.

    Here's a menu. Do you want anything to drink first?

    Đây là thực đơn. (Thưa) có muốn uống gì trước không (a)?

    Yes, please bring me a glass of beer, and bring my wife a glass of orange juice. Maria will also have orange juice. And Roberto, what do you want to drink?

    Có, cho tôi một cốc/ly bia và cho nhà tôi một cốc/ly nước cam. Maria cũng uống nước cam, và Roberto, con muốn uống gì, (con)?

    I don't want anything to drink.

    Con không muốn uống gì cả.

BÀI 20

BT 2

1. Cho tôi mua mười <u>cái</u> tem, mười <u>cái</u> phong bì và năm <u>cái/bức</u> bưu ảnh.
2. Mượn cho tôi một <u>quyển/cuốn</u> từ điển và hai <u>quyển/cuốn</u> sách nhé.
3. Trên bàn có năm <u>quả/trái</u> cam, bốn <u>quả/trái</u> chuối, hai <u>cốc/ly/chai</u> nước chanh, một <u>cốc/ly/chai</u> rượu và một <u>gói/bao</u> thuốc lá.

4. Người phục vụ đem ra một <u>đĩa</u> gà xào nấm, một <u>đĩa</u> heo xào xả ớt và hai <u>bát/tô</u> hủ tiếu.

5. Mua cho tôi một <u>cân/lạng//gói/bao</u> đường, hai <u>lạng//gói/bao//hộp</u> chè, một <u>cân/lạng</u> thịt bò, ba <u>hộp</u> sữa đặc, và hai <u>chai</u> bia.

6. Cô ấy gửi cho anh một <u>bức</u> thư, một <u>cái</u> bình màu xanh, một <u>bức</u> tranh đẹp và hai <u>tờ</u> báo mới.

20   BT 5

1.	Đem cho tôi ba 'bowls' phở.	<u>tô/bát</u>
2.	'At the end of' tháng này tôi sẽ đi Việt Nam.	<u>cuối</u>
3.	'After' tôi tốt nghiệp đại học tôi sẽ đi Paris chơi.	<u>sau khi</u>
4.	Chị tôi làm bác sĩ, ... còn em gái tôi làm ... 'nurse'.	<u>y tá</u>
5.	Họ 'move to' Sydney năm ngoái.	<u>dọn đi</u>

20   BT 6

1.	Ông bà ... gà <u>xào xả ớt</u> xem.	<u>fry with lemon grass & chillies</u>
2.	Thế nào, hôm nay có gì <u>lạ</u> không?	<u>strange</u>
3.	Trước khi đi ngủ, cô phải uống 3 <u>viên</u> thuốc.	<u>pill</u>
4.	Tôi đi cửa hàng bán <u>đồ lưu niệm</u> bây giờ.	<u>souvenirs</u>
5.	<u>Nhớ hỏi ý kiến</u> ông ấy....	<u>remember to ask his idea</u>
6.	Chị chuyển... cho <u>đại diện</u> Bộ Di trú Úc....	<u>representative</u>

20   BT 7

1.	Ông Hulley đi ăn với một người bạn.	YES____ NO _X_
2.	Trước khi ăn, ông Hulley muốn uống bia.	YES _X_ NO ____
3.	Ông Hulley không thích nhạc Rock.	YES____ NO _X_
4.	Trước khi ông Hulley đến, ở tiệm ăn có một chai whisky, một chai vodka và một chai cognac.	YES____ NO _X_
5.	Người phục vụ để rượu vào tủ lạnh.	YES _X_ NO ____
6.	Ông Hulley ăn món số năm lúc tám giờ.	YES _X_ NO ____
7.	Ông Hulley uống chai vodka lúc mười giờ.	YES____ NO _X_
8.	Ông ấy ăn món số mười một lúc chín giờ.	YES _X_ NO ____
9.	Ông ấy muốn uống cà-phê lúc mười một giờ.	YES _X_ NO ____
10.	Người phục vụ muốn đem ông Hulley về nhà lúc mười một giờ.	YES _X_ NO ____

20 BT 10

1. Kèo và Cột đến quán nào để ăn?   Đến quán Bà Béo.
2. Ai có nhiều tiền hơn?   Cột có nhiều tiền hơn.
3. Kèo có bao nhiêu tiền?   Kèo không có đồng nào cả.
4. ... có món gì đặc biệt?   Có bánh cuốn Thanh Trì và hủ tiếu Mỹ Tho.
5. Kèo ăn mấy con tôm?   Ăn bốn con.
6. Còn Cột ăn mấy con tôm? — nói gì với Kèo?   Không ăn con gì cả.
                                        Cột nói: Anh ăn nốt đi, cho nó có bạn.

20 BT 11

Giang   So you're going downtown eh?

         Chị đi phố hả?

Carolyn Yes, I intend to buy some Vietnamese souvenirs. I want to send a few gifts to my
         parents.

         Vâng. Tôi định mua vài đồ lưu niệm Việt Nam.

         Tôi muốn gửi ít quà cho bố mẹ/ba má tôi.

Giang   What are you going to do after that?

         Sau đó chị làm gì?

Carolyn I'm going to the post office. I need to buy some stamps; then after that I'm going
         to the library.

         (Tôi) đi bưu điện. Tôi cần mua tem và/rồi sau đó tôi đi thư viện.

Giang   Oh, before you go, stop by my place, O.K.?

         Ồ, trước khi đi chị (hãy) ghé lại tôi nhé.

Carolyn What's up?

         Có việc gì vậy?

Giang   I want to ask you to return one or two books to the library. Can you?

         Tôi muốn nhờ chị trả một hai quyển/cuốn sách cho thư viện.

         Được không, chị?

Carolyn Sure I can. Oh, where is the Tan Xuan Bookshop? Do you know?

         Được chứ/chớ. Ồ, hiệu/tiệm sách Tân Xuân ở đâu? Anh biết không?

Giang   Yes. It's not far from the souvenir shop, on the corner of Doan Thi Diem Street
         and Phan Boi Chau Street. Go straight down Doan Thi Diem Street and cross Phan
         Boi Chau Street, and the bookshop is on the left. You're going to buy some
         books, are you?

         Biết. Hiệu/Tiệm đó không xa hàng bán đồ lưu niệm, ở góc đường/phố
         Đoàn Thị Điểm và đường/phố Phan Bội Châu. Chị đi thẳng đường/phố
         Đoàn Thị Điểm và (đi) qua đường/phố Phan Bội Châu, hiệu/tiệm sách
         bên tay trái. Chị đi mua sách à?

Carolyn No, I'm not going to buy anything; I'm only going to look at a Vietnamese
         cookbook. I'll come by your place in a little bit.

         Không. Tôi không mua gì (cả). Tôi đi xem sách nấu ăn Việt Nam thôi.

         Một lát/chút nữa tôi (sẽ) ghé lại anh.

20   BT 12

Linda   This is very pretty. What do you call this in Vietnamese?

           Cái này đẹp lắm. Cái này tiếng Việt gọi là gì?

Ng. bán hàng   (*Polite*) This is a picture.

           Dạ, cái này là bức tranh.

Linda   How much is this picture?

           Bức tranh này bao nhiêu (tiền), cô/ông/...?

Ng. bán   (*Polite*) $55.

           Dạ, năm mươi lăm đồng.

Linda   And this red vase?

           Còn cái bình (màu) đỏ này?

Ng. bán $22.

           Dạ, hai mươi hai đồng.

Linda   That's a little expensive. Could you reduce it a little?

           Tôi thấy hơi đắt/mắc. Cô/ông/bà/... (có thể) bớt (một chút) được không?

Ng. bán   This vase is very pretty, very precious, and comes from (belongs to) France, but for you I'll sell it for $19; is that all right, Miss?

           Cái bình này đẹp lắm, quí lắm và của Pháp,

           nhưng tôi để/bán cho cô mười chín đồng, được không cô?

Linda   Yes. And these blue ricebowls, which kind is the least expensive?

           Dạ được. Còn mấy cái bát/chén (màu) xanh này, loại/hiệu nào rẻ nhất/nhứt?

Ng. bán   These. They're 30¢ a piece.

           Dạ, loại/hiệu này (rẻ nhất/nhứt) – ba mươi xu một cái.

Linda   But those over there are prettier. How much are they?

           Nhưng loại/hiệu/mấy cái kia đẹp hơn. Cái kia bao nhiêu?

Ng. bán   45¢ a piece. They're from Hong Kong.

           Dạ, bốn mươi lăm xu một cái. Loại/hiệu/cái này của Hồng Kông.

Linda   I'll buy the red vase, and could I have four of the Hong Kong bowls. Could you (*makes motion of wrapping*) for me? How do you say that in Vietnamese?

           Tôi mua cái bình đỏ này và cho tôi mua bốn cái bát/chén Hồng Kông.

           Cô/Ông/... ...ấy... cho tôi nhé. (Như) thế này tiếng Việt nói thế nào, cô/...?

Ng. bán   'Wrap'. Yes, I'll wrap them for you.

           Dạ, gói. Vâng, tôi sẽ gói cho cô.

Linda   Thank you. Here, I'll pay you $20.80.

           Cám ơn cô/ông/... Đây, tôi trả cho cô/... hai mươi đồng tám mươi (xu).

Ng. bán   Yes. You speak Vietnamese very well. Whenever you're free, stop by here and chat for fun, O.K.?

           Vâng. Cô nói tiếng Việt giỏi lắm. Khi nào rảnh cô ghé lại đây

           nói chuyện chơi nhé.

20 BT 13

	give	to	for	allow
1. Hôm qua mẹ tôi mua cho tôi rất nhiều quà.			x	
2. Tuần sau mẹ tôi sẽ cho tôi nhiều quà nữa.	x			
3. Anh làm cái này cho tôi, được không?			x	
4. Ông ấy bán cho tôi hai cái bình lớn.		x		
5. Cho tôi mua bức tranh này.				x
6. Anh cho tôi cái tem này, được không?	x			
7. Chị cho tôi mượn xe đạp, được không?				x
8. Khi nào chị trả tiền cho tôi?		x		
9. À! Anh đem một cốc bia cho tôi nhé!		x		
10. Anh mua một cái bưu ảnh cho tôi nhé!			x	

20 BT 14 Tập viết

1. We (you & I) are going to eat at a Vietnamese restaurant today.
    Hôm nay (hai) chúng ta đi ăn cơm ở hiệu ăn Việt Nam.
2. So what restaurant are we going to?
    Thế chúng ta đi hiệu ăn nào?
3. People say that the Que Viet steamed spring rolls are very good.
    Người ta nói bánh cuốn Quê Việt ngon lắm.
4. The Que Viet Restaurant isn't very far.
    Hiệu ăn Quê Việt không xa lắm.
5. It's on Pine Street next to the Capitol Theater.
    Hiệu đó ở đường Pine bên cạnh rạp Capitol.
6. So how are we going?
    Thế chúng ta đi bằng gì?
7. Mary has asked us to go in her car.
    Chị Mary mời chúng ta đi xe của chị.
8. Oh great! So what time are we going?   About 12:00.
    Ô, thích quá. Thế mấy giờ chúng ta đi?   Khoảng mười hai giờ.
9. Oh heavens, it's still almost (all of) three hours more!
    Trời ơi! Còn những gần ba giờ nữa!
10. I'm beginning to feel hungry already.
    Tôi bắt đầu thấy đói bụng rồi.
11. So didn't you eat anything for breakfast?
    Thế sáng nay anh không ăn gì hả?
12. Of course, but only a piece of beefsteak and three eggs.
    Có chứ! Nhưng (tôi) chỉ ăn có một miếng bí-tết và ba quả trứng thôi.

20   BT 15

1. Hà Nội không có nhiều hiệu ăn sắc tộc .
2. Vì thế chị Hải không có dịp ăn cơm Thái,
3. và tìm hiểu văn hóa Thái.
4.   Tất cả lớp tiếng Việt thích học văn hóa Việt Nam.
5.   Chỉ có anh John đi xe đạp đến tiệm ăn.

1. Sao sinh viên lớp tiếng Việt muốn đi ăn cơm Việt Nam?
    Vì họ muốn có dịp tìm hiểu văn hóa Việt Nam.
2. Ai trong lớp không đi ăn cơm Việt được?
    Chị Greta không đi được vì chị (ấy) bị đau.
3. Tại sao sinh viên thích đi tiệm Quê Việt?
    Vì tiệm đó/Quê Việt ngon và rẻ, và cách trường không xa.
4. Ai cầm đũa giỏi?
    Chị Sally, anh John và anh Greg cầm đũa giỏi.
5. Sinh viên lớp tiếng Việt ăn món gì?
    Họ ăn phở, chả giò, bánh cuốn, bánh xèo, và gà xào xả ớt.

20   BT 16

Quang	Chào chị .
Sara	Chào anh . Anh là người Việt Nam mới đến, phải không ?
Quang	Dạ không phải , tôi ở Montreal gần bảy tháng rồi .
Sara	Thế à? Anh đến Montreal hồi nào ?
Quang	Dạ, tôi đến ngày mười lăm tháng mười năm ngoái.
	Còn chị , chị là người Montreal à?
Sara	Dạ không. Tôi sinh ở Toronto, và trước khi ở Montreal tôi ở Calgary ở tỉnh Alberta.
Quang	Chị thích ở Montreal không?
Sara	Dạ thích . Montreal vui lắm. Có nhiều nhà sách, nhiều hàng bán quần áo, nhiều rạp hát, rạp xinê, và đủ loại tiệm ăn.
Quang	Chị thích đi xem phim Việt Nam không ?
Sara	Dạ, tôi chưa có dịp xem phim Việt Nam.
Quang	À, tối mai ở trường có phim *Hai Buổi Chiều Vàng*. Chị nên xem thử phim đó để tìm hiểu văn hóa Việt Nam . Tôi mời chị đi với tôi. Có chỗ nào chị không hiểu tôi sẽ dịch cho chị.
Sara	Cám ơn anh. Chắc phim đó hay lắm .
	Bây giờ anh có mua gì ở đây không?
Quang	Tôi không mua gì cả. Còn chị mua gì không?
Sara	Tôi muốn/định mua một quyển/cuốn vở để đem vào lớp.

20   BT 17

1. Where does Sean live now?   ở Canberra
2. What does he do there (and where)?

làm việc ở Bộ Di trú & đi học tiếng Việt ở trường Đại học Quốc gia Ôx-tra-li-a

3. Why does he like Canberra?   vì Canberra yên tĩnh (hơn Melbourne) và dễ gặp được bạn bè một cách thường xuyên

4. What days and time of day does he study Vietnamese, before or after work?

     sáng thứ hai, thứ tư và thứ sáu trước khi đi làm (việc)

5. What hours does he work on Tuesdays and Thursdays?

     từ 8 rưỡi sáng đến 12 rưỡi trưa, rồi từ 1 rưỡi đến 5 rưỡi chiều

6. What does he do during lunch hour on Tuesdays and Thursdays?

     đi ăn phở rồi đi ngắm cửa hàng hoặc đi thư viện đại học đọc sách tiếng Việt

7. Can Sean read Vietnamese?   Được.

8. Does working fulltime prevent Sean from doing well in Vietnamese?

     Không. Sean nói tiếng Việt rất giỏi (cũng đọc sách tiếng Việt được).

20 BT 18

1. Carla sinh năm một chín sáu mươi lăm.   YES____ NO _X_

2. Carla đi Ca-na-đa năm một chín tám mươi ba.   YES____ NO _X_

3. Carla ở Montreal ít lâu thì dọn đi San Francisco.   YES _X_ NO ____

4. Bây giờ Carla sống và làm việc ở Dallas.   YES _X_ NO ____

5. Năm 1992 Carla đi Ý thăm người bạn.   YES____ NO _X_

6. Mẹ Carla vẫn bị ốm.   YES____ NO _X_

7. Có lẽ năm tới bố mẹ Carla sẽ đi Dallas.   YES _X_ NO ____

20 BT 19

Tuần trước tôi <u>đi</u> San Diego, ghé lại vùng Linda Vista thăm chị, nhưng chị <u>không</u> có nhà — buồn quá.

Hôm qua <u>tôi</u> nhận được thư <u>của</u> gia đình <u>ở</u> tiểu bang Ohio. Mẹ tôi gửi lời thăm chị. Sau <u>khi</u> đọc thư xong tôi <u>đi</u> bưu điện để <u>gửi</u> ít <u>đồ</u> <u>cho</u> gia đình. Ở đấy <u>tôi</u> gặp anh Minh. Anh nói tuần trước <u>chị</u> đi New York, nhưng bây giờ đã trở lại San Diego <u>rồi</u>. Ở New York <u>có</u> vui <u>không</u>? Khi nào chị <u>định/sẽ</u> đến Los Angeles?

Tôi mua được một <u>quyển/cuốn</u> từ điển Việt-Anh rồi, nên chị <u>không</u> phải mua cho tôi nữa. Tôi <u>cũng</u> mua được một <u>quyển/cuốn</u> từ điển Anh-Việt <u>nên</u> bây giờ tôi <u>không</u> phải đi thư viện học <u>nữa/bài</u>. Tôi học ở nhà và chỉ đến thư viện <u>đọc</u> báo hay mượn <u>sách</u>. Tôi cũng mua một <u>quyển/cuốn</u> sách nấu <u>ăn</u> Việt Nam và đang tập <u>nấu</u> mấy món. Khi nào chị <u>đến</u> thăm tôi, tôi sẽ nấu hai ba món <u>cho chị ăn thử</u>. Thêm nữa chúng ta sẽ có nhiều thì giờ đi <u>chơi</u> phố với nhau. Chúng ta có thể <u>mua</u> quần áo mới và viđeo Việt Nam, và tôi sẽ đưa chị đến <u>một</u> tiệm ăn Việt Nam mới ở vùng Gardiner. Tiệm đó xa <u>nhưng</u> món ăn ở đó <u>ngon</u> lắm.

APPENDIX III

REFERENCE NOTES

NOTE A   KIN TERMS AND PERSONAL REFERENCE

Addressing people and referring to oneself or to others is a complicated business in Vietnamese. In general there are no pronouns such as 'you', 'she', 'he'. People refer to themselves and to others, including people they are talking to, in terms of the relationship that exists between the speaker and the hearer, the speaker and the third person referred to, or the hearer and the third person referred to. The relationships in these lessons are primarily those between speakers and hearers, speakers and hearers usually being the students of the language.

The basic unit in Vietnamese society is the family, and this factor plays an important role in the expression of personal relationships. Almost all terms of reference are kinship terms, used in the family and extended beyond the family to express friendly respect. In this way the language constantly reaffirms and maintains meaningful relationships.

For example, a child referring to itself in speaking to its parents will use the kin term *con* meaning 'your child/offspring'. An older brother referring to himself in speaking to a younger brother or sister will use *anh* 'older brother' and address that younger sibling as *em* 'younger sibling'. If Mrs. A and Mrs. B, both young mothers, are good friends, they will call each other *chi* 'older sister' and refer to themselves as *em* or *tôi* 'I (general)'; they will address each other's children by *cháu* 'niece, nephew', and in speaking to those children refer to themselves as *dì, cô,* or *bác* 'mother's sister'. If John, from abroad, is a university student in Hanoi and goes to visit his good friend (*anh*) Phong, he addresses both Phong's parents in a very respectful way as *bác* 'older uncle' (and 'Mrs. older uncle'). He will address his male teachers as *thày* 'teacher, master' and address his female teachers as *cô* 'respected aunt' and refer to himself as *em* or *tôi*. Teachers will address such a student as *em* or by his given name and will refer to themselves as *thày* or *cô* if the student is younger. If the student is older than the teacher, the teacher will address the student as *anh* or *chi* and refer to him/herself as *tôi*. [In the reference text, tones and vowels are not fully marked.]

Kin terms used in addressing people who are older than oneself (*ông, bà, anh, chi, cô, bô, ba, me, má, thày, dì, chú, thím, bác, cu, câu,...*) are often combined with *a* [with dot under] to make a more polite form of greeting:

(*Chào*) *ông ạ* (*chào* being optional with *ạ*) is more respectful than *Chào ông,* and
(*Chào*) *bác ạ* is more polite than *Chào bác* .

The chart here gives most of the commonly used terms of address and reference. Many of these terms are introduced in the lessons for use in conversation. The first column of translated terms gives the meaning(s) used within the family. Most of these terms are also used for relatives and in-laws. The meaning(s) given in the second column is the usage extended beyond the family. These translations are very general approximations; it should be understood that, in the use of these terms, there is a great deal of flexibility and variation related to region, situation, intent, and individual idiosyncrasy. Almost all these terms are used as both 'you' and 'I' and most of them can be used to designate 'he' or 'she'.

KINSHIP TERMS AND THEIR USE

	KIN MEANING	EXTENDED GENERAL MEANING
cụ	great grandfather/mother	(older) male friend of father, very old gentleman
ông	grandfather	Mr., Sir
bà	grandmother	Mrs., Madam, older woman (respectful)
cha	father	priest
bố, ba	father	older male colleague/friend (friendly, joking)
mẹ, má	mother	older female colleague/friend (friendly, joking)
bác	father's older brother & wife of father's older bro.	older man/woman; inferior man (respectful)
chú	father's younger brother	male friend of father, same age man (polite)
thím	wife of father's younger brother	young married woman
cô	father's sister	Miss, young woman; female teacher
cậu	mother's brother; father	young male friend
dì	mother's sister	older female, female friend of mother
anh	older brother	male friend/acquaintance; male sweetheart
chị	older sister	female friend/acquaintance; inferior woman (respectful)
em	younger sibling	child, young friend/student; female sweetheart
con	offspring	child of close friend
cháu	grandchild; niece, nephew	young child of friend/acquaintance, child (friendly)

Here are a few non-kin terms in common use:

thầy	(sometimes father)	male teacher, Buddhist monk
tôi		I (formerly: your servant)
mình		self (more intimate than tôi), you/we (intimate)

NOTE B   VIETNAMESE PERSONAL NAMES

Names in Vietnam customarily consist of a family name, usually a middle name, and a given name, in that order (the reverse of English custom).

Family name.   When in contact with any Vietnamese community one cannot fail to notice that there are only a few different family names used for a nation with a population of about 60–70 million. Why is this so? Most of the major family names are the names of main dynasties, that is, the surnames of the principle kings in Vietnamese history, as shown in this chart.

DYNASTIES IN VIETNAMESE HISTORY

Hồng Bàng	2879 – 258 B.C.	Đinh	970 – 980
Thục	257 – 207 B.C.	Lê (Early Lê)	980 – 1009
Triệu	207 – 111 B.C.	Lý (Later Lý)	1010 – 1225
1st Chinese domination	111 – 39 A.D.	Trần	1226 – 1401
Trưng Trắc sisters	39 – 42	Hồ	1401 – 1407
2nd Chinese domination	43 – 544	4th Chinese domination	1407 – 1427
Lý (Early Lý)	544 – 602	Lê (Later Lê)	1428 – 1788
3rd Chinese domination	603 – 938	Mạc	1527 – 1592
Ngô	939 – 965	Nguyễn (Tâysơn)	1788 – 1802
Period of 12 warlords	966 – 969	Nguyễn (Gia Long)	1802 – 1945
		(French colonization	1880s - 1945/54)

Some of the major family names: Nguyễn, Lê, Trần, Ngô, Hoàng (Huỳnh), Phạm.
Some other common surnames: Lý, Hồ, Đỗ, Phan, Bùi, Trương, Vũ (Võ), Cao, Đặng, Lưu.

Like many another nation, Vietnam has a bloody history, a history of consecutive and long-lasting wars – wars against Chinese aggressors, revolts to cast a king from his throne, conspiracies to seize the throne. Often such conflicts lead to massive massacre. In some cases the first king of a new dynasty in Vietnam chose to annihilate all the ex-courtiers of the old dynasty and their relatives of three generations. Furthermore, to destroy the memory of the old dynasty and the hope of restoring it, the new king sometimes forced people to change their old dynastic name into the new king's dynastic name or into another name.   Also, sometimes the escaping ex-courtiers of the overthrown dynasty would chang their names to avoid being recognized.

There was also a tradition of giving the king's name to persons who had achieved great merit. Thus the king might give his dynastic name as reward to some of his close friends who helped him gain the throne or to persons who passed the highest in court-organized literature examinations or martial arts tests. Being given a king's name was the most honorable award. There is a proverb:

> *Thấy người sang, bắt quàng làm họ*
> *Seeing that a man is a high-ranking noble,*
> *everybody wants to claim him as a relative.*

So we can suppose that there might be many people who themselves changed their family names to a king's or a mandarin's name. As a consequence of all these factors, it is not surprising that the most widespread family name at this time is Nguyen, the name of the last two imperial dynasties.

Middle name. Two very common middle names in Vietnam are *Văn* for males and *Thị* for females, used especially in rural areas. Such middle names have only the function of differentiating sex.

Sometimes, however, people want to set their small branch of the family name apart from the other branches, so they use a middle name that, together with the family name, is distinctly their own. For example, one family of famous writers held the same middle name to distinguish themselves from others of that surname.

Nguyễn Tường Tam (Nhất Linh – pen name) (writers in the literary group
Nguyễn Tường Long (Hoàng Đạo) *Tự Lực Văn Đoàn* in the
Nguyễn Tường Lân (Thạch Lam) 1930's and 1940's)

Or sometimes an ethnic Chinese family or a Vietnamese family influenced by Chinese custom gives their children the same given name and differentiates them by different middle names. For example:

Trương Hồng Ngọc "rose jade"
Trương Bích Ngọc "emerald"
Trương Thanh Ngọc "green jade"
Trương Bạch Ngọc "white jade"

Given name. The number of possible Vietnamese given names is almost endless and since there are so few family names, the given name is the most distinguishing part of a name. Therefore, Vietnamese people are generally identified by their given names.

Most Vietnamese given names that are used at present are Sino-Vietnamese words, that is, Chinese words adapted to Vietnamese pronunciation. For a very long time Sino-Vietnamese terms have enjoyed much greater literary prestige than have purely Vietnamese terms, so it not surprising that people, as well as places, are usually given Sino-Vietnamese names. Sometimes these are single names and sometimes compound names. Some people don't have middle names, only the family name and one given name, often a compound name. Here are some examples of full names. (Some people still prefer to hyphenate their compound names, as is done in these examples, and some people prefer to follow the current custom of not hyphenating.)

Nguyễn Văn Hải
Trần Thị Thúy-Anh
Lê Kim-Oanh
Vũ Hương-Sa
Phạm Hùng

A father, thinking about a name for his newborn baby, would look for it in a Confucian book. If he is illiterate in Sino-Vietnamese, he would ask a teacher or a fortuneteller for help. The chosen name should have a good meaning or a good sound to the Vietnamese ear. Here is a small sampling of some likely choices:

1. a virtue appreciated by Confucian doctrine:

Nhân	benevolence, charity	*Hiếu*	(filial) piety	*Tuân*	obedience
Công	justice, merit	*Thảo*	virtue, filial piety	*Tín*	sincerity
Nghĩa	justice, righteousness	*Đức*	virtue (m)	*Chung*	faithfulness
Lễ	propriety	*Dung*	virtue (f)	*Trung*	loyalty
Tư	personal endowment	*Trinh*	chastity, purity	*Trí*	knowledge
Hạnh	good conduct	*Ân*	grace, gratitude	*Huấn*	instruction

2. a thing everyone wants to have or acquire:

Quí	nobility	*Đặng*	success	*Phú*	richness
Danh	fame, dignity	*Thiệu*	prosperity	*Kim*	gold
Cao	eminence	*Vượng*	prosperity	*Ngân*	silver
Cự	prominence				

3. a much-prized quality and other auspicious names:

An	tranquillity, safety	*Hiển*	glory	*Nhung*	velvet
Bình	tranquillity, peace	*Hòa*	peace, harmony	*Ninh*	security
Bính	brightness	*Hoài*	aspiration	*Phúc/Phước*	
Chi	branch, aromatic grass	*Hoàng*	royalty (golden)		happiness, luck
Chinh	conqueror	*Hùng*	mightiness	*Quang*	brightness
Chính	righteousness	*Huy*	splendor	*Quyền*	power
Cừ	excellence	*Khải*	victory	*Tài*	talent, ability
Cương	resolution, energy	*Khôi*	handsome, smart	*Thạch*	strength, rock
Cường	vigorousness	*Khuê*	nobility	*Thái*	the Great
Diệu	marvel, wonder	*Kiệt*	distinction	*Thanh*	clarity, azure
Doãn	authority	*Kiều*	beauty, charm	*Thi*	literature
Doanh	profit, responsibility	*Lệ*	law, custom	*Thông*	intelligence
Dũng	bravery, courage	*Linh*	intelligence	*Thục*	skill, virtue
Duyên	charm, beauty	*Lộc*	good fortune	*Thùy*	modesty
Đại	greatness	*Lợi*	advantage, profit	*Thụy*	auspicious
Đoan, Trang	decency	*Lương*	honesty	*Tú*	glory, beauty
Hào	might, authority	*Mạnh*	powerfulness	*Tuấn*	talent, brilliance
Hảo	kind, beautiful	*Minh*	cleverness	*Tuệ*	intelligence
Hiền, Hậu	gentleness	*Nguyên*	source	*Vinh*	honor
Hiến	civilization	*Nguyện*	aspiration		

4. name of a noble animal, which may be a religious symbol or symbol of a dynasty:

Ly	unicorn	*Long*	dragon	*Giao*	water dragon
Loan, Phụng/Phượng	phoenix	*Đằng*	flying dragon	*Bằng*	griffin
Qui	tortoise	*Lân*	lion-dragon	*Lộc*	stag

5. name of a beautiful bird:

Yến	swallow, canary	*Oanh, Anh*	oriole	*Công*	peacock
Thúy	kingfisher				

6. name of a beautiful flower or plant:

Mai	apricot blossom (flower of spring)			*Quế*	cinnamon
Lan	orchid (summer)	*Huệ*	lily	*Diệp*	flame tree
Cúc	chrysanthemum (fall)	*Đào*	peach blossom	*Thùy*	weeping willow
Trúc	bamboo (winter)	*Hồng*	rosc	*Tòng/Tùng*	pine tree
Liên	lotus	*Quỳnh-Hoa*	night-blooming cereus		
Chương	a tree with perfumed leaves				

7. a thing or jewelry that denotes a woman:

Vân	beautiful silk	*Ngọc*	jade	*Trâm*	brooch
Cẩm	brocade	*Châu*	pearl	*Lệ*	tears, beauty
Bảo	precious, treasure	*Thúy*	emerald	*Hương*	perfume
Ánh	light, reflection	*Cừ*	mother-of-pearl	*Tiên*	goddess, fairy
Nga	beautiful woman	*Diễm/Diệm*	beautiful, excellent		
Thoa	jewel in a woman's hair				

8. a thing of nature that is usually described in poetry, especially classical literature:

Thiên	the sky	*Phong*	wind	*Vân*	clouds
Nguyệt/Nga/Hằng	the moon	*Vũ*	rain	*Hoa*	flower; beauty
Dương	the sun	*Tuyết*	snow	*Hà, Giang*	river
Hải	the sea	*Sương*	dew; frost	*Sơn*	mountain
Thủy	water				

9. some names from the Vietnamese (Chinese, astrological) calendar

Sửu	2nd terrestrial branch (Year of the Buffalo)	*Xuân*	spring
Dần	3rd terrestrial branch (Year of the Tiger)	*Hạ*	summer
Thìn	5th terrestrial branch (Year of the Dragon)	*Thu*	autumn
Ngọ	7th terrestrial branch (Year of the Horse)	*Kim*	metal
Dậu	10th terrestrial branch (Year of the Rooster)	*Thủy*	water
Hợi	12th terrestrial branch (Year of the Pig)	*Chi*	the twelve
Giáp	the 1st celestial trunk (wood)		terrestrial branches
Bính	the 3rd celestial trunk (fire)		

NOTE C   COUNTRIES AND ETHNIC REGIONS OF THE WORLD

Afghanistan	A-phú-hãn, Áp-ga-ni-stan	Gibraltar	Gi-bran-ta
Albania	An-ba-ni	Greece	Hy-lạp
Algeria	An-giê-ri	Grenada	Grê-na-đa
Argentina	Á-căn-đình, Ác-hen-ti-na	Guatemala	Gua-tê-ma-la
Australia	Úc(-đại-lợi), Ô(s)-tơ-rây-li-a	Guiana	Ghi-a-na
Austria	Áo, Ô(s)-tơ-ri-a	Guinea	Ghi-nê
Bangladesh	Băng-la-đét	Guyana	Guy-a-na
Belgium	Bỉ	Haiti	Ha-i-ti
Bermuda	Béc-mu-đa	Honduras	Hon-đu-ra
Bolivia	Bô-li-vi-a	Hong Kong	Hồng-kông, Hương Cảnh
Brazil	Ba-tây, Brê-din	Hungary	Hung-gia-lợi, Hung-ga-ri
Bulgaria	Bảo-gia-lợi, Bun-ga-ri	Iceland	Băng Đảo
Burma	Miến-Điện, Diến-Điện	India	Ấn-độ
Cambodia	Cao-Miên, Căm-pu-chi-a	Indonesia	Nam-Dương, In-đô-nê-xi-a
Canada	Gia-nã-đại, Ca-na-đa	Iran	Ba-tư, I-ran
Cen. African Rep.	Cộng hòa Trung Phi	Iraq	I-rắc
Chile	Chí-lợi, Chi-lê	Ireland, Irish Rep.	(Cộng hòa) Ái-nhĩ-lan
China	Trung-Hoa, Trung-Quốc	Israel	Do-thái, I-sra-en
Colombia	Cô-lôm-bi-a	Italy	Ý(-đại-lợi), I-ta-li
Congo	Công-gô	Ivory Coast	Ai-vơ-ri Cô-stơ
Costa Rica	Cô-(s)ta-ri-ca	Jamaica	Ia-mai-ca
Cuba	Cu-ba	Japan	Nhật(-Bản)
Cyprus	Đào-Síp	Jordan	Gioóc-đan
Czechoslovakia	Tiệp-khắc	Kenya	Kê-ni-a
Czech Republic	Cộng hòa Tiệp	Korea, No.	Bắc Hàn/Cao-ly/Triều-Tiên
Slovakia	Sơ-lô-va-ki-a	Korea, So.	Nam Hàn/Cao-ly/Triều-Tiên
Denmark	Đan-mạch	Kuwait	Cô-oét
Dominica	Đô-mi-ních	Laos	Lào, Ai-lao
Dominican Republic	Cộng hòa Đô-mi-ních	Lebanon	Lê-ba-non
Ecuador	Ê-qua-đo	Liberia	Li-bê-ri-a
Egypt	Ai-cập	Libya	Li-bi-a
El Salvador	En San-va-đo	Luxembourg	Lục-xâm-bảo, Lúc-xem-bua
England	Anh(-cát-lợi)	Madagascar	Mã-Đảo, Ma-đa-ga-sca
Equatorial Guinea	Ghi-nê Xích-đạo	Malaysia	Mã-lai, Ma-lai-xi-a
Ethiopia	Ê-thi-ô-pi-a	Malta	Man-ta
Falkland Islands	đảo Phoóc-lan	Mauritania	Mô-ri-ta-ni-a
Finland	Phần-lan	Mexico	Mễ-tây-cơ, Mê-hi-cô
France	Pháp	Monaco	Mô-na-cô
Germany	Đức	Mongolia	Mông-cổ
Ghana	Ga-na	Morrocco	Ma-rốc

Mozambique	Mô-dăm-bích	Sri Lanka	Sri Lan-ca
Namibia	Na-mi-bi-a	Sudan	Su-đan
Nepal	Nê-pan	Surinam	Su-ri-nam
Netherlands	Hà-lan, Hòa-lan	Sweden	Thụy-điển
New Zealand	Tân-tây-lan, Niu Di-lơn	Switzerland	Thụy-sĩ
Nicaragua	Ni-ca-ra-gua	Syria	Sy-ri
Nigeria	Ni-giê-ri-a	Tahiti	Ta-hi-ti
Norway	Na-uy	Taiwan	Đài-Loan
Pakistan	Pa-kít-(s)tan	Tanzania	Tan-da-ni-a
Palestine	Pa-le-stin	Thailand	Thái(-lan)
Panama	Pa-na-ma	Tunisia	Tuy-ni-di
Papua New Guinea	Pa-pua Niu Ghi-nê	Turkey	Thổ-nhĩ-kỳ
Paraquay	Pa-ra-guay	Uganda	U-gan-đa
Peru	Pê-ru	United Kingdom	Vương Quốc Anh
Philippines	Phi-luật-tân, Phi-líp-pin	United States of America	Mỹ,
Poland	Ba-lan		(Hợp-chủng-Quốc) Hoa-kỳ
Portugal	Bồ-đào-nha	Upper Volta	Vôn-ta Thượng
Puerto Rico	Pu-éc-tô Ri-cô	Uruguay	U-ru-guay
Romania	Lỗ-ma-ni, Ru-ma-ni	Vatican City	Va-ti-căng
Russia	Nga	Venezuela	Vê-nê-du-ê-la
(Soviet Union	Liên-Xô)	Vietnam	Việt Nam
Saudi Arabia	Ả-rập, A-ráp Sa-u-đi	Wales	xứ Uên
Scotland	Scốt-lan	Yemen	I-ê-men
Senegal	Sê-nê-gan	Yugoslavia	Nam-tư
Singapore	Tân-gia-ba, Sin-ga-po	Zaire	Dai-rê
Somalia	Sô-ma-li-a	Zambia	Dăm-bi-a
South Africa	Nam Phi	Zimbabwe	Dim-ba-bu-ê
Spain	Tây-ban-nha		

CONTINENTS, REGIONS, AND OCEANS

Asia	Á Châu, châu Á	Indochina	Đông Dương
America	Mỹ Châu, châu Mỹ	Middle East	Trung Đông
Europe	Âu Châu, châu Âu	Antarctica	(châu) Nam cực
Australia	Úc Châu, châu Úc	Pacific Ocean	Thái Bình Dương
Africa	Phi Châu, châu Phi	Atlantic Ocean	Đại Tây Dương
Oceania	châu Đại Dương	Mediteranean Sea	Địa Trung Hải

SOME CITIES IN VIETNAM

Hà Nội	Capital, the major No. city	Qui Nhơn	Cen. coastal city
Sàigòn	the major So. city, port	Vũng Tàu	So. coastal city
Huế	the major Cen. city	Bắc Ninh	No. inland city
Hải Phòng	the major No. port	Đà Lạt	Cen. mountain city
Đà Nẵng	the major Cen. port	Mỹ Tho	Mekong River city
Nha Trang	Cen. coastal city	Cần Thơ	So. delta city

APPENDIX IV   THE VIETNAMESE LANGUAGE

BACKGROUND

The Vietnamese language has been spoken for hundreds of years in the coastal and delta areas of eastern Southeast Asia. Three major dialects and many minor dialects have arisen from a long southward migration. The three major dialects are spoken in the central population areas of the northern delta, the southern delta, and the coastal region of Hue, and all bear the heavy influence from 1000 years of Chinese colonization until 939 A.D. Nearly one hundred years of French colonization left little mark on the language.

All the dialects are to a greater or lesser extent mutually intelligible. The most distinguishing features are in pronunciation. The dialect of Central Vietnam is the most 'conservative', reflecting earlier dialects, while the dialects of the rich delta urban areas, Hanoi and Saigon, reflect the changes of a vital language, especially the dialect of the Hanoi-Red River delta area, considered to be the home of Vietnamese society. For instance, while Central Vietnam still has only four tones, the South has five and the North delta area has six.

The tone system of Vietnamese is typical of the Mainland Southeast Asia area: Each syllable is distinguished by a higher or lower register and a rising, level, or falling intonation. For example, *ba* with a mid-high level tone means 'three' while *bà* with a low somewhat falling tone means 'grandmother, older woman', *sang* with mid-high level tone means 'to go across' while *sáng* with a high rising tone means 'morning', and so on. The Pronunciation Guide in this appendix gives a tone chart of the Northern and Southern tones, as well as the Vietnamese alphabet, discussion of problem sounds, and listening exercises.

Structurally speaking, Vietnamese language is not inflected, that is, it does not have different forms in nouns for number or case, and verbs show no change of form for tense or modality. For example, 'give me' is expressed by *cho tôi* 'give I' and the phrases 'I went', 'I'm going', 'I'll go' can all be expressed in Vietnamese by *tôi di* 'I go'. Word order is basically the same as in English in that the subject usually comes first, then the verb, then the object; however, adjectives and other words modifying a noun, except for numerical-value words, follow the noun: *Tôi mac môt cái áo do mói.* (I, wear, one, thing, shirt, be red, be new) 'I wore a new red shirt'. [Tones and vowels are not fully marked in this section.]

As in many other languages in the area, Vietnamese is basically monosyllabic — each syllable one meaning — and has extensive compounding of syllables. Usually, compounds in Vietnamese are syllables from Chinese, and abstract terminology and proper names — place names and many personal names — are usually these Sino-Vietnamese compounds. The syllable *viên*, meaning 'personnel', is combined in these lessons with other Sino-Vietnamese syllables: *sinh-viên* 'student', *giáo-viên* 'teacher', *viên-chúc* 'public servant', *nhân-viên* 'personnel, employee(s)'. (Current practice is not to use hyphens in compounds but to write them as two/three words.)

349

The scope for poetry (and puns!) is greatly enhanced by the tonal and syllabic structure of the language, and Vietnamese has a long history of gracious and well-loved poetry, a very high value being placed on poetry and poetic and graceful speech and writing. Traditional literature — in poetic form — has intricate rules of rhythm, tonal progression, rhyming, and imagery. These characteristics can be seen in some of the proverbs scattered throughout the lessons.

For centuries, Chinese literary style and script were used, continuing into this century even though a demotic script adapting Chinese characters was devised about the 12th or 13th century. (Many Vietnamese classics were written in the demotic script.) In the 17th century, foreign missionaries developed a Western (phonetic) alphabet that later became popular with Vietnamese writers, especially after the final abolition in 1918 of the Mandarin examinations, with their Chinese emphasis. Because this script is not very old, there is still a close correlation between writing and pronunciation.

GUIDE TO PRONUNCIATION

Listen to a tape or a Vietnamese speaker for the tones, alphabet, problem sounds, and vowels.

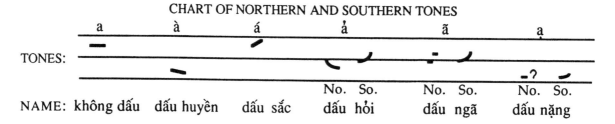

CHART OF NORTHERN AND SOUTHERN TONES

	a	à	á	ả	ã	ạ
TONES:				No. So.	No. So.	No. So.
NAME:	không dấu	dấu huyền	dấu sắc	dấu hỏi	dấu ngã	dấu nặng

VIETNAMESE ALPHABET AS IN MODERN DICTIONARIES
[Pronunciation guides in brackets are approximate]

WRITTEN LETTER	NAME	WRITTEN LETTER	NAME
a	a	n	en-nờ
ă	ắ	o	o[ɔ]
â	ấ	ô	ô
b	bê	ơ	ơ
c	xê [sê]	p	pê
d	dê [zê]	q	cu
đ	đê	r	e-rờ
e	e [ɛə]	s	ét-sì / e-sờ
ê	ê	t	tê
g	dê [zê]/[ẑê]	u	u
h	hát	ư	ư
i	i	v	vê
k	ca	x	ík-sì / ék-sờ
l	e-lờ	y	i-cờ-rét /
m	em-mờ		i dài (long i)

ALPHABET OF SOUNDS (and as in Nguyen-Dinh-Hoa and N.V. Khon dictionaries)

a   á   à   ả   ã   ạ

a	ha	pa	a few foreign words
ă	i	pha [fa]	
â	ke (ki/y)	qua	[So: wa]
ba	kha	ra [za]	[So: r̃a]
ca (co, cu)	la	sa	[So: sya]
cha	ma	ta	
da [za] [So: ya]	na	tha	
đa	nga	tra [cha]	[So: ṭra]
e	nha	u	
ê	o	ư	
ga	ô	va	[So: ya/bya]
gia [za] [So: ya]	ơ	xa	
		ya [iya]	

COMMON VOWELS

a	ă	â	e	ê	i (y)	o	ô	ơ	u	ư	ai	ay
ây	ao	au	âu	êu	iêu	iu	iê/ia	oa	oai	oe	oi	ôi
ơi	ua/uâ	ui	uôi	uô	uy	uê	ưa	ươ	ươi	ưi	ươu	ưu

(For Pronunciation Lessons for listening, see p. 353.)

SELF PRACTICE OF PROBLEM SOUNDS

c/k- kh-,   t- th-,   ch- tr-,   ng- nh-,   -oc/uc -op/up,   -ong/ông/ung -om/ôm/um,   ơ, ư

Here are clues for some of the problem sounds.

unaspirated:	c/k-	có	t-	tôi	ch-	chai		ng-[ŋ-]	nghe
vs. aspirated:	kh-	khó	th-	thôi	tr-	trai	vs.	nh-[ny-]	nhé

The aspirated **kh-**(không) and **th-**(thôi) are like English c/k-(come) and t-(toy) (although they have a little more aspiration). We have the unaspirated sounds and **ng** in English but not initially in a word, only after other sounds. To practice these initial sounds:

for	say		gradually leave off		to achieve		
c/k-	sky	→ s-s-ky	s- (keep the unasp. k!)		ky:	cái	'thing'
t-	sten	→ s-s-ten	s- (keep the unasp. t!)		ten:	tên	'name'
ng-	sing-on	→ si-i-ngon	si-		ngon:	ngon	'tasty'

Some Northern speakers and all Southern speakers say an unaspirated **ch-**, rather like [tya]. For **tr-**, Northern speakers say an aspirated [ch-] and Southern speakers say an unaspirated retroflex [t]. Many Northern speakers have no difference between **ch-** and **tr-**.

The final sounds **-oc/ôc/uc/ong/ông/ung** are very difficult for foreigners. They have a simultaneous labial and velar closure, that is, simultaneous pronunciation of -p and -k for **-c** and of -m and -ng for **-ng**. Students should listen closely to a Vietnamese speaker.

Learning tones in the flow of speech can be quite difficult but is especially important; therefore, much attention is given to tone drills in the pronunciation exercises. One thing that is helpful to remember is that all words ending in -c/ch, -t, or -p have either the high rising tone (dâu sác) or the low tone with glottal stop (dâu nang).

SOME POSSIBLE VOWEL COMBINATIONS WITH EXAMPLES

In this list 'C' = Consonant. All the examples are from lesson vocabulary.

VOWEL	EXAMPLE	MEANING	VOWEL	EXAMPLE	MEANING
ai	bài	lesson	ia	kia	over there
ay	bảy	seven	yêC	yên tĩnh; mệt	tranquil; tired
ây	bây giờ	now	CiêC	tiếng; viết	language; write
ao	bao giờ	what time	ua	mua	buy
au	đau	sick, hurt	uâC	tuần; luật	week; law
âu	đâu	where	uôC	uống thuốc	drink medicine
eo	mèo	cat	ưa	chưa	not yet
êu	nêu ý kiến	express idea	ươC	vườn; được	garden; able
iêu	hiểu	understand	ươu	rượu	alcohol
iu	chịu	bear with	ưu	bưu điện	post office
oi	đói	hungry	uy [wi]	tùy	depend on
ôi	tôi	I	uya [wia]	khuya	late at night
ơi	với	with	uyêC [uwe]	thuyền; tuyết	sampan; snow
ui	vui	enjoyable	uê [wê]	thuê	to rent
uôi	buổi	portion of day	oa [wa]	hoa	flower
ưi	gửi	send	oe [wɛ]	khỏe	healthy
ươi	người	person	oai [wai]	xoài	mango
			oăC [wa]	hoặc	or

Bút sa gà chết

When the pen falls the chicken dies.

*Once written the deed is done: In the old days, when a decree or other important
paper was to be written, the event was celebrated by the killing of a chicken.
Another reading is a comment on bureaucratic corruption:
payment of a chicken for a document.*

GUIDE TO PRONUNCIATION — PRACTICE

These listening and drilling exercises are intended to focus on those most common sounds in Vietnamese that are potential problems for English speakers. They are best started after beginning Lesson 2 in the text.

The exercises are of two types. One type lists contrasting sounds with examples of actual words or phrases from the lesson dialogs, especially those of the early lessons. The other type uses contrasting sounds in changing sequences to help in distinguishing those sounds. In both types the sounds being focused on in the exercise are lined above the exercise.

Students should listen and repeat, following a tape or a Vietnamese speaker.

PRONUNCIATION LESSON 1

TONES A

	ban	bàn	bán	bản	bãn	bạn
1	ban	anh cô ông tôi tên xin hai ba năm (ba)mươi bây ơn không
2	bàn	bà chào là gì còn mười giờ rồi
3	bán	bốn sáu tám chín mấy cám có
4	bản	bảy bảy
5	bãn	lỗi lỗi
6	bạn	chị dạ một

TONES B

1	ban	ban	ban	ban	ban	bán	ban	bán
2	bán	ban	bán	ban	bán	bán	bán	bán
3	ban	bàn	ban	bàn	bàn	bàn	bàn	bàn
4	bàn	ban	bàn	ban	bàn	bán	bàn	bán
5	bán	ban	bán	ban	bán	bàn	bán	bàn

TONES C

1	ban ban	tên anh	tên anh
2	ban bán	ba bốn	ba bốn
3	bán ban	bốn năm	bốn năm
4	bán bán	tám chín	tám chín
5	ban bàn	bây giờ	bây giờ
6	bàn bàn	là gì	là gì
7	bàn ban	chào anh	chào anh
8	bàn bán	mười sáu	mười sáu
9	bán ban	cám ơn	cám ơn
10	bán bàn	mấy giờ	mấy giờ

TONES D

1	ban	bản	*ai hỏi*	ban	bản	bản	ban	*hỏi ai*	bản	ban
2	bản	bàn	*phải làm*	bản	bàn	bản	bản	*mời cô?*	bản	bản
3	bàn	bản	*nhàn tản*	bàn	bản	bàn	bán	*hàng hoá*	bàn	bán
4	ban	bản	*can đảm*	ban	bản	bán	bản	*chán nản*	bán	bản
5	bản	bán	*thảm sát*	bản	bán	bản	ban	*khẩn trương*	bản	ban

VOWELS (single)

ban	băn	bân	ben	bên	bin	bon	bôn	bơn	bun	bưn

VOWELS A

1	ban	ba	tám	cám	bà	ba	dạ	là
2	băn	—	năm					
3	bân	—	phần (part)					
4	ben	be	xem (see)	nhé (O.K.?)				
5	bên	bê	tên	thế				
6	bin	bi	xin	chín	chị	gì		
7	bon	bo	còn	có				
8	bôn	bô	bốn	một	cô			
9	bơn	bơ	ơn	giờ				
10	bun	bu	cũng	cũ (old)				
11	bưn	bư	nhưng (but)	từ	vựng			

VOWELS B

1	ban	băn		ban	băn	băn	ban		băn	ban
2	băn	bân		băn	bân	bân	băn		bân	băn
3	bân	bơn		bân	bơn	bơn	bân		bơn	bân
4	ben	bên		ben	bên	bên	ben		bên	ben
5	bon	bôn		bon	bôn	bôn	bon		bôn	bon
6	bon	ban		bon	ban	ban	bon		ban	bon
7	bơn	bưn		bơn	bưn	bưn	bơn		bưn	bơn
8	ban	băn	bân			ban	băn	bân		
9	ban	bon	bôn			ban	bon	bôn		
10	bin	ben	bên			bin	ben	bên		
11	bin	bưn		bin	bưn	bưn	bin		bưn	bin
12	bên	bơn		bên	bơn	bơn	bên		bơn	bên

CONSONANTS   nha   nga

1	nha	nga		nha	nga	nga	nha		nga	nha
2	nhan	ngan		nhan	ngan	ngan	nhan		ngan	nhan
3	nho	ngo		nho	ngo	ngo	nho		ngo	nho
4	nhon	ngon		nhon	ngon	ngon	nhon		ngon	nhon
5	na	nga		na	nga	nga	na		nga	na
6	nam	ngam		nam	ngam	ngam	nam		ngam	nam

PRONUNCIATION LESSON 2

TONES A	ban	bàn	bán	bản	bãn	bạn			
1	ban		đây	đâu		không	Nam	Trung		
2	bàn		đường	vùng	nhà	ồ	à	nào	người	và	phần
3	bán		ấy	số	thế	chúng	Úc	Bắc	nước	sách	tiếng	lớp
4	bản		ở	phải						
5	bãn		cũng	Mỹ						
6	bạn		Việt	Nhật						

TONES B										
1	ban	bán	*tôi muốn* ban	bán		ban	bãn *hung hăn* ban	bãn
2	bán	bãn *thoáng đãng* bán	bãn		bãn	bán *mẫn cán* bãn	bán
3	bản	bãn *chỉ dẫn* bản	bãn		bãn	bản *đã rửa* bãn	bản
4	bản	bạn *trả nợ* bản	bạn		bạn	bản *thợ mỏ* bạn	bản
5	bàn	bạn *tài trợ* bàn	bạn		bạn	bàn *soạn bài* bạn	bàn

VOWELS A	(diphthongs)		bai	bay	bây	bơi	bươi	
1	bai	hai	phải	bài			
2	bay	bảy					
3	bây	mấy	đây/đấy	ấy			
4	bơi	mới (just)					
5	bươi	mười	mươi	người			

VOWELS B		bơi	boi	bôi					
1	bơi	boi		bơi	boi	boi	bơi	boi	bơi
2	boi	bôi		boi	bôi	bôi	boi	bôi	boi
3	boi	bai		boi	bai	bai	boi	bai	boi

CONSONANTS		tha	ta		kha	ca				
1	tha	ta		tha	ta	ta	tha	ta	tha
2	thôi	tôi		thôi	tôi	tôi	thôi	tôi	thôi
3	thi	ti		thi	ti	ti	thi	ti	thi
4	kha	ca		kha	ca	ca	kha	ca	kha
5	khai	cai		khai	cai	cai	khai	cai	khai
6	khi	ki		khi	ki	ki	khi	ki	khi

TONES C	bai	bài	bái	bải	bãi	bại			
1	bai bai	anh Nam		7	bai bái	anh ấy
2	bài bài	người gì		8	bài bái	người Bắc
3	bai bài	đây là		9	bải bai	phải không
4	bái bai	chúng tôi		10	bại bai	Dạ không
5	bái bài	thế à		11	bai bãi	xin lỗi
6	bái bải	số bảy		12	*bải bái*	*bảy số*

TONES D

1	bai	bái	bai		bai	bái	bai
2	bai	bái	bái		bai	bái	bái
3	bai	bãi	bai		bai	bãi	bai
4	bai	bải	bai		bai	bải	bai
5	bai	bại	bai		bai	bại	bai

VOWELS C

		bao	bau	bâu	bô
1	bao	chào	nào		
2	bau	sáu			
3	bâu	đâu			
4	bô	cô	số		

VOWELS D

1	bao	bau		bao	bau	bau	bao	bau	bao
2	bau	bâu		bau	bâu	bâu	bau	bâu	bau
3	bâu	bô		bâu	bô	bô	bâu	bô	bâu

PRONUNCIATION LESSON 3

TONES A		bo	bò	bó	bỏ	bõ	bọ	
1	bo bo bó	hai ba bốn						hai ba bốn
		sinh viên ấy						sinh viên ấy
2	bò bo bó	làm công chức						làm công chức
		người Trung ấy						người Trung ấy
3	bo bó bo	ba bốn năm						ba bốn năm
		hai chúng tôi						hai chúng tôi
4	bo bó bò	không có gì						không có gì
		anh ấy làm						anh ấy làm
5	bò bó bo	mười chúng tôi						mười chúng tôi
		làm giáo viên						làm giáo viên
6	bỏ bò bo	ở nhà anh						ở nhà anh
		ở đường Gia Long						ở đường Gia Long
7	bỏ bò bò	ở đường nào						ở đường nào
8	bo bỏ bo	cô ở đâu						cô ở đâu
		anh hiểu không						anh hiểu không
9	bõ bỏ bo	cũng ở đây						cũng ở đây
10	bọ bõ bọ	chị cũng học						chị cũng học
11	bo bo bọ	nhưng tôi học						nhưng tôi học
12	bo bọ bò	không được nhiều						không được (able) nhiều (much)